காவியத் தலைவி ராணி மங்கம்மாள்

(ராணி மங்கம்மாளின் கீர்த்தியும் ஆட்சிச் சிறப்பும்)

V. இந்தியன் போஸ்

ஸ்ரீசெண்பகா பதிப்பகம்
32/B கிருஷ்ணா தெரு (பாண்டி பஜார்)
தியாகராய நகர், சென்னை – 600 017
போன்: 044-24331510
shreeshenbaga@gmail.com

நூலின் பெயர்	Book Name
காவியத் தலைவி ராணி மங்கம்மாள்	Kaviya Thalaivi Rani Mangammal
ஆசிரியர் V.இந்தியன் போஸ்	Author V. Indian Boss
பதிப்பாண்டு: 2023	Edition: 2023
பக்கங்கள்: 160	Pages: 160
பொருள்: கற்பனை சரித்திர நவீனம்	Subject: Historical Novel
ஒளி அச்சு ப.ஆனந்தன், சென்னை-15 செல்: 99404 36270	Typeset P. Anandhan, Chennai - 15 Cell: 99404 36270
அட்டை வடிவமைப்பு ராஜேஷ், 97905 24555	Wrapper Design Rajesh, 97905 24555
வெளியீடு ஸ்ரீசெண்பகா பதிப்பகம், சென்னை - 17	Published by Sri Shenbaga Pathippagam Chennai - 17
அச்சிட்டோர் கிளிக்டுபிரிண்ட் சென்னை - 600 018.	Printed by clictoprint | Chennai-600 018.

விலை: ரூ. 160/-

ISBN: 978-93-5815-658-4

என்னைப் பற்றி...

இந்த நவினத்தில் ஆசிரியன் என்றளவில் சில வார்த்தைகளை பகிர்ந்து கொள்கிறேன்.

நான் நெடுஞ்சாலை துறை லஞ்ச ஒழிப்புத் துறை, வருவாய் துறை என மூன்று துறைகளில் சாதாரண பணியில் பணிபுரிந்து 2012இல் ஓய்வு பெற்றேன்.

பத்தாவது படித்து வேலைக்காக அலையும் பொழுது தினமும் வண்டியூர் கிளை நூலகத்தில் சரித்திர நூல்களை பிரியமுடன் படிப்பேன்.

“பொன்மனச் செல்வியின் திருவருட்செல்வன்” என திருமங்கை ஆழ்வாரையும் பற்றிய சரித்திர நவினமும், பல்லவ நாட்டுத் தங்கதாரகை எனும் சரித்திர நூலும் எழுதி மதுரை வைரவன் பதிப்பகம் மூலம் வெளியிட்டேன்.

எனக்குள் நான் பிறந்து ஓடீ ஆடி விளையாடிய மதுரை மண்ணை பற்றி ஒரு நூல் எழுத அவா கொண்டு திரு.அப்பாத்துரை, திரு.பார்த்தசாரதி போன்றவர்களின் நூல்களில் கிடைத்த செய்தி மற்றும் செவி வழிச் செய்திகள் என பலவற்றை திரட்டி கலைவாணியை நினைத்து “காவியத் தலைவி ராணி மங்கம்மா” நவின எழுத அமர்ந்தேன்.

இதில் வரும் நிகழ்வூகள் என்னுள் எழுந்த கற்பனை. ஆனாலும் நான் ராணியின் காலத்திற்கே சென்ற நிகழ்வாய் எழுதி முடித்தேன்.

எனது எழுத்துக்கு உயிர் கொடுத்த ஸ்ரீசெண்பகா பதிப்பகத்தார் அனைவருக்கும் நன்றி கனிந்த வணக்கத்தையும் வாழ்த்தையும் தெரிவித்து விடை பெறுகிறேன்.

தங்கள் அன்பு

வண்டியூர் இந்தியன் போஸ்

1

நான் மாடக்கூடல் நெடுநாளைய வரலாறு கொண்ட தெய்விகபூமி அதன் உயிரோட்டமாய் நிறைந்தோடும் வைகை நதியின் வரலாறு சங்க காலத்தை தொட்டு பெருமைப்படும் விதமே ஓர் ஆராய்ச்சி.

விண்ணைத்தொட்டு விடுமோ எனும் அளவில் மீனாட்சி அம்மன் நான்கு கோபுரங்கள், கல் சிற்பம் மிளிர பாண்டிய மன்னர்களின் புகழை பறைசாற்றும் சான்றாக தோன்றுவதை பாண்டிய மண்ணில் விடியும் பொழுதில் கால் பதித்த காலதேவன் திகைப்புற்று வைகை நதிக்கரையில் நான்கு கோபுரங்களை ஏறிட்டு நோக்கி வணங்கினான்.

ஈஸ்வரா, ஆக்கலும் நீயே! அழித்தலும் நீயே. நீதிக்காக அரசசபையினர் அஞ்சி துடிக்கும் அளவுக்கு தான் செய்த தவறுக்காக தன் கரத்தை தானே வெட்டி நீதி காத்த பொற்கை பாண்டியன் வாழ்ந்த பூமி. காவல் தெய்வம் என போற்றப்படும் கண்ணகிக்குத் தவறான தீர்ப்பு அளித்து தண்டித்தது தவறென அறிந்து அரியணையில் உயிர்துறந்த பாண்டிய மன்னனை இம்மண் மறக்காது என்றபடி வைகையை நோக்கினான்.

வைகையின் இருகரைகளில் ஒரு பகுதியில் சிறு சிறு கிராமங்கள் அவற்றைச் சார்ந்த பசுமை நிறைந்த விவசாயம். மறுபுறம் தாழை நாணல் அடுக்கஅடுக்காய் கரைபகுதி நிரம்பியும் நாணல் புற்கள் வளர்ந்தும் அவற்றின் பூக்கள் வெள்ளியிலான விசிறியோயென நினைக்கும் அளவில் மாலை நேரம் சிலுசிலு காற்றின் அசைவில் பார்ப்பதற்கு கண் கொள்ளாக் காட்சி! மேலும் நிறைந்தோடிய வெள்ளம் வற்றியவுடன் கண்களுக்கு தென்படும் புல் மேடுகளும் தெளிந்த நீரோடைகளும் ஆங்காங்கே வெண்ணிற மணல் மேடுகள்! இரவுப் பொழுதில் வெண்ணிற மேகங்கள் சிறு சிறு குன்றுகள் போல நகர்ந்து செல்வது, நிலவின் கவர்ச்சியில் தொட்டுவிளையாட துடிப்பது போல் தோன்றும். அதோடு வானத்து வீதியில் எண்ண முடியாது கொட்டி கிடக்கும் விண்மீன்கள் நிலவின் ஒளியினை கண்டு உருவத்தில் வேறுபாடு

தோன்றுவது விண்மீன்களின் தினசரி காணும் ஏக்க வெளிப்பாடு.

அது போன்று வைகையில் சிறு சிறு மணிக்குவியலாய் நிறைந்து காணப்படுவது அதன் ஊடே மின் மினிப் பூச்சிகள் ஆயிரக்கணக்கில் பறந்து திரிவதும் வானத்தோடு ஒப்பிட்டு பார்த்தான் காலதேவன்.

ஆனால் அது கனவுபோல காலசுழற்சியில் வைகை ஆற்றை நாலாபுறமும் பார்வைதனை ஓடவிட்டவன் திடுக்கிட்டடான். பின் கரை ஓரங்கள் பட்டுப் போன தென்னை, பனை மரங்கள் சில அங்கும் இங்குமாய் காணப்பட்டன. தெளிந்த நீர் ஓடிய வைகை ஆற்றில் கழிவு நீர் நிறைந்து தேங்கி முட்செடிகள் மண்டி புதராய் காட்சி அளித்தது அவனுக்கு வியப்பாய் தோன்றியது.

தன்னைத்தானே கிள்ளிபார்த்தபடி கூடல் மாநகரா இல்லை என யோசித்தவன் கூடல் மாநகர் தான் என சமாதனப்பட்டபடி ஆற்றின் ஓரத்தில் சிறு கல் பாறையை கண்டவன் தென் கரை செல்ல அந்த பாறையின் இடுக்கில் சற்று பின் வாங்கினான்.

பாறையின் மேல்புறத்தில் தலைவிரிகோலமாய் ஒரு பெண் கண்களில் நெருப்பு கனல் தெறிக்க, கொடூரமான முகத்தோடு இடது கையை பாறையின் மேற்பரப்பில் ஊன்றி வலது கையில் நீண்ட கொடுவாளை பிடித்தபடி தீ பிழம்பாய் காட்சியளித்தாள்.

ஆனால் கால தேவன் மற்ற மனிதர்கள் கண்களுக்கு புலப்படமாட்டான். அதேபோல இந்த பெண்ணை தாண்டி ஆட்கள் அங்குமிங்குமாய் நடந்து செல்வதை கண்ட காலதேவன், அவளை கூர்ந்து கவனித்தான். அவளும் அமானுஷ்யமாய் தெரிந்தாள்.

ஆச்சரியமுற்றபடி தனக்குள்ளே முணுமுணுத்தவன், இவள்.... இந்நாட்டின் ராணி அல்லவா இது என்ன கோலம் என விழித்தான் காலதேவனே, நீயும், இந்த பூமியும் தான் நிரந்தரமானவர்கள் மற்றபடி மனிதன் உள்பட அனைத்து உயிரினங்களும் அழியக்கூடியவை. ஆனால் உன்னுடைய விளையாட்டு விபரீதமும் வியப்பும், வேதனையும் நிறைந்தது. எப்பேர்ப்பட்ட பாராளும் வேந்தனோ படைகள் பலவென்ற சூரனோ அவர்களது முடிவை அவர்களுக்கே தெரியாமல் முடித்து விளையாடும் நீ ஒரு மாயஜாலக்காரன்! சொல், யாரை பார்க்க இந்த கூடல் மாநகருக்குள் நுழைந்திருக்கிறாய்.

காலதேவன் அவளை அடையாளம் கண்டு கொண்டதை வெளிக்காட்டாமல், பெண்ணே கையில் கொடுவாளும் கண்களில்

கொலைவெறியும் கொண்டு காணப்படும் நீ ஏதோ பெரிதாக பாதிக்கப்பட்டவளாகக் காட்சி அளிக்கிறாய். நீ யார் உனக்கு என்ன கொடுமை நடந்தது. கபடமற்ற தன் கணவனை தீர விசாரிக்காது அதோ தெரிகிறதே வண்டியூர், அங்கு வசித்த பொற்கொல்லன் வருசிவஞ்சி பித்தன் பேராசையால் தவறான தீர்ப்பு வழங்கி கோவலனை கொன்ற இந்த மண்ணை தீக்கிரையாக்கி கோபத்தை தணித்து கொண்டாளே கண்ணகி அவளைப்போல் நீ காட்சியளிக்கிறாயே. உனக்கு நடந்த கொடுமை தான் என்ன என்று எதுவும் தெரியாதது போல் கேட்டபடி உற்று நோக்கினான்.

ஆனால் அவளும் தன்னை யார் என காட்டி கொள்ளாமல் காலதேவனே, உன் வார்த்தைகளில் எழும் கேள்விகளுக்கு பதில் சொல்லும் நிலையில் நான் இல்லை. எல்லாம் அறிந்தவன் நீ. வந்த காரணத்தை என்னிடம் கூறலாமா என வாய்விட்டு சிரித்தாள். அந்த சிரிப்பில் பல்வேறு அர்த்தங்கள் பிரதிபலித்தன. ஆனால் அவளது கேள்விக்கு பதில் அளிக்காமல் கால தேவன் நகர ஆரம்பித்தான்.

காலதேவனும் கூடற் மாநகரில் நடந்த நிகழ்வுகளை நேரில் காண வந்தவன் கற்பனையில் மிதந்தபடி, அவளது மாளிகையின் மேல்மாடத்தில் நின்றபடி காலைப்பொழுதில் காண வந்த ஆயிரக்கணக்கான தன் மக்களை ஆனந்தப்படுத்தி புன்னகை பூத்த பொலிவுடன் கையசைத்து கரம் கூப்பி மக்களை உற்சாகப்படுத்தும் நிகழ்வு கண் கொள்ளா காட்சி! தனது மாளிகையை விட்டு சாரட்டில் வெளியேற ஐந்து அரபு புரவிகள் பூட்டிய முன்னேயும் பின்னேயும் ஆயுதம் தாங்கிய நம்பிக்கையான வீரர்கள் தொடர வண்ண மலர்களால், மக்கள் கூட்டம் அள்ளி தெளித்து ஆனந்தமடையும் இது அன்றாட நிகழ்வு. இதை காணத்தான் கால தேவன் மங்கம்மாளின் மாளிகை நோக்கி வந்தவன் திகைப்புற்று நின்றான்.

வெறிச்சோடி கிடந்த மாளிகை வண்ண விளக்குகள் ஒளிரா வண்ணம் இருள் சூழ வாயிலில் பாதுகாவலர் எவரும் இன்றி ஆட்கள் நடமாட்டம் காணாது அமைதி குடி கொள்ள ஆரவாரமின்றி காட்சி அளித்தது.

சற்று நேரம் அந்த மாளிகை தனை ஏறிட்டு நோக்கியவன் என்னுடைய கணக்கு கச்சிதமாய் முடிந்து விட்டதோ என முனங்கியபடி அங்கிருந்து நகருக்குள் செல்ல நடந்தவன் அருகில் தமுக்கம் அரண்மனையை கண்டு சற்று கலக்கம் அடைந்தான்.

மங்கம்மாளின் வீரத்தை பறைசாற்றும் விதமாக ராணி உருவம் பளிச்சிட்ட வெண்கல சிலை அந்த உயர் பீடத்தில் இருந்து அகற்றப்பட்டது கண்டு கூடல் மாநகரில் ஏதோ நடந்துவிட்டது என எதுவும் தெரியாதவன் போல் மாநகர வீதிகளில் நடமாடும் ஜனங்களை உற்று பார்த்தவன் தனக்குத்தானே ஆண்களும், பெண்களும் களை இழந்த நிலையில் முகங்களில் சோகம் படர ஊமை மனிதர்களாய் காட்சி அளித்ததைக் கண்டு விழித்தான்.

அவர்களது மனதில் ஏதோ ஒன்று வெளிச்சொல்ல முடியாமல் காணப்பட்டனர்.

- - - - -

2

ஐயா, பெரியவரே கடை வீதிகள் வெறிச்சோடிய நிலையில் காணும் மனிதர்கள் சோகமான நிலையில் காணப்படுகிறார்களே! உங்கள் நாட்டில் என்னதான் நடந்தது என ஒரு முதியவரை நிறுத்தி காலதேவன் வினவினான். முதியவரோ, நடைபாதை ஒட்டிய மரத்தின் நிழலில் நின்றபடி, அய்யா, தங்களைப் பார்த்தால் வித்தியாசமான விசித்திர மனிதராய் தெரிகிறீர்கள் எந்த நாட்டை சேர்ந்தவரோ.

இந்த மண் இசையும், கலையும், வீரமும், ஆன்மிகமும் நிறைந்த புண்ணிய பூமி, மீனாட்சிப்பட்டினத்தில் வெளியாட்கள் மனம் கலங்கி வந்தாலும், வேதனை தீர்ப்பாள் எங்கள் தாய் அவளுக்கு நிகராக மக்கள் உடன் ஒன்றிப் போய் மக்களின் நலனுக்காக தன் வாழ்வை அர்ப்பணித்து எதிரிகளுக்கு சிம்ம சொப்பனமாய் பெண் சிங்கமென பவனி வந்தாள் எங்கள் நாட்டு ராணி மங்கம்மா எட்டு திசை எதிரிகளும் அவளை நினைத்தாளே ஓடி மறைவார்கள்.

அவளது ஆட்சியில் குளங்கள் நிறைய வெட்டப்பட்டன. மக்கள் பசி களைய அன்ன சத்திரங்கள் உருவாயின. நகர வீதிகளில் செல்வம் படைத்த மக்களாய் வறுமை அரக்கனை விரட்டி மக்களோடு மக்கள் ஒவ்வொருவர் இதயத்திலும் நிறைந்தபடி கொண்டப்பட்டாள்.

அவளது வாழ்க்கையில் கணவனை இழந்தாள். தான் பெற்ற ஒரே மகனையும் இழந்தாள். ஐந்து வயது சிறுவன் பேரன் அரியணை ஏறத்

தகுதி இருந்தும் வேண்டாவெறுப்பாக அரியணையில் அமர்ந்தாள். பதவி வெறி பிடித்த துரோகிகள் உடன் கொல்லும் வியாதி போல அவளைச் சுற்றியே இருந்தனர்.

ஆனால் அவர்களை தனது காலடியில் கிடக்கும் காலணியாக நினைத்து தனது கட்டுப்பாட்டிலேயே வைத்திருந்தாள் என பெரு மூச்சு விட்டு பேச்சை நிறுத்தினான்.

பெரியவருக்குத் தெரிந்த உள்ளூர்வாசிகள் அவரை ஏறிட்டு நோக்கியதுடன் அவர் அருகில் நிற்கும் காலதேவனைச் சற்று சந்தேகக் கண்களுடன் ஏற இறங்க பார்த்தபடி, இவன் நம் நாட்டு மனிதனாகத் தெரியவில்லை; ஒரு வேளை வேறுநாட்டு ஒற்றனாக இருப்பானோ, ஏற்கனவே நகரம் குழம்பி போய் இருக்கிறது. இவனை போல எத்தனை பேர் உள்ளே ஊடுருவி இருப்பார்களோ என பலர் பலவிதமாக நடந்தனர்.

பெரியவரோ, நீண்டநேரம் பேசியதால் களைப்படைந்தது கண்டு வாருங்கள், அதோ அருகில் காணும் திண்ணையில் அமர்வோம். காலை உணவு முடித்து விட்டீர்களா என அவரை அக்கறையாய் விசாரித்தான் காலதேவன்.

புதிய மனிதரோ, நீர் யார் என தெரியாது ஆனால் உன்னை பார்க்கும் பொழுது நல்ல மனிதராய் தெரிவதால் இவ்வளவு நேரம் நான் உரையாடி எங்கள் நாட்டை பற்றிய விவரங்களை கூறிக் கொண்டிருக்கிறேன். வாருங்கள் அந்தத் திண்ணையில் அமர்வோம் என முன் சென்று திண்ணையில் அமர்ந்தபடி கரங்களை சொடுக்கினார்.

அவரைத் தொடர்ந்து காலதேவனும் சென்று அவர் அருகில் அமர்ந்தபடி பின்புறம் நோக்கினார்.

(அதற்குள் திண்ணையின் வாயிலில் காணப்பட்ட கதவுகள் திறக்க பெண் ஒருத்தி கரம் கூப்பிய படி பெரியவரை வணங்கினாள். அய்யா வணக்கம், நலமாக இருக்கிறீர்களா என விசாரித்தபடி, காலதேவனை மேலும் கீழுமாய் பார்வையை ஓட விட்டாள். கமலம், நான் நலம் தான் இதோ இந்த மாசி வீதியில் உள்ள சிவன் கோயிலுக்கு வழிபட வந்தேன். வழிபாடு முடிந்து வெளியில் வந்த என்னை இந்த புதிய மனிதர் நம்முடைய நகரத்தையும் என்னையும் பற்றி விபரங்களை கேட்டார் பேசியவாறு சற்று சோர்ந்து போனதால் உங்கள் வீட்டுத் திண்ணையில் அமர்ந்து விட்டோம் என நிறுத்தினார்.

சரி, உங்கள் சோர்வு மறைய குடிப்பதற்கு ஏதேனும் குளிர்ச்சியாக எடுத்து வருகிறேன் என்றபடி வீட்டிற்குள் நுழைந்தாள். அதே வேளையில் வேகமாய் வந்த புரவி வீரர்கள், மிரட்டும் விழியுடன் திண்ணையை நெருங்கியபடி முத்தையா, இந்த புதிய நபர் யார் என புரவி வீரர்களில் ஒருவன் கோபமாக கேட்டான்.

வீரரே, இவர் என் உறவினர் நகரத்தை வேடிக்கை பார்க்க இருவரும் வீட்டிலிருந்து வெளியில் நடந்து வந்து திண்ணையில் அமர்ந்து களைப்பாறி கொண்டிருக்கிறோம் படபடப்போடு பதில் அளித்தார் முத்தையா.

முத்தையா, ஏற்கனவே மங்கம்மாள் அரண்மனையில் வீரனாக பணிபுரிந்து வெளியேற்றப்பட்டவர் துரோக கும்பலால்.

ஆதலால், முத்தையாவை அடையாளம் கண்டு சற்று சந்தேக கண்களோடு உற்று பார்த்த புரவி வீரர்கள் நம் நாட்டின் அரசர் விஜயரங்கன் கோபம் உனக்குத் தெரியும் ஆதலால் எதுவும் தப்பு செய்து மாட்டிக் கொள்ளாதே. இவன் புது மனிதனாகத் தெரிந்தாலும் புதிதாக தோன்றுகிறான் என காலதேவனை முறைத்தபடி எச்சரிக்கையாக இரும், கிளம்புங்கள் என அந்த இடத்தை விட்டு புரவி வீரர்கள் கிளம்பலாயினர்.

புரவி வீரர்களின் வார்த்தைகளில் கண்ட கடுமையினைச் சற்றும் எதிர்பாராத காலதேவன் அய்யா, யார் அந்த விஜயரங்கள் என புரியாது கேட்டார்.

உமக்கு எதற்கப்பா, இந்தக் கேள்வி? அவன் இந்த நாட்டின் மன்னனாக தானே முடி சூடி, பின் ராணியோட பேரன் ஐந்து வயதில் இருந்து தாயாக அவனை வளர்த்து, வாலிபனாய் வந்தவுடன் அரியணையை அவனிடம் ஒப்படைக்க ராணி காலம் கனியட்டும் என காத்திருந்தார்கள்.

பிஞ்சில் பழுத்து போவது போல இவனைச் சுற்றி வீணாக இருந்து இவனுக்கு கெட்ட பழக்கங்களைச் சொல்லிக் கொடுத்து மது மங்கை என போதையில் மிதந்தான். காரணம் அவன் வைத்திருந்த ஆட்கள் ராணிக்கு எதிரான துரோகக் கும்பல்! சுயநலவாதிகளின் சுயரூபம் அறியாமல் ராணியையே எதிர்க்க ஆரம்பித்து சூழ்ச்சி வலைகள் பின்ன ஆரம்பித்தான்.

துரோகிகள் அவனது மனதிற்குள் அரியணையையும் மணி

மகுடத்தையும் கூறி ராணி மேல் வெறுப்பை வளர்க்க ஆரம்பித்தனர் என நிறுத்தியவர் பொழுது சாயப் போகிறது. என் வீட்டில் தேடுவார்கள் கிளம்பு என எழ ஆரம்பித்தார் திண்ணையில் இருந்து.

காலதேவன் விடவில்லை என்னை அரைக் கிணற்றில் விட்டது போல் மீதியையும் கூறுங்கள் என முத்தையாவின் கையைப் பிடித்து அமர வைத்தான்.

முத்தையா முகம் சுளிக்காமல் புதியவரே, என மனதிற்குள் அடைந்து கிடந்த குமுறலை யாரிடமாவது சொல்லி அழவேண்டும் என பல நாட்களாய் ஏங்கிய வேளையில் எங்கிருந்தோ வந்து என் மனதிற்கு ஆறுதல் அளிக்க ஆண்டவனாய் அனுப்பிய நபராய் தோன்றுகிறாய் என மனம் நிறைந்தவர் எதிரே கமலம் வருவதைக் கண்டு புன்னகைத்தபடி என்ன கொண்டு வருகிறாய் என்றார்.

நெடுநேரமாய் பேசி களைத்துப் போன உங்கள் இருவருக்கும் குடிப்பதற்கு குளிர்ச்சியான மோர் கொண்டு வந்திருக்கிறேன். பருகுங்கள் என தான் கரங்களில் எடுத்து வந்த தட்டை நீட்டினாள்.

அதில் கண்ணாடிக் குவளையில் தளும்பத் தளும்ப மோர் காட்சி அளித்தது.

நல்லது கமலம், என்றபடி, புதியவரே எங்கள் நாட்டு குளிர்பானம் குடித்தவர்கள் அதன் ருசி கண்டு ஆனந்தப்படுவர், அருந்துங்கள் என ஒரு குவளையை எடுத்து காலதேவனுக்கு கொடுத்தான். தானும் ஒரு குவளையை எடுத்து மோர் அருந்த கமலம் வீட்டிற்குள் நடந்தாள்.

மோர் பானம் அருந்திய காலதேவன் புத்துணர்வு கொண்டவன் போல முகம் மலர நீங்கள் கூறியது உண்மைதான். மோர் பானம் குளிர்ச்சியாகவும் உடலுக்குள் புது உணர்வு வந்தது போல தோன்றுகிறது என்று குவளையை அருகில் வைத்தான் முத்தையா. மோரை அருந்தி முடித்தவர், ராணி மங்கம்மாள், யானையேற்றம், குதிரையேற்றம், வாள்வீச்சு, வில் வித்தை என அனைத்தையும் சிறுவயதில் இருந்தே தாயின் பயிற்சியில் ஒரு ஆண்பிள்ளை போலவே வளர்ந்தாள்.

ஆனால் காலத்தின் கட்டாயமோ விதியின் சதியோ அந்த அரண்மனைக்குள் ராணியை அழிக்க எங்கிருந்தோ ஒருவன் ஏவி விட்டான். அவள் தான் ஜீவாலா.

- - - - -

3

ஆண்டுதோறும் சித்திரை முழு நிலவில் வைகையில் சுமாரான நீரோட்டத்தில் கூடல் மாநகரம் மன்னர் திருமலை நாயக்கர் உருவாக்கி உயிர் கொடுத்த சித்திரைத் திருவிழா! சித்திரை மாதம் மதுரை மாநகரமே மகிழ்ச்சி வெள்ளத்தில் தத்தளிக்கும்.

அழகர்மலையில் இருந்து கள்ளழகர் பல்லக்கில் மதுரை வரும் நிகழ்வு கண் கொள்ளாக் காட்சி! இடையில் பல்லாயிரக்கணக்கான மக்கள் ஆடிப்பாடி பரவசமாய் ஒவ்வொரு மண்டகப்படியிலும் எழுந்தருளி அருள் பாலிப்பில் ஆனந்தக் களிப்பில் திளைப்பர்.

இதைக் காண ராணி மங்கம்மாள் தமுக்கம் அரண்மனையில் வந்து தங்குவதுடன் தனது மக்களின் மகிழ்ச்சியோடு கூடிய நிகழ்வுகளைக் கண்டு ஆனந்தமடைவாள். தனது தோழிகளுடன், தமுக்கம் அரண்மனை நீண்ட, உயரமான வேலைப்பாடுகள் நிறைந்த மதிற் சுவர்களும் அவற்றின் மேல் புறத்தில் ஆயுதம் தாங்கிய அரண்மனை வீரர்களும் சீனத்து வண்ண விளக்குகளாலும் மலர்களாலும் அரண்மனை முகப்பும் பளிச்சிட்டு கொண்டிருக்கும்.

அழகர் ஆற்றில் இறங்கும் நிகழ்வுதனை தனது சாரட் வண்டியில் வைகை கரையில் பலத்த பாதுகாப்போடு அரசாங்கத்துக்கு பாத்தியமான சிறு மாளிகை சென்று மேல்மாடியில் தங்கி அழகரை குதிரை வாகனத்தில் ராணி தரிசிப்பதும் பல்லாயிரக்கணக்கான மக்கள் மகிழ்வோடு கள்ளழகரை தரிசித்ததுடன் ராணி மங்கம்மாளைப் பார்த்து கைகளை உயர்த்தி வாழ்த்தொலி முழங்குவது வானத்தை தொடும். இது ஆண்டு தோறும் நடக்கும் பெருந்திருவிழா. மேலும் திருமலை நாயக்கரின் முதன்மை அமைச்சராக இருந்த இராமராயர் இத்திருவிழாவிற்கு முக்கியமான காரணகர்த்தாவாய் திகழ்ந்தவர்.

அவரது அன்பு கோரிக்கையாய் வண்டியூர் வீரராகவப் பெருமாள் கோயில் செல்லும் அழகரை வைகை வடகரையில் அமைந்துள்ள தனது அரண்மனையில் தங்கி குதிரை வாகனத்தில் அலங்காரமாய் இறக்கி வைத்து அழகரின் அடியவர்களுக்கு மனம் குளிர, வயிறு நிரம்ப உணவு அளிப்பது ராமராயரின் பேரின்பமாய், இறைபணியாக அவர் மறைந்த பின்னரும் நடந்து வருகிறது, புது மனிதரே, இதற்கு மேல் எனது இல்லத்தில் என் மனைவி மக்கள் என்னை தேடுவார்கள் நான் வருகிறேன் என முத்தையா பெரிய

நெடு மூச்சை விட்டபடி காலதேவனிடம் விடை பெற்று கை கூப்பிய வண்ணம் கிளம்பினார்.

காலதேவனும் நிறைய மாமதுரையின் நிகழ்வுகளை அறிந்தும் அறியாதது போல தனக்குத் தானே சிரித்தபடி நல்லது பெரியவரே நாளை முடிந்தால் இதே இடத்தில் பகல் நேரத்தில் உங்களைச் சந்திக்கிறேன் என விடைகொடுத்து நடந்து செல்லும் முத்தையாவை பார்த்து திடீரென மறைந்தான்.

- - - - -

4

மன்னர் திருமலை நாயக்கர் மதுரையை ஆண்ட போது சைவர்களும் வைணவர்களும், சௌராஷ்டிரார்களும் உரிமை கோரி பெரும் கலவரங்கள் தொடர துவங்கின.

ஒரே மனக்குழப்பத்தில் தினமும் மன்னரைக் கவலையுடன் கண்ணுற்ற அமைச்சர் இராமராயர் குழப்பத்தை வெளிபடுத்த அவருடன் பேசிப் பார்ப்போம் என மன்னரின் அரண்மனைக்கு வந்தவர் வணக்கம் மன்னா, என அவரது அமைதியை கலைத்தார்.

வாருங்கள் ராயரே, திடீரென தங்களது வருகை ஏதோ காரணங்கள் குறித்து தான் என அவரை ஏறிட்டு நோக்கினார்.

மன்னா, கடந்த சில வாரங்களாக வெளிப்படையாக புன்னகைத்தாலும், உங்கள் மனதில் ஏதோ ஒரு கவலை உங்களை வாட்டி வதைக்கின்றது. அது பற்றி என்னிடம் கலந்து பேசினால் எனக்கு தெரிந்ததை தங்களுக்கு கூறுவேன் என மன்னன் மேல் இருந்த அக்கறையில் ராயர் வினவினார்.

வலிய புன்னகையை வரவழைத்து கொண்ட திருமலை இடது கரத்தால் தனது தடித்த மீசையை தடவிக் கொண்டு ராயரே, இடிப்பாரை இல்லாத ஏமரா மன்னன் கெடுப்பாரின்றிக் கெடுவான் என வள்ளுவன் மன்னனை பற்றி எடுத்துக் கூறுகிறான். தாங்கள் இருக்கும் போது எனக்கென்ன கவலை, இருப்பினும் தாங்கள் கேட்ட கேள்விக்கு என் மனம் பொய் சொல்லவிரும்பவில்லை என எழுந்தவர் அங்கும் இங்குமாய் நடந்தபடி ராயரே, நம் நாட்டில் கலவரம் உண்டாகும் நிலையில் மதச்சண்டை உருவாகி விடுமோ என்ற அச்சம் அதற்கு

தூண்டுகோலாய் நம் எதிரிகளும், அரண்மனைத் துரோகிகளும் செயல்படுவதாய் ஒற்றர்கள் கூறுகின்றனர்.

அமைதிப் பூங்காவாய் இருக்கும் மீனாட்சிப்பட்டினம் என் காலத்தில் கலவர பூமியாய் மாறி விடக்கூடாது என கவலையின் கடினத்தை ராயரிடம் மனம் திறந்தார்.

ராயரோ இதற்கு போய் பல வாரங்களாக குழம்பி இருந்திருக்கிறீர்கள் நீங்கள் கூறிய மூன்று சமயத்தவரை ஒரே கோட்டில் நட்பு பாராட்டிக் கொண்டுவர நான் ஏற்கனவே முடிவெடுத்திருந்தேன் என புன்னைகைத்தார்.

இந்தப் பிரச்னைக்கு ஏற்கனவே தீர்வு கண்டு விட்டீர்களா என ராயரை, கட்டி அணைத்தவர் சொல்லுங்கள் ராயரே என அவரை திருமலை உற்சாகப்படுத்தினார்.

ஆமாம் மன்னவா, நான் கூறும் கருத்துகள் உங்களை ஆனந்தப்படுத்தும், மக்களும் பிரிவினை மறந்து ஒன்று கூடி மதுரையே விழாக் கோலம் பூண்டு களிப்படையும்.

மேலும் மேலும் ஆர்வத்தைத் தூண்டாதீர்கள். உங்களின் ஆனந்தப்படுத்தும் கருத்துகளை கூறுங்கள் என மகிழ்ச்சி வெள்ளத்தில் தத்தளித்தார்.

அதாவது வடகரையில் பதினைந்து நாள் திருவிழா தென்கரையில் பதினைந்து நாள் திருவிழா அதே கூடல் அழகர் பெருமாள் கோயில் சௌராஷ்டிரர்களுக்கு கொடுத்தும் சொக்கநாதர் மீனாட்சி அம்மனை கோயில் பூஜை மற்றும் அலங்காரம் செய்ய வைணவர் அதாவது அந்தணர்கள் வகையறாவுக்கும் மாநகரச் சிவன் கோயில்களை கருப்பணசாமி உள்பட சைவர்களுக்கும் தாமிர பட்டயம் வழங்கி எம்மதமும் சம்மதம் என ஒன்று கூடி வாழவழிவகை செய்யலாம் மன்னா, என ராயர் புன்னகை ததும்ப மன்னனை எதிர் நோக்கினார்.

ராயரே, என் புண்பட்ட மனதுக்கு பெருமருந்து கிடைத்தது போல் அருமையான செய்தியை சொன்னீர்கள். கள்ளழகர் திருவிழா தேனூரில் நடப்பது உங்களுக்குத் தெரியும் அதை எப்படி மாநகரத்துக்கு மாற்றுவது அந்தப் பகுதி மக்கள் ஒத்து கொள்வார்களா என சற்றுக் குழம்பியபடி கேட்டான் மன்னன்.

அதற்கு வழி உள்ளது மன்னா, அந்தப் பகுதி கிராம, நகர பெரியோர்களை அழைத்து அரண்மனையில் அமர்ந்து பேசுவோம்.

வண்டியூர் செல்லும் கள்ளழகர் வைகை ஆற்றங்கரையை ஒட்டி அதாவது வண்டியூர் மாரியம்மன் கோயிலுக்கு வைகை ஆற்றின் குறுக்கே கூப்பிடும் தூரத்தில் தேனூர் மக்களுக்காக வெள்ளத்தில் அடித்து செல்லாத அளவிற்கு மாபெரும் மண்டபம் ஒன்று எழுப்பி அங்கு மண்டூக முனிவருக்கு சாப விமோசனம் அளித்து நாரையை பறக்க விடும் சம்பிரதாயத்தை நடத்தி செம்பு பட்டயம் வழங்குவது என ராயர் மலர்ந்த முகத்துடன் மன்னனைப் பார்த்தார்.

மன்னர் ராயரின் புது திட்டம் கேட்டு ஆனந்தத்தில் திளைத்தார். மகிழ்ச்சியில் தனது கழுத்தில் பளிச்சிட்ட விலை மதிப்பற்ற முத்துமாலையை ராயருக்கு அணிவித்தார்.

இன்று என் மனம் அளவுக்கு அதிகமான ஆனந்தத்தில் பறக்கிறது. மேலும் உங்கள் இந்த கூற்றுக்கு என்ன வேண்டுமோ தைரியமாகக் கேளுங்கள்.

மன்னா இந்த விலைமதிப்பற்ற முத்துமாலை அழியக்கூடியப் பொருள். ஆனால் நான் கோருவதை செய்வீர்கள் என்ற நம்பிக்கையில் காலமெல்லாம் நிலைத்து என் பெயர் மதுரை மக்களால் புகழ்ப்பட வேண்டும். அது என சற்று தயங்கினார் ராயர்.

மன்னவனோ சற்று வேதனையுடன் ராயரே என் அரியணை வேண்டுமா அல்லது எத்தனை கிராமங்கள் வேண்டும் செப்பு பட்டயம் எழுதி கொடுக்கிறேன் என உற்சாகப்படுத்தினார்.

மதுரை மீனாட்சி சொக்கநாதரை வணங்கி என் வேண்டுதலை கூறுகிறேன். அதாவது நான் கூறிய கருத்துகள் செயல் வடிவமாகி இறுதி வடிவம் பெறும்போது வண்டியூர் செல்லும் கள்ளழகர் குதிரை வாகனக் காட்சியாக ஆற்றங்கரையில் அமைந்துள்ள என் மாளிகையில் அரை நாள் தங்க வேண்டும். அதன் மூலம் திருவிழா காண வரும் பக்த கோடிகளுக்கு அன்னதானம் வழங்கி அழகர் கோயில் வேதியர்களின் நல்லாசி பெற வேண்டும். மேலும் சித்திரை மாதம் வெயில் காலம் ஆதலால் அழகரை குளிர்விப்பதுடன் பல்லாயிரக்கணக்கான மக்கள் தரிசன வேளையில் களைப்படையாமல் குளிர்விக்க தண்ணீர் பீச்சு என்ற நிகழ்வும் நடைபெற எனக்கு அனுமதி அளித்து நெடுங்காலம் சித்திரைத் திருவிழாவில் இது ஓர் அங்கமாய் விளங்க அரசாங்க பட்டய கணக்கில் செம்பு பட்டயத்தை உருவாக்கித் தரவேண்டும் என கண்களில் நீர் கசிய மன்னவரின் இருகரங்களையும் இறுகப்பற்றி. தனது

கோரிக்கையை வெளிப்படுத்தினார்.

திருமலையோ பெரும் மகிழ்வு கொண்டவராய் ராயரே நாளை இது சம்பந்தப்பட்ட அனைத்து மதப்பிரமுகர்கள் குறிப்பாக தேனூர் பகுதி அனைத்து பிரமுகர்கள், தளவாய் தளபதிகள் அனைவருக்கும் இரவே தகவல் அனுப்புங்கள். மேலும் மாரியம்மன் கோயில் அருகில் மஹால் கட்டுவதற்கு மண் எடுத்த இடம் பெரும் பள்ளமாய் உள்ளது. அதற்கு ஒரு விடிவு காலம் பிறந்தால் நான் மனம் நிறைந்து மகிழ்ச்சியோடு காட்சியளிப்பேன்.

நடு யாமத்து கோயில் மணி ஒலிப்பது கண்டு மன்னர் ராயரே கோயில் மணி நம்முடைய செய்கைக்கு உத்தரவு அளித்து விட்டது. உங்களின் கோரிக்கை அரச சபை கூட்டத்தில் நிறைவேறப்படும். தாங்கள் பத்திரமாகப் புரவியில் மாளிகை செல்லுங்கள். நான் உறங்க செல்கிறேன் என கரம் கூப்பி விடைகோரியபடி ராயரை வழியனுப்பி வைத்தார். ராயரும் அரண்மனையை விட்டு வெளியில் வந்து புரவியில் புறப்பட்டார்.

காலைப்பொழுது கதிரவன் கண்களில் மகிழ்ச்சி பொங்க தனது பார்வையை ஓட விட்டவன் தெய்விகம் கூடல்நகரில் எவ்வளவு ரம்மியமாக காட்சி தருகிறது என பூரித்தான்.

சுந்தரேஸ்வரர் மீனாட்சி அம்மன் கோயில் சுற்றி உள்ள ரத வீதிகள் மாசி வீதிகள், வெளி வீதிகள் அனைத்தும் மகிழ்ச்சி கொண்ட குடிமக்களாய் காட்சியளிக்க விளக்குத்தூண் அருகே உயர்ந்த சீனத்து விளக்கு இரும்புத் தூண்கள் அன்றாட நிகழ்ச்சி சிற்பக்கலை பளிச்சிடுவது, கண்டு வியந்த படி, நூற்றுக்கணக்கான பசுக்கள் தன் கன்றுகளுடன் யாதவர்கள் அழைத்து செல்வதும் கீழமாசி வீதியில் அருஞ்சுவை உணவுக்குத் தேவையான அனைத்து மளிகைப் பொருள்களை கூட்டு வண்டிகளில் கொண்டு வந்து விவசாயிகள் பெரும் பெரும் நகர மொத்த வணிகர்களின் மாளிகையில் நிரப்புவதும் தெற்கு மாசி வீதி வீரத்தை பறைச் சாற்றும் மாசி மறவர் மாளிகை ஓங்கி உயர்ந்து காணப்படுவதும் அங்கிருந்து புரவிகளில் கனத்த தலைப்பாகையும், முரட்டு மீசையும், எதிரிகளை அடையாளம் தெரிந்தவுடன் இடுப்பில் பளிச்சிடும் குறுவாளும், நீண்ட உறையில் பளிச்சிடும் கொடுவாளும் கொண்ட மறவ நாட்டு வீரர்களுக்கு துரோகிகளோ, பகைவர்களோ, உடனே வெட்டிச் சாய்க்க உத்தரவிட்டிருந்தார். திருமலை. மணிமுடியை இழந்து பாதாளச்சிறையில் குதிரைக்காரன் ருஸ்தும்கான் பிடியில் பெண்களின்

தகாத உறவுகளில், மன்னரை மயங்கவைத்து டில்லி சுல்தான் தனது நண்பர் உங்களுக்கு உதவச் சொல்கிறேன் என ஆசை வார்த்தைகள் கூறி அரண்மனைக்குள்ளேயே அனைத்து அதிகாரங்களையும் அவர் மூலமாகவே பெற்றுக்கொண்டு மதுரையைக் கைப்பற்ற நினைத்த வேளையில் மன்னரின் அந்தரங்க அமைச்சர் பிள்ளைவாள் ரகசிய ஓலை மூலம் கிழவன் சேதுபதிக்கு தகவல் தெரிவித்தார்.

ரகசிய ஓலை கண்ட கிழவன் சேதுபதி தனது உயிருக்குயிரான திருமலை நிலை கண்டு கொதித்து போய் பத்தாயிரம் புரவி வீரர்களோடு மதுரை கோட்டைக்கு வந்து ஆவேசமாக தாக்கினான். மறவர்களின் ஆவேச தாக்குதலில் அச்சமுற்ற குதிரைக்காரன் உயிர் பிழைத்தால் போது என தனது சிறு படையுடன் மதுரையை விட்டு ஓட்டம் பிடித்தான். சிறைச்சாலைக்குள் இருந்த திருமலையை மீட்டு அரண்மனைக்கு அழைத்து வந்த மறவநாட்டரசர் கண்ணீர்விட்டு அழுது விட்டார்.

திருமலையோ தடுமாறிய மனதில் இருந்து விடுபட்டு சுயநினைவு கண்டவன் சில வாரங்களாக அரண்மனையில் என்ன நடந்தது என விழித்தவன். சேது மன்னா, என் வாழ்வில் பார்க்க கூடாத நிகழ்வு கூடா நட்பு கேடில் முடியும் என உண்மை உணர்ந்து என்னை காப்பாற்றி மீண்டும் அரியணை தந்த உன்னை ஆயுள் பூராவும் மறக்கமாட்டேன் என கிழவன் சேதுபதியை உணர்ச்சி பெருக்கில் ஆரத்தழுவி கிழவன் சேதுபதி அழுவதை இவன் முதுகுபுறத்தில் கண்ணீர் விழுவது கண்டு உணர்ந்து விம்மி அழுதான். அரண்மனையில் இருந்த அத்தனைப் பேரும் கண்கலங்கி இதுவல்லவோ நட்பு என புகழ்ந்து பேசலாயினார். இது நடந்த கதை.

- - - - -

5

இனி நடக்கப்போவது மன்னரின் ஆணையில் ஆனந்த களிப்படைந்த ராயர் அன்று இரவே சம்பந்தப்பட்டவர்கள் அனைவருக்கும் பொறுப்பான வீரர்கள் மூலம் ஓலைகள் எழுதி செய்தியை சேர வைத்தார்.

அன்று ஏனோ மாநகரமே மீனாட்சி சுந்தரேஸ்வரர் கோயில் உட்பட அனைத்து கோயிலும் சிறப்பு பூஜைகள் நடந்தவண்ணம்

மன்னர் மஹால், மறவர் அரண்மனை மற்றும் கோட்டை கொத்தளம் அனைத்தும் இரவிற்குள் அலங்கரிக்கப்பட்டு கதிரவன் ஒளியில் தேவலோகம் போல பளிச்சிட்டது. நகரத் தெருக்களில் மக்கள் அளப்பரிய மகிழ்வுடன் ஏதோ ஓர் தகவலை பகிர்ந்தபடி சிறு சிறு குழுக்களாய் காணப்பட்டனர். சைவ, வைணவக்கோயில்களில் அரசு வீரர்கள் ஆயுதம் தாங்கிய நிலையில் மக்களின் கூட்டத்தை சரி செய்து கண்காணிப்பால் கவனமுடன் காணப்பட்டனர். இது நாள் வரையில் இறுகிப் போய் தங்கள் மகிழ்ச்சியை தொலைத்த நிலையில் நடமாடிக் கொண்டிருந்த சிவாச்சாரியர்கள், வேதியர்கள், சௌராஷ்டிர மதக்குருக்கள் அனைவருமே ஒருவருக்கொருவர் முகம் பார்த்து புன்னகைத்து வணங்கத் தொடங்கினர்.

இது என்ன அதிசயம் ஒரே நாள் இரவில் மதுரை மாநகரில் என்ன தான் நடந்தது! காலம் கனியும் போது அரசாங்கத்திற்கும் சரி அடிமட்ட மனிதனுக்கும் சரி ஆண்டவன் நல்லதே செய்வான் என்பதை மனிதன் அறியமாட்டான் ராயர், மன்னரின் ஒப்புதல் கிடைத்தவுடன் வாயு வேகத்தில் புரவியை விரட்டி மாளிகையை அடைந்தவர் நம்பிக்கையான ஆட்களுக்கு உடன் சந்திக்க அறிவுறுத்தி செய்திச் சுருள் பல எழுதி உடன் சந்திக்க வாய்மொழி உத்தரவும் வழங்கினார் ஓலை தாங்கிகள் செய்தி கேட்டு ஆனந்தபட்ட படி விடிவதற்குள் அனைத்து நபர்களும் அரண்மனை புது மைய மண்டபத்தில் கூடிவிட்டனர்.

என்றுமில்லாமல் அந்த புதுமண்டபம் பொலிவுடன் பளிச்சிட வாயில் அருகில் புரவி வீரர்களும் காவலர்களும் ஆயுதம் ஏந்தி பாதுகாப்பை பலப்படுத்தினர். சுவடி எழுதிய செய்தி நகருக்குள் கசிந்ததால் நகரம் புதுத் தோற்றம் கண்டது போல் விரைந்து வரும் மன்னர் சாரட், மக்கள் கூட்டம் நிறைந்த கீழமாசி வீதியை கடந்து அரண்மனை புது மைய மண்டபம் செல்ல சற்று திக்கு முக்காடியது. மன்னரை கண்ட மக்கள் திருமலை மன்னர் வாழ்க என ஓங்காரமாய் ஒலித்த முழக்கம் விண்ணைத் தொட்டது. புது வரலாறு படைக்க போகும் வரலாற்று நாயகன் வாழ்க என முழங்கினர்.

புது மைய மண்டபத்திற்குள் நுழைந்த மன்னரின் சாரட்டில் இருந்து இறங்கிய திருமலை மன்னருக்கு புது மைய மண்டபத்தில் கண்ட வரவேற்பை பார்த்தவுடன் ஆச்சரியம். நான் காண்பது என்ன

கனவா என கண்களைக் கசக்கியபடி எதிரில் நிற்கும் இராமராயரைப் பார்த்தார். அமைச்சரே நான் வருவதற்குள் எல்லாவற்றையும் முடித்து விட்டீர்களா என அவரது கரங்களைப் பற்றினார்.

அதற்குள் தளவாய் மற்றும் தளபதிகள் ஒன்று சேர்ந்து ஆள் உயர மல்லிகை மாலையை மன்னருக்கு அணிவித்தனர். மதுரை மல்லி அந்தப் பகுதி பூராவும் நறுமணத்தை உமிழ்ந்தது. மாலையைச் சிறிது நேரம் அணிவித்தபடி நடந்தவர் சுமை தாங்காமல் ராயரே உங்களது அன்புச் சுமையுடன், மலர்மாலை சுமையையும் என்னால் தாங்கமுடியவில்லை என புன்முறுவல் செய்தார்.

ராயரின் சமிக்சையில் மாலையை தளவாய் பெற்றுக் கொள்ள நூற்றுக்கும் மேற்பட்டோர். திருமலையை கண்டு எழுந்தபடிவாழ்த்தொலி முழங்க வணங்கி நின்றனர். ஒவ்வொருவர் முகத்திலும் சூரிய பிரகாசமாய் மகிழ்ச்சி காணுவதை கண்டு சொக்கநாதர், என்னை மகிழ்ச்சிக் கடலில் திக்கு முக்காட வைக்கிறார். எல்லாம் அவன் செயல் என கோயில் கோபுர அம்மன் சந்நிதி நோக்கி ஏறிட்டு வணங்கி கொண்டே! புது மண்டபம் மையத்தில் அவருக்குரிய ஆசனத்தின் அருகில் நின்றபடி,

இங்கு வந்துள்ள அனைத்து மக்கள் பிரதிநிதிகள் அனைவருக்கும் என் அன்பு கலந்த வணக்கங்கள் ஆயிரம். ராயரின் ஒலை தாங்கிகள் கொண்டு வந்த ஓலையினைப் பெற்று மன்னர் விசுவாசிகளாய் நிறைந்து காணப்படும் உங்களை மீண்டும் வணங்குகிறேன் எல்லாரும் அமருங்கள். என ராயருக்கும் கண்களால் சமிக்கைஞ காட்டி அவரது மயிலாசனத்தில் அமர்ந்தார்.

ராயரோ, மன்னரின் நிலையினை புரிந்து கொண்டவர் ஆசனத்தில் இருந்து எழுந்த படி மங்கா புகழ் படைத்த தென்பாண்டி மண் ஆளும் மன்னவருக்கு வணக்கம். தாங்கள் இன்று கூறப்போகும் மகிழ்ச்சிக்குரிய செய்தி.

அதனால் உருவாகும் மறுமலர்ச்சியும் இந்த மண் உள்ளளவும் தாங்கள் பெயர் நிலைத்திருக்க புகழோடு போற்றப்படுவீர்கள். எனதருமை அனைத்து சமய பெரியோர்களே உங்கள் நல் ஆசியோடு மன்னர் மதுரை மாநகரம் ஆன்மிக பூமியாக விளங்கும் நிலையில் வருடம் பூராவும் மதுரை மீனாட்சி சொக்கருக்கு திருவிழாக்கள் எடுப்பதுடன் கூடல் அழகர் பெருமாள், கள்ளழகர் மற்றும் வண்டியூர்

வீரராகவப் பெருமாள் ஒன்று சேர்ந்து சித்திரை முழு நிலவில் உலகமே கொண்டாடும் பெருவிழா காண ஆவலுடன் தீர்மானித்து உங்களின் ஒப்புதல் குறிப்பாக தேனூரில் நடக்கும் கள்ளழகர் ஆற்றில் இறங்கும் வைபவவிழா மாமதுரையின் பெருவிழாவாக கொண்டாட அவர்களின் அனுமதியும் பெற விழைகின்றார் மன்னர்.

நான் கூறிய கருத்துகளுக்கு இந்த புது மண்டபத்தில் இருக்கும் அனைவரும் சம்மதம் தெரிவிக்கும் வகையில், ஆரவாரத்துடன் மன்னரை வாழ்த்தி அமரலாம் என ராமராயர் பேச்சை நிறுத்தி பார்வையை சபை முழுவதும் ஓடவிட்டார்.

ராமராயரின் நீண்ட மனம் குளிர்ந்த உரையாடல் கேட்டு மண்டபத்தில் அமர்ந்திருந்த அனைவரும் கரவொலி எழுப்பி மாமன்னர் வாழ்க, மாமதுரையில் ஆன்மிக புதுமைப் படைக்கப்போகும் காவலரே வாழ்க சமயச் சண்டையை போக்கி சமத்துவத்தை உருவாக்க எடுக்கும் மன்னரின் செயல்களுக்கு கட்டுப்பட்டு உறுதுணையாய் இருப்போம் என புது மண்டப அரங்கமே அதிரும் வண்ணம் முரசும் முழங்க மங்கல பேரிகை ஒலி எட்டுத்திக்கும் ஒலித்தது.

மன்னரும், ராமராயரும் அளவு கடந்த ஆனந்தத்தில் அமைதி, அமைதி என ஆரவார ஒலியை அடக்கியவர்கள் இங்குள்ள அனைவருக்கும் நன்றி. என் செயலை ஆமோதித்து உறுதுணையாய் நின்று முதலாம் ஆண்டு சித்திரை திருவிழாவை மக்களின் மலர்ச்சி கலந்த ஆன்மிக ஆன்மீக பெருவிழாவாக நடத்திக் காட்ட குறைந்த நாட்களே உள்ளது. மதுரை மீனாட்சி சுந்தரேஸ்வரர் அருள் ஆசியுடன் நாளை கொடியேற்றத்தோடு ஆரம்பிப்போம்.

அனைத்துக்கும் செயல்வடிவாய் செப்பு பட்டயம் தயார் செய்து, உரிமை பாத்தியம், கோவில் நடைமுறை அனைத்தும் குறிப்பிட்டு ஆயிரம் ஆண்டுகள் ஆனாலும் எந்தவித குழப்பமோ, கலகமோ வராத அளவுக்கு வழங்கப்படும்.

எல்லோரும் மனநிறைவு கண்டு ஆனந்தத்துடன் மன்னனின் செயல்பாட்டுக்கு உறுதுணையாக நின்று சித்திரை முழு நிலவு திருவிழா உலகம் உள்ளளவும் சீரும் சிறப்பாக நடக்க மதுரை மீனாட்சி அருள் பாலிக்க வேண்டும் என மனம் நெகிழ்ந்து ஆனந்த கண்ணீர் ததும்ப நன்றி தெரிவித்து திருமலை மன்னர் விடைபெற்று கிளம்பினார்.

- - - - -

6

இப்படியாகத்தான் திருமலை மன்னரும், ராமராயரும் உருவாக்கிய சித்திரை திருவிழா மதுரை மாநகரமே விழாக்கோலம் பூண்டு நடந்து வரும் நிலையில் இந்த ஆண்டும் அதிகாலை பொழுது சித்திரை பௌர்ணமியில் குதிரை வாகனத்தில் பல லட்சக்கணக்கான மக்கள் ஆவலுடன் வைகை ஆற்று வடகரையில் நிரம்பி வழிய வைகையில் கண்டு களித்தபடி நிறைந்து அரசு மாளிகையில் வைகை தண்ணீர்வரத்து குறைந்து புல் மேடுகளும், மணல் மேடுகள் சிறு குன்றுகள் போல காட்சி அளிக்க ஆனந்த களிப்போடு வைகை ஆற்றை சிறிது நேரம் பார்த்தபடி இருந்த ராணி தளவாய், அங்கே ஆற்று நீரோட்டத்தை பாருங்கள் ஏதோ ஓர் மனித உடல் மிதந்து கரை ஒதுங்கி புல் மேட்டின் அருகில் தெரிகிறது என பட படத்தாள்.

தளபதி சிம்மராயரும் ராணி உடன் அமர்ந்திருந்தவர் குறிப்பறிந்து ஆமாம், மகாராணி பெண் உடல் போல் தோன்றுகிறது. என்றவர் தளவாயைப் பார்த்தார் எழுந்தபடி அந்த உடல் உடனே ஆற்றுக்குள் இறங்கி சோதித்து வடக்கு கோபுர என் மாளிகைக்கு கொண்டு வந்து பலத்த பாதுகாப்போடு அரண்மனை வைத்தியரை வைத்து மருத்துவம் பாருங்கள். நீங்கள் போவதற்குள் நானும் அமைச்சரும் மாளிகைக்கு வந்து விடுவோம் என கட்டளை இட்டாள் ராணி.

தளவாய் சற்று தயங்கிய படி மகாராணி அவர்களே, அந்தப் பெண் ஒருவேளை எதிரியின் ஆளாகவோ, வேற்று நாட்டு வேவுக்காரியாக கூட இருக்கலாம் அல்லவா ஆதலால் நாம் எச்சரிக்கையாக இருப்பது அவசியம் என ராணியை நோக்கினார்.

ராணியும் சில நொடிகள் யோசித்தவள் தளவாய், நீங்கள் சந்தேகப்படுவதும் உண்மைதான். இருப்பினும் மதுரை மாநகரில் என் ஆட்சியில் சித்திரை முழுநிலவுகளில் ஒரு பெண் உயிர் அநியாயமாகப் பறிபோக விடமாட்டேன். நீங்கள் வீரர்களோடு சென்று அந்த உடலில் உயிர் இருக்கிறதா என அங்கிருந்து சைகை காட்டி விட்டு எனது மாளிகைக்கு அவளை ரகசியமாக கொண்டு செல்லுங்கள் என மீண்டும் ஆணையிட்டாள்

வீரர்களோடு தளவாய் விரைந்து ஆற்றுக்குள் இறங்கி அந்த புல் மேட்டை நெருங்கியபடி சற்று எச்சரிக்கையோடு அந்த உடலை புரட்டினார்.

சற்று திடுக்கிட்டபடி பார்த்தவர், இளம் வயது, வாளிப்பான உடல்கட்டு இடையில் ஒரு குறுவாள் கச்சைக்குள் பளிச்சிட்ட படி உயிரோட்டத்தை பரிசோதிக்கவும் அவரது இடது கரம் மூடி இருந்த விழிகளை நீக்கிய படி மூச்சு உள்ளதா என அவளது நாசி துடிப்பை பரிசோதித்துப் பார்த்தார்.

சற்று பெருமூச்சுவிட்டவர் உயிர் இருக்கிறது. இவள் நம் நாட்டவள் அல்லள். வேறு நாட்டுக்காரி. ஒற்றறிய பகைவர்களால் அனுப்பப்பட்டவளோ என யோசித்தபடி ராணியார் இருக்கும் மாளிகை நோக்கி அவள் பார்வையில் படும்படி இரு கரங்களை அசைத்து சைகையில் வெளிப்படுத்தினார்.

அதைத் தான் பார்த்தமைக்கு அடையாளமாக ராணி கரங்களை தலைக்கு மேல் தூக்கி அசைத்து சைகையால் வெளிக்காட்டினாள்.

சிறிது நேரத்தில் புல்மேட்டில் மயங்கிக் கிடந்த அந்த இளம் பெண்ணை வீரன் ஒருவன் தோளில் சுமந்தபடி தளவாயும், மற்ற வீரர்களும் பின் தொடர வடகரையில் நின்று கொண்டிருந்த புரவியினால் பூட்டிய சாரட்டில் அவளை உள்ளே கிடத்திய போது மூடி இருந்த அவள் விழிகள் திறந்து சாலையை பார்த்து புன்னைகையை தனக்குத்தானே உதிர்த்தபடி மீண்டும் இமைகளை மூடி கொண்டாள். சாரட் சாலையில் விரைய ஆரம்பித்தது.

கள்ளழகர் ஆற்றில் இறங்கும் விழாவை அமைதியாய் கண்டு களித்து வணங்கியபடி தென்கரையில் இருந்து வந்த வெள்ளைக் குதிரை வாகனத்தில் பவனி வந்து ஆற்றுக்குள் காட்சி தந்த கூடல் அழகர் பெருமாளையும் கரம் கூப்பி வேதியர்களின் சிறப்பு ஆராதனைகளை கண்டு மனம் குளிர தரிசித்தவள் மக்களால் நான் வாழ்கிறேன், அந்த மக்களுக்காக எனது உழைப்பும் செயல்பாடும் நீடித்து சிறக்க அருள்புரிவாய் பெருமாளே என மனம் உருகி பிரார்த்தனை செய்து வடகரை மாளிகையில் இருந்து சாரட்டில் புறப்பட, அமைச்சர் சிம்மராயரும், மெய்க்காப்பாளர்கள் புரவிகளில் பின் தொடர வடக்கு கோபுரவாசல் மாளிகை நோக்கி விரைந்தனர்.

வடக்கு கோபுரவாசல் ராணியின் தனி மாளிகையில் ஆயுதம் தாங்கிய வீரர்கள் அதிகமாய் காணப்பட்டனர். பலத்த பாதுகாப்பை கண்ட அந்த பகுதி மக்கள் சற்று அச்சம் மேலிட அவரவர் கற்பனைக்கு ஏற்றார் போல் ஒருவருக்கொருவர் பேசலாயினர்.

அதே வேளையில் வடக்கு கோபுரவாசல் மாளிகையை ராணியின் சாரட் வண்டி நெருங்கி உள்ளே நுழைந்ததும், அங்கிருந்த பாதுகாப்பு வீரர்கள் மரியாதை நிமித்தம் தலை வணங்கி கம்பீரமாய் நின்றனர்.

சாரட்டில் இருந்து வேகமாய் இறங்கிய ராணி மாளிகைக்குள், சிம்மராயர் பின் தொடர அவளுடைய ஆலோசனை கூடத்தில் சென்று பட்டாசனத்தில் அமர்ந்தாள். அதற்குள் அவள் வந்த தகவல் அறிந்து எதிரில் காணப்பட்ட பகுதியில் இருந்து விரைந்து வந்த தாளவாய் சிரம் தாழ்த்தி வணங்கியபடி சிம்மராயரையும் வணங்கிக் கொண்டே தாங்கள் கூறியபடி ஆற்றில் மயங்கி கிடந்தது ஓர் இளம் நங்கை. அவர் நம் நாட்டை சார்ந்தவளாய் தெரியவில்லை நமது அரண்மனை வைத்தியரை அழைத்து மருத்துவ உதவி செய்து மயக்கம் தெளிந்து பால், பழங்கள் உணவாக கொடுத்து நல்ல நிலையில் உள்ளாள்.

தமிழ் நன்கு பேசுகிறாள். அவளது இடையில் குறுவாள் மின்னுகிறது வேற்று நாட்டு வேவுகாரியாய் தென்படுகிறாள் பேச்சை நிறுத்தினார் தளவாய்.

தளவாயின் வார்த்தைகளை உற்று கவனித்த ராணி இப்பொழுது அந்த மங்கையைப் பார்த்து பேசலாமா என்றாள் ராணி.

சிம்மராயரோ, ராணி வாருங்கள் நாம் போய் அவளைப் பார்த்து விசாரிப்போம். ஒருவேளை ஒற்றறிய வந்த வேவுக்காரியாக இருந்தால் அதன் விளைவை யூகிக்க வேண்டும்.

ஆமாம் மந்திரியாரே, வாருங்கள் சென்று பார்ப்போம் என எதிர் அறைக்குள் பாதுகாப்போடு காவலில் இருந்த அவளை பார்க்க உள் நுழைந்தவள் படுக்கையில் விழித்தபடி ராணியை பார்த்த அந்த மங்கை எழமுயற்சித்தாள்.

அவளது படுக்கையை நெருங்கிய ராணி, அவளை கூர்ந்து பார்த்தவள் பெயர் என்ன, எப்படி வைகை ஆற்று நீரில் மிதந்து வந்தாய் யாரேனும் உன்னை கொல்ல முனைந்தார்களா, மேலும் உனக்கு திருமணம் ஆகிவிட்டதா, எந்த நாட்டை சார்ந்தவள் மறைக்காமல் என்னிடம் தெரிவிக்கலாம் என அமைதியாய் கேட்டாள்.

அந்த நங்கை ராணியை பார்த்து விழித்தபடி, தாங்கள் இந்த நாட்டு மகாராணியார் என நினைக்கிறேன் என்றவள் கோவென அழ ஆரம்பித்தாள்.

அவளது நிலையினைப் புரிந்து கொண்டவளாய் ராணி ஏதோ மனதளவில் மிகவும் காயப்பட்டிருப்பாள் என நினைத்தபடி அவளது படுக்கையில் அமர்ந்து கொண்டு உன்னை பார்த்தால், ஏதோ வீரர் குடும்பத்தைச் சார்ந்தவளாய் தெரிகிறாய் ஏன் கண்ணீர் வடிக்கிறாய் மனத்தளவில் புண்பட்டிருப்பாளோ என பெண் என்பதால் சற்று இரக்கம் தொனிக்க வினவினாள். அந்தப் பெண் கண்களை துடைத்தபடி மகாராணியாரே, வணக்கம். நான் திருமணம் ஆகியும் குழந்தை இல்லாது ஒரு நாடோடியை திருமணம் செய்து கொண்டேன். என் பெயர் ஜீவாலா எனது கணவன் பொறுப்பில்லாது பல நாடுகளுக்கு அலைந்து திரியும் நாடோடி. எனக்கு சொந்த ஊர் புதுக்கோட்டையை ஒட்டிய கிராமம். என் தந்தை திருமலை மன்னர் காலத்தில் படைத்தளபதியாய் பணியாற்றி போர் களத்தில் இறந்து விட்டார். எனக்கு சொந்தமென்று சொல்ல ஒருவரும் கிடையாது என மூச்சு திணற பேச்சை நிறுத்தினாள்.

ராணியோ சிம்மராயரை ஏறிட்டு நோக்கியவள் அமைச்சரே இவள் சொல்லிய வார்த்தைகளில் உண்மை வெளிப்படுகிறதா இவள் தோற்றத்தைப் பார்த்தால் நன்கு பயிற்சி பெற்றவளாய் பேசும் தமிழில் நம் மண்ணை சார்ந்தவளாய் எனக்குத் தோன்றுகிறது. தங்களின் அபிப்பிராயம் என்ன என்பதை கூறுங்கள்.

சிம்மராயரோ நிழலை வைத்து அனைத்தையும் அறிபவர். சற்று தயங்கியபடி ராணி, இவள் கூறும் வார்த்தைகளில் பாதி உண்மையாகவும் மீதியோசிக்க வேண்டியும் உள்ளது. மேலும் தான் ஓர் அபலை, கணவன் ஒரு நாடோடி என்கிறாள். குறிப்பாக சித்ராபௌர்ணமி நாளில் வைகை ஆற்று நீரில் மிதந்து வரக்காரணத்தைக் கேளுங்கள் என அரைகுறை மனதுடன் ஜீவாலாவை சந்தேகம் தொனிக்கும் விழிகளில் ராணியை பார்த்தார் தளவாய். சுற்றி இருந்த மெய்க் காப்பாளர்களும் அதே நிலையில் காணப்பட்டனர்.

ஆமாம் ஜீவாலா நீ எப்படி மதுரைக்கு வந்தாய், புரியும்படி நடந்ததை கூறு என வேகப்படுத்தினாள் ராணி.

அம்மா, நான் சித்திரைத் திருவிழாவினை காண புதுக்கோட்டையில் இருந்து புரவியில் வந்து கொண்டிருந்தேன். மறவர் நாட்டுப் பகுதியில் இருந்து மதுரை நோக்கி வரும் சாலையில் தொடர்ச்சியாக கூட்டு வண்டிகளும் மாட்டு வண்டிகளும் நூற்றுக்கணக்கில் அவற்றில் பயணித்த மக்களின் நாட்டுப்புறப்பாடல்கள் இனிமையாக ஒலிக்க

வண்டிகளில் பூட்டப்பட்டிருந்த பருமனான பெரும் காளை மாடுகள் அவற்றை ரசித்தபடி கழுத்தில் கிடக்கும் வெண்கல மணிகள் ஒலி எழுப்பி வண்டிக்கு முன்னும் பின்னும் ஈட்டியும் வாளும் கைகளில் பளிச்சிட சேதுபதி நாட்டு மறவர்கள் காணப் பாதுகாப்பாக வந்து கொண்டிருந்தனர்.

இப்படி சித்திரைப் பௌர்ணமி நிலவு ஒளியில் பயணிக்கும் அவர்களை பார்த்தவுடன் என்னுள் எழும்பிய பயம் பறந்தோடியது. மேலும் நான் தலைப்பாகையுடன் ஆண்மகன் போல் இடையில் பாதுகாப்புக்கு குறுவாள் ஒன்றை மறைத்தும் வைத்திருந்தேன்.

மதுரை அழகர் திருவிழா பார்க்கும் ஆவலில் பரமக்குடி சாலையில் நிறைந்து காணப்பட்ட கூட்டு வண்டிகளை கடக்க தாமதமாகுமோ என்ற நினைப்பில் மதுரை நோக்கி செல்லும் ஒத்தையடிப் பாதையில் புரவியை நிலவு ஒளியில் விரட்டினேன். காட்டுப்பாதையானதால் ஆள் நடமாட்டாம் குறைவாக தென்பட்டது நிலவொளியில் உருவங்கள் தெரிந்தன ஆனால் யார் என அறிய முடியாத நிலை இருப்பினும் பயத்தை விரட்டியபடி வைகை ஆற்றுகரைப் பாதையில் புரவி விரைந்த வேளையில் திடீர் என எனக்குள் ஓர் அச்சம் பரவ முகங்கள் துணியால் மறைத்தபடி நான்கு பேர் என்னை புரவிகளில் பின் தொடர்வதை பின்புறம் பார்வையை ஓடவிட்டபடி உணர்ந்தேன் என பேச்சை நிறுத்தினாள்.

அப்படியென்றால் உனக்கு பகைவர்கள் அதாவது எதிரிகள் யாரும் இருக்கிறார்களா, ஐயம் படர சிம்மராயர் வினவினார். ஐயா, பெண் என்றால் அதுவும் இளம் வயதுடையவளுக்கு அவளது பருவமே எதிரிகளை உருவாக்கும். எனக்கென எந்த வித எதிரிகளும் கிடையாது என்னை தொடர்ந்தவர்கள் எந்த நோக்கத்தில் வருகிறார்கள் என சிந்தித்தபடி புரவியை வேகமாக விரட்டி வண்டியூர் தெப்பக்குளத்தை நெருங்கிய நிலையில், அந்தப் பகுதி பூராவும் மக்கள் நடமாட்டம் மிகுதியாக காணப்பட்டது. கீழ்த் திசையில் கதிரவன் வருகையை வெளிப்படுத்தும் வகையில் ஒளிக்கதிர் பரவ ஆனந்தப்பட்ட நான் புரவியில் அமர்ந்தபடி பின் நோக்கினேன்.

மனம் படபடத்துப் போய் திகில் அடைந்தவளாய் என்னைத் தொடர்ந்த நான்கு பேரும் புரவிகளை விரட்டிக் கொண்டு கூப்பிடு தூரத்தில் நெருங்க மீண்டும் புரவியை விரட்டினேன்.

ராணிக்கோ ஆச்சரியம் கலந்த சந்தேகம் மனதில் உதித்தது ஜீவாலா கற்பனை. கதையாய் கூறி நம்மை ஏமாற்றுகிறாளா அல்லது அவள் கூறுவது உண்மை என்றால் விரட்டி வந்தவர்கள் இவளை தாக்காமல் தொடர என்ன காரணம் என் சிம்மராயரை நோக்கினாள்.

சிம்மராயரோ சற்று அமைதியாய் ராணியை இருக்க சைகை காட்டியவர் பெண்ணே, மேலும் நடந்ததை கூறு என பொறுமையாய் வினவினார்.

என்னுடைய புரவி என் மனத்துடிப்புக்கு ஏற்றார் போல வைகை கரையை ஒட்டிச் செல்லும் பாதையில் விரைந்தது. குருவீற்றிருக்கும் குருவித்துறை என்னும் கிராமத்தை ஒட்டி விரையும் வேளையில் நிறைந்ததோடும் வைகை நீரில் என்னை தண்ணீருக்குள் தள்ளி விடும் செயலில் புரவி நீருக்குள் உடலை குலுக்கி நீருக்குள் என்னை தள்ளிவிட்டதுடன் தனித்து கரையேறி விரைய நான் மனம் பேதலித்து மயக்கமுற்று நீரில் அடித்து செல்லப்பட்டேன். அதன் பிறகு நடந்தவை உங்களுக்குத் தெரியும் என நிறுத்தியவள் மயக்கமுற்றுப் படுக்கையில் சாய்ந்தாள்.

அரண்மனை வைத்தியர் பதற்றத்துடன் அவளது கரம்பிடித்து நாடி பார்த்ததோடு மூடி இருந்த விழிகளை நீக்கி பார்த்தவர், ராணியாரே அவளுக்கு ஒன்றுமில்லை. நலமாகத்தான் இருக்கிறாள் சற்று ஓய்வு எடுத்தாள் சரியாக விடும் என்றார்.

நல்லது வைத்தியரே நீங்கள் செல்லலாம் என அவரை அனுப்பி வைத்தாள் ராணி, தளவாய் இந்தப் பகுதிக்கு சற்று பாதுகாப்பை அதிகப்படுத்துங்கள். இவளை நான் தீர விசாரிக்க நாளை வருகிறேன். விழிப்போடு நீங்களும் இருங்கள் என ஜீவாலா படுத்திருக்கும் படுக்கையில் இருந்து எழுந்தபடி, அமைச்சரே வாருங்கள் நாம் கிளம்புவோம், நாளை வருவோம் என புறப்படலானாள். நல்லது ராணியாரே என கூறியபடி அமைச்சர் பின் தொடர்ந்தார்.

- - - - -

7

அதே வேளையில் அந்த மாளிகை வெளிவாசலில் இருந்து காவலாளிகள் இருவர் வேகமாக நடந்து வந்தபடி எதிரில் வந்து

கொண்டிருந்த மங்கம்மாளை வணங்கி ராணியாருக்கு வணக்கம் ஓர் முக்கியமான செய்தி என கூறலானான்.

அமைச்சரோ சற்று விழித்தபடி கூறு காவலா என கட்டளையிட அமைச்சர் அவர்களே நமது மாளிகையின் வாயிலில் ஆள் இல்லா நிலையில் ஓர் உயர்ரக புரவி ஒன்று வந்து நின்று கொண்டிருக்கிறது விரட்டியபடித்தோம். வெளியேற அடம் பிடித்து எங்களை எட்டி உதைக்கின்றது என புலம்பினான்.

ராணியோ சற்று திகைத்தபடி வாருங்கள் சென்று போய் பார்ப்போம். அந்த அதிசய புரவிதனை என ஆவல் மேலிட வாயில் நோக்கி காவலர்கள் முன்னே செல்ல விரைந்து நடக்கலானார். சிம்மராயரோ குழம்பியபடி பின் தொடர்ந்தார்.

வாயில் அடைந்த ராணி அங்கு புரவி ஒன்று நிற்பதை கண்டு, இது உயர்ரக அரபு புரவியாய் தோன்றுகிறது. காவலர்களே, இந்த புரவியை இதற்கு முன்னால் இங்கு பார்த்திருக்கிறீர்களா என கேட்டாள்.

இன்று தான் முதன் முதலாகப் பார்க்கிறோம். மேலும் இது முரட்டுத்தனமாக உள்ளது என புலம்பினர் காவலாளிகள். புரவியின் அருகில் சென்ற சிம்மராயர், மெதுவாக அதன் பின்னால் தடவி கொடுத்த சில வினாடிகளில் அதன் துள்ளாட்டம் குறைந்தது. அமைதியாக நிற்பதை கண்ட ராணி, அமைச்சரே உங்களின் செயலுக்கு கட்டுப்பட்டு புரவி அடங்கி நிற்கிறதே ஏதேனும் சூட்சுமம் உள்ளதா என ராணி சிரித்து கொண்டே புரவியை தட்டிக் கொடுத்தாள். சிம்மராயரோ சிரித்தபடி, ராணியரே, மிருகங்கள் மனிதர்களை விட விசுவாசமும், நட்பும் கொண்டவை. குறிப்பாக, குதிரை, நாய், பசு போன்றவை தன்னுடைய எஜமானர்களுக்கு உறவினர் போன்றவை. உறவினர் கூட சில வேளைகளில் ஏமாற்றி விடுவார்கள், ஆனால் மிருகங்கள் அப்படி அல்ல என நிறுத்தியவர், இந்தப் புரவிக்கு எஜமான் மயக்கத்தில் இருக்கும் ஜீவாலாவாக இருக்குமோ என யோசித்தவர், இவள் ஏதோ ஒரு திட்டத்துடன் மாமதுரைக்குள் நுழைந்து ராணியின் தயவை பெற நாடகம் ஆடுகிறாளோ என எண்ணியபடி ராணியாரே இந்தப் புரவிக்கு அடைக்கலம் கொடுத்து இங்கு நிறுத்துவோம். மந்திரியாரே, நீங்கள் யோசித்து விடை கண்டு கொண்டு வெளியில் செல்ல மறுத்தாலும் நான் கண்டு பிடித்துவிட்டேன். இந்தப் புரவிக்கு சொந்தம் ஜீவாலா தானே என சிரித்தாள் ராணி.

அபாரம், அற்புதம், தங்களின் திறமையும், ஆளுமையும் யாருக்கும் வராது. எந்தவித தடயமும் இன்றி குறிப்பாக கண்டு பிடித்துவிட்டீர்களே என சிம்மராயர் ஆச்சரியப்பட்டார்.

காவலாளிகளே, புரவி இனி எதுவும் சேஷ்டை பண்ணாது அதற்குத் தீனியை கொடுங்கள் என உத்தரவிட்டபடி வாயிலில் நிற்கும் சாரட் வண்டியில் ஏறி அமர்ந்தவுடன் வண்டி புறப்பட்டது.

- - - - -

8

திருச்சி அரண்மனையில் இருந்து தளபதி நல்லம நாயக்கர் அரண்மனையில் வெளிவாசல் முற்றத்தில் அங்குமிங்குமாய் நடந்து கொண்டே மதுரை சித்ராப் பெளர்ணமி பெருந்திருவிழா காணச் சென்ற மகாராணியார் பலத்த பாதுகாப்புகள் போட சொல்லி சிம்மராயருக்கு ஒற்றர் மூலம் செய்தி அனுப்பி இருந்தாலும் ராணியாருக்கு பகைவர்களை காட்டிலும் உடன் இருக்கும் அடையாளம் தெரியாத துரோகிகளின் சதித்திட்டம் தான் அதிகம். அவற்றை முறியடித்து வெற்றி நடைபோடுவதில் மகாராணி ராணிமங்கம்மாள் இருப்பினும் அச்சப்படுகிறது பாழும் மனது என குழம்பியபடி வெளிவாயிலை நோக்கியபடி இருந்தார்.

காரணம் இளம் வயதில் கணவனை இழந்து, வாலிப வயது மகனை நோயால் தாக்கப்பட்டு இளம் மனைவியையும் ஐந்து வயது மகனையும் மங்கம்மாளிடம் ஒப்படைத்து மாண்டு போன மகனும் அதை அடுத்து கணவன் இறந்த துக்கம் தாளாமல் வலியசாவை வரவழைத்து மறைந்த மருமகளையும் நினைத்து வாழ்க்கையை வெறுத்த மங்கம்மாளுக்கு பெரும் கடமை ஒன்று அவளை உயிர் வாழ வைத்தது. அது தான் ஐந்து வயது பேரன் அரியணையில் அமர தகுதி இருந்தும் முடியாமல் அரச சபையினரின் ஒருமித்த ஒப்புதலுடன் அரியணையில் அமர்ந்து நாடாளும் மகாராணியாக மாறியது காலத்தின் கட்டாயம். திருமலை மன்னருக்கு பின் மதுரை, திருச்சி வரை மக்கள் சிறப்போடு வாழும் காலம் என போற்றப்பட்டது. இப்படிப்பட்ட வேளையில் டில்லி பாதுஷா தென்னாட்டு மன்னர்களை தனது படை பலத்தால் மிரட்டி கப்பம் கட்டவைத்து கொடி கட்டிப் பறந்தான். கப்பம் கேட்டு வரும் வேளையில் பாதுஷாவின் ஒத்தைக்கால் செருப்பை மயில்

ஆசனத்தில் வைத்து பலத்த ஆயுதம் தாங்கிய முகலாய வீரர்களோடு ஒவ்வொரு நாட்டு மன்னனும் வணங்கி கப்பம் செலுத்தும் வழக்கத்தை வாடிக்கையாக கொண்ட வேளையில் பாதுஷாவின் ஒத்தைக்கால் செருப்பை மதுரை அரசபையில் அசிங்கப்படுத்தி மொகலாய வீரர்களை அடித்து விரட்டினான். ராணி மங்கம்மாளின் மகன். அந்தச் செய்தி பாதுஷாவிற்கு தெரிய வெகுண்டு பின் அவனுடைய கோபத்தைக் கட்டுப்படுத்திய தெலுங்க நாட்டின் வெங்கண்ணா, ராணி மங்கம்மாளின் படையெடுப்புகளில் கண்ட வெற்றிகளை, மக்கள் அவள் மேல் வைத்திருக்கும் விசுவாசத்தையும், அவளும் மக்களின் நலன் கருதி குறிப்பாகப் பெண்களை காக்கும் காவல் தெய்வமாய் இருப்பதை பாதுஷாவிற்கு எடுத்துரைத்தான். பாதுஷாவின் படை தென்னாட்டிற்குள் நுழைய அச்சப்படும் வகையில் ராணிமங்கம்மாள் உறுதியாகவும், பாதுஷா படைப்பலத்தை மதி கொண்டு விரட்டியடிக்கும் வீரமகளாய் காட்சியளித்தாள். சாலை இருபுறங்களிலும் நிழல் தரும் மரங்கள் மக்களின் பசி போக்க அன்னச்சத்திரங்கள் மங்கம்மாள் சாலை மலைமேல் சோலை என ராணியை பாராட்டினார்கள். திருமலை மன்னர் எழுபத்திரண்டு பாளையங்களை உருவாக்கி மக்கள் குறித்த அனைத்துச் செயல்பாடுகள் வாழ்க்கை முன்னேற்றம் விவசாயம் கல்வி படை பயிற்சி அனைத்தையும் செயல்படும் விதமாக பாளையத்திற்கு தனி அதிகாரம் வழங்கி நிர்வாகத்திறகு தலைமையாய் பாளையக்காரர் என பட்டத்தையும் பரம்பரை வழியாக முறைப்படுத்தி செயல்பட வழி செய்தார். பாளையக்காரர்கள் அவர்களுக்கு என வரியும், மன்னருக்கு ஒரு வரி என மக்களிடம் வசூலித்து வருடாந்தரம் இருமுறை மதுரை அரண்மனைக்கு வந்து மன்னரிடம் பணத்தை ஒப்படைத்து செல்வது அரசு கட்டுப்பாடுடன் கலந்த உறவு பல தலமுறைகள் இதை கடைப்பிடித்து வரும் நிலையில் ராணி மங்கம்மாள் காலத்திலும் செவ்வனே நடந்துவர பகைவர்களின் ஆதிக்கத்தை அடியோடு வேரறுத்து துரோகிகளின் மறைமுக சதியையும் முறியடித்து மக்களை நலமாய் வாழ்வது கண்டுமனம் மகிழ்ந்தாள்.

இருப்பினும் அரசு கட்டிலுக்கு வாரிசாக பேரன் விஜயரங்கன் வளர்ச்சி உடல் அளவில் இருந்ததே ஒழிய செயல்பாடுகள் அனைத்தும் தீயவர்களின் நட்பால் குடியும் கூத்துமாய் அவன் உருவாகிக் கொண்டிருந்தான். அவன் மனதில் ஆழமாக அரசு கட்டில், மணி மகுடம் பற்றியே தூபம் ஏற்றினர்.

ஜீவாலாவை சந்தித்த ராணிக்கு அவள் வார்த்தைகளில் வெளிப்பட்டவற்றை உண்மையாய் நம்பி, அரண்மனையில் தன்னுடன் தங்குவதற்கு சம்மதித்தாள். ஆனால் சிம்மராயர் அதற்கு உடன்பாடு இல்லாமல் அரைமனதுடன் ராணி செயலுக்கு சம்மதம் அளித்தார்.

ஜீவாலா, தன் புரவி அரண்மனைக்குத் தேடி வந்திருப்பதை காவலாளிகளின் உரையாடல்களில் அறிந்து கொண்டவள் மிகவும் மகிழ்ச்சி கொண்டவளாய் சற்று படுக்கையில் இருந்து எழுந்து மாளிகை வாசல்வரை சென்றாள். தன்னுடைய புரவி தன்னை கண்டவுடன் குரல் கொடுத்து கனைப்பதைப் புன்னகையுடன் ரசித்தாள்.

இதை மாளிகையின் மறைவிடத்தில் இருந்து கவனித்த ராணியும் சிம்மராயரும், புன்னகைத்த வண்ணம் வாயிலுக்கு வந்து ஜீவாலா உன் புரவிக்கு நல்ல பயிற்சி அளித்திருக்கிறாய். உன் இருப்பிடம் அறிந்து துல்லியமாக வந்து நிற்கிறதே என அமைச்சர் கேட்டார்.

ஜீவாலா உன் உடல் நலம் சீராகி விட்டது என எண்ணுகிறேன். நாளை முதல் எனது மாளிகை அதாவது தமுக்கம் அரண்மனை அடுத்து எனக்காக உருவாக்கப்பட்ட விசேட மாளிகையில் என்னோடு தங்கலாம். அங்கு எல்லா வசதிகளும் உண்டு.

ஜீவாலாவின் வார்த்தைகளுக்கு ஏனோ இரக்கப்பட்டவள் அவளது நளினமானப் பேச்சும், நடை உடை பாவனைகள் ராணிக்கு மிகவும் பிடித்துப் போய், தனிமையில் வாழும் தனக்கு ஓர் துணையாய், உதவியாளராக இருக்கட்டுமே என மாளிகைக்கு அடுத்த நாளே அழைத்து வந்தாள்.

அந்த வேளையில் மதியமைச்சர் சிம்மராயர் மாளிகைக்குள் புரவிகளில் வந்த இருவர் அங்கிருந்த காவலாளிகளிடம் முத்திரை மோதிரத்தை காண்பித்தபடி காவலர்களே திருச்சியிலிருந்து வரும் நாங்கள் மதியமைச்சரை அவசரமாய் பார்க்கவேண்டும், அவசரப்பட்டார்கள் புரவி வீரர்கள்.

அதற்குள் காவலாளிகளில் ஒருவன் வேகமாய் உட் சென்று அமைச்சரிடம் ஐயா, திருச்சியில் இருந்து அவசரச் செய்தியாக தங்களை சந்திக்க இருவர் வந்துள்ளனர். தலை வணங்கி தெரிவித்தான்.

வானத்தை பார்த்தபடி சிந்தனையில் இருந்த சிம்மராயர் சற்று திடுக்கிட்டு திரும்பியவர் என்னப்பா திருச்சியில் இருந்து வந்தவர்களை

உடனே அவர்களை உள்ளே அனுப்பு என படபடக்கும் மனதை அமைதிப்படுத்தினார்.

சில நொடிகளில் திருச்சி ஆட்கள் இருவரும் உள்ளே வந்தபடி, மதியமைச்சர் அவர்களுக்கு திருச்சி அரண்மனை மெய்க் காப்பாளர்களின் தாழ்மையான வணக்கம் என சிரம் தாழ்த்தி நிமிர்ந்தனர். மெய்க்காப்பாளர்களே தாங்கள் இங்கு வந்தது ஏதேனும் அவசரமோ?

ஆமாம், இதனை எங்கள் அமைச்சர் ஆபத்து நிறைந்த அவசரச் செய்தியினை இம்மடலில் எழுதியுள்ளதாகவும், தங்களிடம் ஒப்படைக்கும்படி கூறினார் என்றபடி ஓர் உலோகச் சுருளை மெய்க்காப்பாளர் நீட்டினான்.

சிம்மராயரோ, அதை பெற்றபடி நீங்கள் இன்று மாளிகையில் தங்கி ஓய்வு எடுத்து செல்லுகிறீர்களா. நன்றி தங்கள் வார்த்தைகளுக்கு நீங்கள் செய்தியை படித்து விரைந்து நடவடிக்கை எடுக்க அமைச்சர் கூறியுள்ளார். இரவுக்குள் நாங்கள் திருச்சி அரண்மனை அடைய வேண்டும் என்றபடி கரம் கூப்பி விடைபெற்று புரவிகளில் விரையலாயினர்.

சுருள் திறந்து உள்ளே இருக்கும் ஓலையைப் பிரித்து விளக்கொளியில் படித்தவர் அதிர்ச்சியில் அவர் கண்கள் படபடத்தன. அமைச்சர் அவர்களுக்கு மிகவும் அதிர்ச்சியோடு எழுதிய செய்தி, ராணியார் மதுரைக்கு சித்திரைத் திருவிழா காண வந்த வேளையில் அதிர்ச்சியான செய்திதனை எமது ஒற்றர்கள் கூறியுள்ளனர். அதாவது தென்பாண்டி நாட்டில் குறிப்பாக மதுரை ஆளும் ராணியாரை கொல்வதற்கும் கலகத்தை உருவாக்கி கொள்ளையடிப்பதற்கும் மூன்று உளவாளிகள் பெருங்காட்டத்தோடு பல்வேறு மாறு வேடங்களில் ஊடுருவி உள்ளதாக ஆதாரப்பூர்வமாகத் தகவல் அறிந்தேன். குறிப்பாக இளம் நங்கை ஒருத்தியும் இரண்டு வாலிபர்களும் இதை இயக்கப் போவதாகவும் தகவல் கிடைத்துள்ளது. எச்சரிக்கையும் பலத்த பாதுகாவலுடன் ராணியாரை நாம் பாதுகாக்க நடவடிக்கை மேற்கொள்ள வேண்டும். இந்தச் செய்தி ராணியாருக்கோ அல்லது அரண்மனை துரோகிகளுக்குத் தெரியாமல் பார்த்துக் கொள்ளவும். செய்தியை படித்தவர் சுவடியை உலோகச் சுருளுக்குள் போட்டபடி, உளவாளிகள் அதில் பெண் ஒருத்தி என முனங்கி கொண்டே அப்படியென்றால் அரண்மனையில் ராணியுடன் தங்கப் போகும் ஜீவாலா தான்! இதை

எப்படி அரசியிடம் கூறுவது என குழம்பியபடி படுக்கை அறை நோக்கி நடந்தார். அவரது கண்கள் உறக்கத்தை தழுவ மறுத்தன.

- - - - -

9

தமுக்கம் அரண்மனையில் சில மாதங்கள் தங்கி இருந்த ஜீவாலா எழுபத்து இரண்டு பாளையக்காரர்களும் அரண்மனைக்கு வந்து ராணியாருடன் நடத்தும் உரையாடல்களைக் கவனித்ததுடன் ராணியின் அன்பைப் பெற்றவள் போல அனைத்து பாளையக்காரர்களிடமும் ராணிக்கு தெரிந்தும் தெரியாமலும் பழகத் தொடங்கினாள். அவளது வசீகரப் பேச்சும், செயல்பாடுகளும் பல பாளையக்காரர்களை தன் வசப்படுத்த முயன்றவளாய், ராணியின் பால் அதிருப்தியாய் இருப்பவர்கள் கோஷ்டியாக இவளுக்கு விசுவாசிகள் போல மாறத் தயாரானார்கள்.

இவற்றையெல்லாம் மதியமைச்சர் ஒற்றர்கள் மூலம் கண்டு கொண்டவர் ஜீவாலா ஓர் அம்பு! அது எங்கிருந்து வந்தது என ஆராயத் தொடங்கினார். ஆனால் ராணியோ அவளை முழுதும் நம்பத் தொடங்கி அரசு ரகசியங்களை அவளிடம் வெளிப்படுத்த ஆரம்பித்தாள்.

மாளிகையில் உணவு, உடை அனைத்தையும் ராணிக்கு பிடித்தபடி செய்து கொடுத்த மூதாட்டி பங்காரு அம்மாள் ஆரம்பத்தில் ஜீவாலா அரண்மனைக்குள் நுழைந்து தங்க ஆரம்பித்த ஒருவாரத்தில் மாற்றி மாற்றி யோசிக்கத் தொடங்கினாள் . நாட்கள் மாதங்களாய் ஓட பங்காரு அம்மாள் ஜீவாலாவால் ஓரங்கப்பட்டு அனைத்தையும் ராணிக்கு தானே பார்த்து கொள்ள தயாரானாள். காரணம் ராணி அவளுக்குச் சலுகைகளும் மதிப்பும் அளித்திருந்தாள்.

ஐம்பதுக்கு மேற்பட்ட பணிப் பெண்கள், ஜீவாலாவின் திடீர் பிரவேசமும் ராணி அவளை உச்சத்தில் வைத்து பார்ப்பதும் பிடிக்கவில்லை. ஜீவாலாவின் பார்வைக்கே பயந்து நடுங்கினர்.

ஒருநாள் காலைப் பொழுதில் அரண்மனையில் உணவருந்திய ஜீவாலாவும் ராணியும் சுவையுடன் உணவருந்திய வேளையில் ராணியாரே எனக்கு ஒரு சின்ன மனவருத்தம் தங்களிடம் தெரிவிக்கலாமா பீடிகையோடு ஆரம்பித்தாள்.

ஜீவாலா, வருத்தம் வர என்ன இருக்கிறது, இங்கு எல்லாரும் நன்கு பழகுகிறார்கள். போகிற போக்கைப் பார்த்தால் என்னை மறந்து விடுவார்கள் போல தெரிகிறது என கிண்டலாய் சிரித்தாள்.

அதெல்லாம் ஒரு குறையும் இல்லை ராணியாரே! வந்த நாளில் இருந்து அரண்மனைக்குள்ளேயே அடைந்து கிடக்கிறேன். வெளியில் சென்றுவர தங்களுடன் வாய்ப்பு கிடைக்காதா என்ற ஏக்கம் தான்.

ஜீவாலா, இதுதான் உன் வருத்தமா, நாளை நாம் வெளியில் செல்லலாம். புரவியில் எங்கு செல்லலாம் என ராணி யோசிக்கலானாள்.

நீங்கள் யோசிப்பதற்குள் நானே முடிவு செய்துவிட்டேன். நேற்று காலை பாளையக்காரர் குட்டி குரும்பன் தங்களை காண வந்திருந்தார். அந்த வேளையில் அவருடன் பேச வேண்டிய சூழ்நிலையில் அவரை பற்றி விசாரித்தேன்.

அப்பொழுது அவர் மலையாள நாட்டு எல்லை ஒட்டிய பகுதிக்கு பாளையக்காரர் எனவும், இயற்கைச் சூழல் நிறைந்த விண்ணை தொடும் மலைகளும், சீறிப் பாயும் நீர் வீழ்ச்சிகளும், கண்களைக் கவரும் வண்ண மலர்ச் செடிகளும், தீஞ்சுவை கொண்ட பழ, மரங்களும், பாதுகாப்பான இடங்களில் அமர்ந்தபடி அனைத்து காட்டு மிருகங்கள், பல்வேறு இனிமை குரல் எழுப்பும் பறவைகளையும் காணலாம் என தெரிவித்தார். பேச்சை நிறுத்தியபடி ராணியை பார்த்தாள்.

ஒகோ. குட்டி குரும்பன் வேடிக்கையான உருவம் கொண்ட வினோதமான மனிதன். அந்த பாளையம் பூராவும் செல்வாக்குப் படைத்தவன். இவ்வளவு விவரங்களை உன்னிடம் கூறியவன் என்னிடம் ஏன் மறைத்தான். கோபப்பட்டாள் ராணி.

கோபத்தை அதிகமாக்க ஆக்க விரும்பாத ஜீவாலா நாளை நாம் இருவரும் புரவிகளில் சென்று வருவோமா என அவளை நோக்கினாள்.

முதன் முதலாக உன் விருப்பத்தை நிறைவேற்றுகிறேன். நாம் இருவரும் அங்கு சென்று வருவோம் மாறு வேடத்தில் ஆண் மகன்களாக சரியா, இன்று நன்கு ஓய்வெடுத்து, இரவில் தூங்கு என அவளை கன்னத்தில் செல்லமாகத் தட்டியபடி கிளம்பலானாள். இவர்களின் உரையாடலை மறைவாய் இருந்த கண்காணித்து கொண்டிருந்தது ஓர் உருவம்.

எழுபத்திரண்டு பாளையக்காரர்கள் ராணிக்குரிய வரி வசூலை ஒழுங்காகச் செலுத்தினாலும் ராணி மங்கம்மாளின் ஆளுமையை,

பிடிவாதத்தை பத்துக்கு அதிகமானவர்கள் மனதில் வன்மத்தை வளர்த்தபடி ஒரு பெண்ணிடம் தலைதாழ்ந்து நடப்பதா என துரோகிகளுடன் பொறாமை நோயால் மனம் மாறினர். ஆனாலும் தென்பாண்டி நாட்டு நிலவரத்தை ஒற்றர்கள் மூலம் டில்லி கோட்டையில் வெங்கண்ணாவுடன் விவாதித்து கொண்டிருந்தான் பாதுஷா. நாம் அனுப்பிய ஜீவாலா சோடை போகமல் கச்சிதமாக ராணி மங்கம்மாளிடம் பக்குவமாக நடித்து அவளது மனதில் நிரந்தர இடம் பிடித்தவிட்டாள். அப்படித்தானே வெங்கண்ணா.

தெலுங்கு நாட்டான் வெங்கண்ணா, பாதுஷாவோடு நட்பு கொண்டிருந்தாலும், பேராசைப் பிடித்த நிலையில் ஏதாவது ஒரு செயலை செய்து பாதுஷாவிடம் எதையோ எதிர்பார்த்தபடி யோசனையில் தென் பாண்டி நாட்டில் பாதுஷாவிற்கு இடையூறாக இருக்கும் மங்கம்மாளை உறவாடிக் கெடுத்து நாம் உயர்வடையலாம் என எண்ணம் கொண்டு ஆமாம் உசூர். ஜீவாலாவுக்கு நீங்கள் கொடுத்திருக்கும் வேலை கச்சிதமாக முடிந்தால் அடுத்து தென்பாண்டி நாட்டுக்கு அவள் மகாராணி என மனக்கோட்டையில் செயல்பட்டு கொண்டிருக்கிறாள். ஆனால் மக்களோடு மக்களாய் ஒன்றி போய் இருக்கும் மங்கம்மாளுக்கு ஏதாவது ஒன்று நடந்தால் பாண்டி நாடே கொந்தளித்து பெரும் புயல் உருவாகும் என படபடத்தான் வெங்கண்ணா.

- - - - -

10

பாதுஷா டில்லி அரண்மனையே அதிர்வது போல கொடூரமாய் சிரித்தான். முட்டாள் வெங்கண்ணா, தென் இந்திய மன்னர்கள் அறிவில்லா மூடர்கள், பதவி சுகத்திற்கு பங்காளிகளையே அழித்து அரியணை ஏறுவார்கள். மேலும் மங்கம்மாள் மேல் வெறுப்பு கண்ட பல பாளையக்காரர்கள் நமக்கு எல்லாவகையிலும் உதவத் தயாராக உள்ளனர். அவர்களில் பத்துக்கும் மேற்பட்ட பாளையக்காரர் அதோ அந்த விருந்தினர் மாளிகையில் என்னைக் காண காத்துக் கிடக்கின்றனர். என பேச்சை நிறுத்தி புன்னைகைத்தான்.

திடுக்கிட்ட வெங்கண்ணா உசூர் பாளையக்காரர்கள் இங்கே வந்திருக்கிறார்களா, அச்சத்துடன் வினவினான்.

உமக்குச் சந்தேகமாக இருந்தால் அவர்களை உங்களுக்கு அறிமுகப்படுத்துகிறேன் என அவனது மாளிகையை விட்டு வெங்கண்ணா பின் தொடர விருந்தினர் மாளிகைக்குள் நுழைந்தான்.

விருந்தினர் மாளிகையில் விசேஷ உணவுகளை உண்ட பாளையக்காரர்கள் குடி மயக்கத்தில் புலம்பி கொண்டிருந்தனர். அதற்குள் பாதுஷா வருவதை எச்சரிக்கை செய்த காவலாளிகள் பாதுஷா வருகிறார் உஷார் என குரல் கொடுத்தவுடன் தன் நிலை வந்த பாளையக்காரர்கள் கரம் கூப்பி வாழ்க பாதுஷா என குரல் எழுப்பினர்.

பதினைந்துக்கும் மேற்பட்ட பாளையக்காரர்கள் ஓடிச்சென்று எதிரில் கிடந்த ஆசனங்களில் அமர்ந்தனர். வெங்கண்ணா, இவர்கள் தான் தென்பாண்டி நாட்டு பாளையக்காரர்கள்! குறிப்பாகச் சொன்னால் அவள் மேல் அதிருப்தியில் இருப்பவர்கள் என பாதுஷாவுக்காக போட்டிருந்த உயர் ஆசனத்தில் அமர்ந்தான். வெங்கண்ணா நீங்களும் அமருங்கள் என்றவுடன் ஓர் ஆசனத்தில் அமர்ந்தபடி பாளையக்காரர்களை நோட்டமிட்டான்.

பாளையக்காரர்களே, எமது விருந்து உங்களுக்கு மன நிறைவை கொடுத்திருக்கும். சில நாட்கள் இங்கே தங்கியிருந்து நான் கொடுக்கும் பரிசை எடுத்துச் செல்லுங்கள். என் முத்திரை மோதிரத்துடன் தங்களை சந்திக்கும் என் ஒற்றர்களை உங்கள் பகுதியில் அனுமதியுங்கள் என்றார் கனிவுடன்.

ஏகோபித்த குரலாய் பாளையக்காரர்கள் உசூர் இனி நீங்கள் தான் எங்களுக்கு, அந்த கோபக்காரி மங்கம்மாளிடம் அடிமைகளாய் கிடந்து அவமானப்பட்டது போதும் இப்பொழுது ஜீவாலா மங்கம்மாளை காட்டிலும் பாளையக்காரர்களிடம் பக்குவமாக நடந்து கொள்கிறாள். அவளை கூட நீங்கள் நினைத்தால் ராணியாக்கலாம் என யுக்தியை பாதுஷாவிற்கு அடையாளம் காட்டினர். பாதுஷாவின் கால்களில் விழாதக் குறையாய் குழைந்தார்கள்.

அந்த வேளையில் துணை தளபதி வேகமாக விருந்தினர் மாளிகைக்குள் நுழைந்து பாதுஷா அவர்களுக்கு வணக்கம்! தங்களை காண மரைக்காயர் அப்துல்லா வந்துள்ளார் என்றபடி பாதுஷாவை நோக்கினான்.

அளவுக்கு மீறிய மகிழ்ச்சியில் இருந்த பாதுஷா, அப்துல்லா மரைக்காயரை உள்ளே அழைத்துவா என உத்தரவிட்டான். சில

நொடிகளில் மரைக்காயர், வாட்ட சாட்டமான உடல்வாகு முறுக்கு மீசை, வட்ட தலைப்பாகை இடையில் இருபுறமும் குறுவாள் பளிச்சிட அப்துல்லா உள்ளே வந்து நின்றவர் பாதுஷா அவர்களுக்கு மரைக்காயரின் அன்பு வணக்கங்கள் என தலைகுனிந்து வணக்கத்தைத் தெரிவித்தார்.

சலாம் அலைக்கும் மரைக்காயர் அப்துல்லா என புன்னகைத்தவன் பாளையக்காரர்களை நோட்டமிடும் அப்துல்லாவை கவனித்தவன் இவர்கள் அனைவரும் எனது விருந்தாளிகள். இவன் தெலுங்கு நாட்டின் வெங்கண்ணா மிகவும் வேண்டப்பட்டவன் என்றபடி அமருங்கள் அப்துல்லா என புன்னைகைத்தான்.

தங்களைப் பார்த்து வெகு நாட்கள் ஆனதால் மராட்டியம் வந்த நான் ஆயிரம் புரவிகள் அரேபியாவில் இருந்து வந்து கொண்டிருப்பதை அங்கு கூறிவிட்டு காண வந்தேன். தங்களுக்குப் புரவிகள் தேவைப்பட்டால் காயல்பட்டினம் துறைமுகத்திற்கு எனது ஆட்களுக்கு தகவல் தந்தால் ஏற்பாடு செய்கிறேன் என்றவர். பாளையக்காரர்களை நோக்கி மீண்டும் ஒரு பார்வையை ஓடவிட்டபடி இவர்கள் தென்பாண்டி நாட்டு மங்கம்மாள் ராணியாரின் பாளையக்காரர்கள். இங்கு பாதுஷாவிடம் என்ன காரியமாய் வந்திருப்பார்கள் என யோசிக்கத் தொடங்கினான் அப்துல்லா.

அதற்குள் ஒரு வீரன் பெரிய பட்டு துணி மூட்டையை சிரமப்பட்டு இருகரங்களில் ஏந்தி பாதுஷாவிடம் வந்து நின்றவன் உசூர் நமது மந்திரி இதைத் தங்களிடம் கொடுக்க சென்னார் என பணிவுடன் நீட்டினான்.

என்ன அப்துல்லா வரும் போது எனது மந்திரியை பார்த்து விட்டு வந்தது போல் தெரிகிறது. ஏற்கனவே வாங்கிய புரவிகளுக்கு கொடுக்க வேண்டிய பாக்கியை கொடுத்து அனுப்பி உள்ளார் என காவலாயிடம் இருந்து அந்த பட்டுத் துணி மூடையை வாங்கி பெற்றுக் கொள்ளுங்கள், மரைக்காயர் என அப்துல்லாவுக்கு அளித்தான், பாதுஷா. இதில் உள்ளவை அனைத்தும் தங்க நாணயங்கள் பாதுகாப்பாக கொண்டு செல்லுங்கள் என எச்சரிகையும் செய்தான்.

அப்துல்லாவோ நல்லது உசூர் என இரு கரங்களில் பெற்றுக் கொண்டவர் என்னோடு வந்த மெய்க்காப்பாளர்கள் புரவியில் வாயிலில் நிற்கின்றனர். நான் வருகிறேன் என தலை வாழ்த்தி வணங்கிவிட்டு

அங்கிருந்து கிளம்பினார்.

பாளையக்காரர்களோ அந்த பட்டு மூட்டையை கண் கொட்டாமல் பார்த்தவர்கள் பூராவும் தங்க நாணயங்களா உசூர், என வாயைப் பிளந்தனர். பாதுஷா அவர்களைப் பார்த்து ஆமாம் பாளையக்காரர்களே, உசூர் விசுவாசமாய் உள்ளவர்களுக்கு உயிரையும் கொடுப்பான். ஏமாற்ற நினைத்தால் உயிரையும் எடுப்பான், என்று வேடிக்கையாய் சிரித்தான்.

ஜீவாலாவுக்கு ஏற்ற பிறவிகள்! இனி நமக்கு தென்பாண்டி நாடு ஒரு சிரமமில்லை என தனது கொடுக்கு மீசையை நீவி விட்டபடி பாதுஷா வெளியேற பாளையக்காரர்கள் தலை தாழ்த்தி வணங்கி ஒருவருக்கொருவர் தலையாட்டியபடி மங்கம்மா நீ தொலைந்தாய் என முனங்கினர்.

- - - - -

11

மதுரை தமுக்கம் அரண்மனையில் இரண்டு புரவிகள் தயார் நிலையில் வாயிலில் காணப்பட்டன. அதிகாலைப் பொழுது என்பதால் ஆள் நடமாட்டம் அரண்மனைக்குள்ளும் சரி வெளியில் நீண்ட சாலையிலும் ஆட்கள் நடமாட்டம் குறைவாகத் தான் இருந்தது.

திடீரென அரண்மனைக்குள் இருந்து இரண்டு ஆண்கள் வாயிலில் நின்ற புரவிகளில் தாவி ஏறினார்கள். சில வினாடிகளில் புரவிகள் இரண்டும் திண்டுக்கல் பெருஞ்சாலையில் விரைய இருவரும் களிப்போடு பயணித்து கொண்டிருந்தனர்.

ஒவ்வொரு நகரத்திலும் ராணியாரின் பெயரில் சத்திரமும் அன்னதான கூடம், கல்வி பயிலும் அரங்கங்களும் பளிச்சிடுவதைக் கண்ட புரவியில் ஆணுடை அணிந்து கையில் நீண்ட சவுக்கும், இடுப்பில் குறுவாளும் பளிச்சிடக் கம்பீரமாய் காட்சி அளித்த ஜீவாலா மற்றொரு புரவியில் அமர்ந்திருந்த நபரிடம் தென் பாண்டி நாட்டில் அனைத்து பகுதிகளிலும் உங்கள் பெயர் பளிச்சிடுகிறதே என்றாள் வினயமாக.

அதைப் புரிந்து கொள்ள முடியாத ஆண் உருவில் இருந்த ராணியாரோ, ஜீவாலா. நான் என் மக்களின் நல் வாழ்வை விரும்பி

மக்களுக்காகவே செயல்படுகிறேன். அதே போல எனது அரசு பிரதிநிதிகளும் உண்மையாகச் செயல்படுகின்றனர் என்றபடி ஜீவாலா நெடுந்தூரம் பயணித்து விட்டோம். நீ கூறிய இடம் அதோ மலைகள் சூழ்ந்து பகுதி, அதுவா என சற்று களிப்படைந்தவளாய் கேட்டாள்.

ராணியாரே, அதோ நீங்கள் குறிப்பிட்ட அதே மலைப் பகுதி தான். அங்கு காட்டுவாசிகள் நிறையப்பேர் உள்ளனர்.

அப்படியென்றால், நீ இந்தப் பகுதிகளுக்கு ஏற்கனவே வந்திருக்கிறாயா, சந்தேகக்குறியோடு ராணி வினவினாள்.

ஜீவாலா ஏதோ தவறு செய்தவள் போல சுதாரித்தபடி ராணியாரே இந்தப் பகுதி பாளையக்காரர் கூறிய விவரங்களைத்தான் கூறினேன். மழுப்பி சமாளித்தாள்.

புரவிகள் இரண்டும் பரந்த காட்டுப்பகுதிக்குள் நுழைய விண்ணைத் தொடும் மலை முகடுகள் உயர்ந்த அடர்ந்த காட்டு மரங்கள் அங்குமிங்குமாய் தாவி ஓடிய வானரங்கள் வினோதமான ஓசைகள் எழுப்ப அந்தப் பகுதியில் பறந்து திரிந்த பறவைகள் நீர் நிறைந்து பரவலாய் மலை முகடுகளில் இருந்து விழும் நீர்வீழ்ச்சி குளிர்ச்சியான தென்றல் காற்று காட்டு மலர்களின் நறுமணத்தோடு தவழ்ந்து திக்குமுக்காட வைத்தது.

ஜீவாலா, நீ என்னிடம் கூறியவற்றை நேரில் இங்கு காண்பது மிகவும் பரவசமாய் மனம் மகிழ்ச்சி அடைகிறது. இத்தனை ஆண்டுகள் நான் ராணியாய் இருந்து என்ன பிரயோஜனம். இப்படி ஓர் இயற்கை சூழல் நிறைந்த இடத்தைக் காணாமல் இருந்திருக்கிறேன் என சலித்து கொண்டாள் ராணி.

கவலைப்படாதீர்கள், இனி நாம் அடிக்கடி இங்கு வருவோம், ரம்மியமான இந்தப் பகுதியில் ஆளுமையில் எத்தனை இடர்ப்பாடுகள் மனவேதனை உருவானாலும் இங்கு வந்து விட்டால் அமைதி நிறைந்த இயற்கையோடு நாம் ஒன்றி விடுவோம். அதோ, அந்த பள்ளத்தாக்கில் காணப்படுகிறது. சிறிய மாளிகை என தூரத்தில் காணும் பழைய கட்டடத்தை காண்பித்தாள் ஜீவாலா.

ராணியாரோ புரவியில் அமர்ந்தபடி சற்று உன்னிப்பாக எழுந்து அந்த கட்டடத்தைப் பார்த்தாள், அது ஏதோ சிறுமன்னர் வாழ்ந்த இடம் போல தோன்றுகிறதே அதன் விபரம் உனக்குத் தெரியுமா ஆர்வத்துடன் கேட்டாள்.

ஆமாம் ராணியாரே மலையாள நாட்டிற்கும் நம் நாட்டிற்கும் இடைப்பட்ட இந்த பகுதியை ஒரு சிற்றரசன் இங்குள்ள காட்டு வாசிகளின் தலைவனாய் வாழ்ந்து வந்திருக்கிறான். காலப் போக்கில் அவன் மரணமடைய காட்டுவாசிகளில் வேகமான ஒருவன் கொம்பன் தான் தலைவன் எனக் கூறி நிர்வாகம் செய்து வருகிறான் என நிறுத்தினாள் ஜீவாலா.

அந்த வேளையில் திடீரென பறவைகளின் இறகுகளில் பின்னப்பட்ட வளையங்களை தலைகளில் மாலைபோல அணிந்தபடி கறுப்பு மனிதர்களாய் தோலாடைகள் அணிந்து இடுப்பில் கனமாய் பட்டாக்கத்திகள் பளிச்சிட முன்னால் ஒருவன் நடந்து புரவிகளை நோக்கி வந்தபடி அதே சாயலில் பத்துக்கும் அதிகமான காட்டுவாசிகள் ஏதோ சொரகுடுக்கிகளை சுமந்த வண்ணம் புரியாத பாஷையில் கூவிக் கொண்டு வித்தியாசமான முறையில் ராணியையும், ஜீவாலாவையும் நெருங்கிவந்து தலை தாழ்த்தி வணங்கி நின்றனர்.

அவர்களின் காட்டுக்குரலும் தோற்றமும் மங்கம்மாளுக்குச் சற்று அச்சத்தைக் கொடுத்தாலும் வெளிக்காட்டாதவளாய் ஜீவாலா யார் இவர்கள் என விழிகள் விரிய கேட்டாள்.

அவளது நிலையைப் புரிந்து கொண்ட ஜீவாலா, ராணியாரே, நான் கூறிய காட்டு வாசிகள் தலைவன் தடித்த உருவமாய் முன்னாள் நிற்கிறானே அவன் தான் கொம்பன் - இங்கு எல்லாமே அதாவது பாளையக்காரர் கூட கொம்பனை கேட்டு தான் எதுவும் செய்ய வேண்டும். அந்த அளவுக்கு இந்தப் பகுதி பூராவும் செல்வாக்கு படைத்தவன். அவர்கள் கைகளில் காட்சி அளிக்கும் குடுக்கைகளில் தாகம் தீர்க்கும். பழரசபானம் இனிப்பு கலந்த சுவையுடன் கலப்படம் இல்லாமல் இவர்கள் தயாரிப்பது என பானத்தின் சுவை அறிந்தவள் போல கூறினாள்.

அதற்குள் காட்டு மலர்களால் பின்னப்பட்ட பெரும் மாலைதனை தலைவன் கொம்பன் கைகளில் பிடித்தபடி மாமதுரை தென்பாண்டி நாட்டு ராணியாருக்கு இந்த பகுதி காட்டுவாசிகள் சார்பாக வரவேற்று இந்த மாலையை அணிந்து கொள்ள வேண்டுகிறேன் என மாலையை நீட்டினான்.

புரவிகளில் இருந்து இறங்கிய இருவரும் கொம்பனின் வரவேற்பினை ஏற்றுக் கொள்வது போல ராணி கொம்பனிடம்

மாலையை பெற்று கொண்டு கழுத்தில் அணிந்து கொண்டாள். இதை கண்டு மகிழ்ச்சியுற்ற காட்டுவாசிகள் மகிழ்ந்தபடி கரங்களை உயர்த்தி கூட்டமாய் வாழ்த்தொலி முழங்கினர். கதிரவன் நடுவானத்தில் இருந்து மரங்களின் நடுவே ஒளி கற்றையை உமிழ்ந்த படி வேடிக்கை பார்த்தபடி சென்று கொண்டு இருந்தான்.

ராணியம்மா, தங்களைப் பற்றி கேள்விப்பட்டிருக்கிறேன். இன்று தங்களை நேரில் பார்க்கும் பாக்கியம் பெற்றேன். அதோ அந்த காட்டு மாளிகை என் பொறுப்பில் தான் உள்ளது. அதற்குரியவர்கள் யாருமில்லை பிற்காலங்களில் தாங்கள் விரும்பும்போது அழகு மாளிகையாய் அனைத்து வசதிகளோடு செய்து வைக்கிறேன். எங்களது மனநிறைவுக்கு நாங்கள் தரும் இனிமையான குளிர்பானத்தை தாங்களும், அந்த அம்மாவும் மகிழ்வுடன் பருக வேண்டும் என உபசரித்தான் கொம்பன்.

குளிர்பானத்தை குடிக்க எத்தனித்த வேளையில் –

முரட்டுக் கரம் ஒன்று அவள் பின்புறம் இருந்து குடுவையை தட்டிவிட குடுவை மதுபானம் சிதறி சாலையில் உருண்டோடியது.

திடுக்கிட்டபடி ராணி பின்பறம் திரும்பி பார்க்க நீங்களா என பதட்டத்துடன் வினவினாள்.

கொம்பனின் பார்வை ஜீவாலாவை புன்னகையோடு பார்க்க அதில் ஆயிரம் அர்த்தங்கள் மேலிட்ட வேளையில் அனைவரையும் திடுக்கிட வைத்தபடி மரக்கிளைகளின் ஊடே இருந்து ஆவென அலறியபடி கையில் வில்லை பிடித்தபடி காட்டுவாசி ஒருவன் நெஞ் சில் அம்பு ஆழ பாய ராணி முன் வீழ்ந்து துடித்துக் கொண்டிருந்தான்.

தேவையில்லாமல் ஒரு உயிரை காவு கொடுத்து விட்டீர்கள். மேலும் என் கையில் இருந்த குடுவையை ஏன் தட்டி விட்டீர்கள் கோபம் கொப்பளிக்க கேட்டாள்.

ராணியாரே, அந்த கொம்பன் கொடுத்தது கடும் போதை நிறைந்த பழரச பானம். அதோ பாருங்கள் ஜீவாலா குடித்துவிட்டு தடுமாறியபடி உளறிக் கொண்டிருக்கிறாள்.

அவளை பார்த்த ராணி தீயை மிதித்தவள் போல ஜீவாலா தப்பானவளா என அவள் வசை பாட தொடங்கினாள். அமைச்சரே மன்னியுங்கள் என சங்கடப்பட்டு தலை கவிழ்ந்தாள்.

சிம்மராயரோ நான் இருக்கும் வரை உங்களுக்கு எந்த தவறும்

நடக்க அனுமதிக்கமாட்டேன்.

அவசரப்பட்டவர் இருட்டிவிட்டது, மற்றவற்றை அரண்மனையில் பேசிக் கொள்வோம் என ஜீவாலாவை எரித்து விடுவது போல கோபப்பட்டார்.

இவன் எப்படி இங்கே வந்தான். போதையில் தன்னுடைய திட்டம் முடியாது போன வருத்தத்தில் புரவியில் அமர்ந்த ராணியை, புரவியில் ஏறிய ஜீவாலா ராயரும் மற்றவர்களும் புரவிகளில் பின் தொடர மதுரை நோக்கி விரையலாயினார்கள்.

ராயரோ, ஏதோ சதித் திட்டம் தீட்டி ராணியாரை இங்கு அழைத்து வந்திருக்கிறாள். நாம் அவளை தொடர்ந்து கண்காணிக்க வேண்டும் என ஆண்டவனை வேண்டினார்.

- - - - -

12

படர்ந்த பழுத்த மரம் ஏகப்பட்ட கிளைகள், காய், கனி, பூ என பூத்து குலுங்கும் வேளையில் இளைப்பாறிய பறவைகள் எத்தனை காய்கள் உண்டு உயிர் பிழைத்தவை எத்தனை, அதில் பிணம் தின்னும் கழுகுகளும், நிறம் மாறும் பச்சோந்திகளும், இனிய குரல் ஒலிக்கும் பறவைகளும், வண்ண நிறங் கொண்ட கண்ணுக்கு விருந்தளிக்கும் புல்லினங்கள் அனைத்துக்கும் இரவில் புகலிடம் தந்த மரம். காலத்தின் கோலம் அதே மரத்தில் பிணம் தின்னும் காகம், கழுகு நச்சுப்பாம்பு என குடியேறத் தொடங்கியது. அடிமரமோ கரையான்கள் புற்று வைத்து மரத்தை அரிக்க தொடங்கியது. அதே நிலை தான் ராணி மங்கம்மாளுக்கு உருவாக தொடங்கியது.

போதைப் பழக்கம் மனிதனை மிருகமாக்கி செய்யக்கூடாத செயல்களை செய்ய வைத்து தான் சேர்த்து வைத்த மரியாதை, புகழ், அந்தஸ்து வாழ்க்கை தரம், சொந்தபந்தம் அனைத்தையும் இழந்து அனாதை பிணம் போல யாரும் நாடாது கேவலமாய் ஆக்கி விடும் அதே நிலைக்கு ராணிமங்கம்மாளை உருவாக்கி உருக்குலைக்கும் அவள் திட்டத்தை முறியடிக்க அவள் கடுமையாக எச்சரித்து கண்காணிக்க தொடங்கினார்.

ஜீவாலாவின் அரண்மனை வாழ்க்கை ராணியாருக்கு உண்டான

மரியாதை பாளையக்காரர்கள் அனைவரும் பயம் கலந்த மரியாதையாக மாறி அவளுக்கு பணிய தொடங்கினர். அவளுக்கு என வரியில் ஒரு பங்கு கொடுக்கவும் தயாரானார்கள். ஆனால் இவை ராணியாருக்கு தெரியாமல் நடந்தாலும் மதியமைச்சர் சிம்மராயர் ஒற்றர்களை வைத்து அறியத்தொடங்கினார் அவள் ஓர் உளவுக்காரி என்ற உண்மையை தான் கூறினாலும் நம்பமுடியாத அளவுக்கு மங்கம்மாளை மாற்றிவிட்டாள் ஜீவாலா. தன் தாயை போல மதித்த பங்காரு அம்மாளை ஓரம் கட்டியதுடன் அரண்மனைக்குள் பணிபுரியும் பெண்களை வெளியேற்றி தனக்கு தேவையானவர்களை அரண்மனைக்குள் பணிப்பெண்களாய் நியமித்து கொண்டாள்.

கோட்டை தளபதி, கருவூல அதிகாரி, உணவு மண்டலம் சிறைச்சாலை போன்றவற்றில் அவளுக்கு விசுவாசமான ஆட்களை ராணியின் ஒப்புதலுடன் நியமித்து கொண்டாள்.

அவளது ஆளுமையும் அதிகாரம் தென்பாண்டி நாடு பூராவும் பரவ ஆரம்பித்தது. அவளது செயல் அனைத்தையும் தட்டி கேட்க முடியாத அளவுக்கு அரசசபை அமைச்சர்களும் அவள் பக்கம் சாய ஆரம்பித்தனர். கொலை, கொள்ளைகள் பயம் இல்லாமல் அரங்கேற ஆரம்பித்தன. கோயில் சிலைகள் பாண்டியர், சோழ காலத்து சிலைகள் கடத்தப்படுவது கண்டு சிம்மராயர் கண் கலங்கியபடி தாங்கள் அரியணையில் அமர்ந்திருந்தாலும் நாடெங்கிலும் தவறுகள் தலைவிரித்தாடுகிறது. ஜீவாலாவின் அதிகாரப் போக்கு வரம்பு மீறி போய் கொண்டிருக்கிறது. நமது செல்வாக்கு குறைந்து விடுமோ என அச்சப்பட்டார்.

- - - - -

13

அம்மன் சந்நிதியை அடுத்த நகைக்கடைகள் நிறைந்த தெருக்களை தாண்டி கிழக்கே வணிகர் கடைகளும், வீடுகளும் நிறைந்த பகுதிகள் எப்பொழுதும் ஆட்கள் சரக்குப் பொதிகள் வண்டிகளில் ஏற்றுவதும் இறக்குவதுமாய் விளக்குத்தூணை ஒட்டிய நூற்றுக்கணக்கான கம்பங்களில் சீனத்து விளக்குகள் கொழுந்து விட்டு எரிந்து கொண்டிருக்கும் விளக்குகள் தாங்கள் பகல் பொழுதாய் காட்சி அளிக்கும் அரசு காவலர்கள் எச்சரிக்கையோடு தவறுகள் ஏதும்

நடைபெறாத வண்ணம் மக்களை கண்காணித்த படி இருப்பார்கள்.

அந்த முக்கியமான வணிகர் தெருவில் நகர வணிகத்தலைவர் நீலகேசியின் மாளிகை ஆடம்பரமாக அண்ணாந்து பார்த்தால் கழுத்து வலிக்கும் அளவுக்கு மிக விரிந்த உயர்ந்த மாளிகை அவரது இல்லத்தில் நூற்றுக்கணக்கான வணிகர்கள் வணிகம் சம்பந்தமாக பார்த்து பேசுவதும் செல்வதுமாய் பரபரப்பாய் காணப்படும். வாயிலில் ஆயுதம் ஏற்திய காவலர்கள் கண்டிப்போடு கச்சிதமான அடையாளம் கண்டு மாளிகைக்குள் வணிகர்களை அனுப்புவர்.

நீலகேசி மாளிகைக்குள் அவரது குடும்பத்தாருக்கென ஒதுக்கப்பட்ட அறைகளில் மனைவி குமுதவல்லி மகள் சுருதி மேலும் பணிப்பெண்கள் என கலகலப்பாய் காணப்படுவார்கள்.

குமுதவல்லி இறையுணர்வு நிறைந்தவள்; மீனாட்சி அம்மனின் பக்தை. கழுத்தில் தங்க ஆபரணங்கள் ஜொலிக்க நெற்றியில் குங்குமமும் விபூதியும் பளிச்சிட பொன் நகைகளுக்கு ஈடாக புன்னகை எப்பொழுதும் நிறைந்தவளாய் மகள் சுருதியை சுற்றி வட்டமிட்டபடியே காணப்படுவாள்.

சுருதி, நீலகேசியின் ஒரே மகள், ஆண்பிள்ளைக்குத் தேவையான அத்தனைப் பயிற்சிகளையும் முறையாகவும் தெளிவாகவும் பயின்றவள். இயல், இசையில் மிகவும் தேர்ச்சி பெற்றவள். நாட்டிய கலையை நன்கு தெரிந்து பழக அந்த பகுதியில் உள்ள வணிகர்களின் பெண்களோடு காலையும் மாலையும் அம்மன் சந்நிதி வழியாக பத்துக்கும் குறையாதவர்களாய் நடந்தே நடன கலைஞர் சடகோபன் சாஸ்திரிகளின் இல்லம் அமைந்த மேலமாசி வீதிக்கு சென்று நடனம் கற்று இல்லம் திரும்புவார்கள். அவர்களுக்குப் பாதுகாவலாக இரண்டு காவலாளிகள் உடன் செல்வர். சாலையின் இருபுறங்களிலும் இவர்களை வேடிக்கை பார்ப்பதே ஒரு சாரருக்குப் பொழுது போக்காய் மாறியது. அதன் வினைவு மிகவும் கொடூரமான சூழலுக்கும் வரும் என தெரியாது. காரணம் ராணி மங்கம்மாள் பெண்கள் புனிதமாகப் போற்றபட்டு அவர்களின் தேவைகள் அனைத்தும் அதாவது, திருமணம் கல்வி, மருத்துவம் மகப்பேறு ஆகியவற்றை சிறப்பாக செயல்படுத்தி பெண்களின் பாதுகாப்புக்கென தனிப்பிரிவினை உருவாக்கி தவறு செய்தவர்களைத் தண்டிக்க கடுமையான சட்டங்களை உருவாக்கி செயல்படுத்தினாள்.

அதனால் பெண்கள் பயமில்லாமல் நகருக்குள் வலம் வந்தனர். இருப்பினும் சுருதியின் வளமும், ரோஜா நிற வண்ணமும் வட்ட வடிவ முகத்தில் அவள் அணிந்திருந்த வைரக்கம்மலும், சுறுசுறுப்பான நடையும் எதிரில் வெளிப்பட சுருதி எதிரே சாலையை நோக்கினாள். கூடல் பெருமாள் கோயில் வீதியிலிருந்து வேகமாய் வந்து நாலைந்து புரவிகளில் அரண்மனை ஆட்கள் போல தோன்ற சுருதியை நெருங்கி வந்தவர்கள் புரவிகளை நிறுத்தியபடி அதில் ஒருவன் வாட்ட சாட்டமாக சுருதி அருகில் புரவியை நகரவிட்டு, அழகிய பெண்யே நீயும், இந்தப் பெண்களும் மேல் உலகத்தில் ரம்பா, ஊர்வசி போன்று இந்திரசபையில் நடனம் ஆடும் கன்னியர்களின் உறவினர்களா என கூறி அட்டகாசமாய் சிரித்தான்.

அவனது சிரிப்பு அடங்கு முன் ஏய் வாலிபனே, நீ அரண்மனையை சேர்ந்தவன் போல, தெரிகிறது மரியாதையாக உன்வழி பார்த்து விலகிச் செல் உன் கூட்டாளிகளோடு நீ எங்களை பரிகசிப்பது கேவலமான செயல் என்றாள் கண்டிப்புடன் சுருதி. அதற்குள் சாலையின் இருபுறமும் ஏதோ அசம்பாவிதம் நடக்கப் போகிறதோ என ஜனங்கள் திரள ஆரம்பித்தனர்.

பெண்ணே, நான் அரண்மனையில் பெரிய இடத்தில் இருப்பவன் நீ நடனமாட எனது உல்லாச மாளிகை உள்ளது. நான் உனக்கு தங்க காசால் அபிஷேகம் செய்வேன். நான் எத்தனை நங்கைகளை பார்த்திருக்கிறேன். உன்னை போன்ற அழகியை கண்டதில்லை, வா என்னோடு என அவளது கரத்தைப் பற்றி இழுத்தான். புரவிகளில் அமர்ந்திருந்த வாலிபர்கள் கேலியாய் சிரித்தனர். சுருதி உடன் வந்த பெண்கள் பயத்தால் நடுங்கினர். இந்த பெண்களுக்கு காவலாய் வந்த இருவீரர்கள் புரவியில் வந்தவர்களை பார்த்து நடுங்கி ஒடுங்கி நின்றனர்.

காவலர்களின் நிலையையும் தன்னோடு வந்த பெண்களையும் கண்களால் அளந்த சுருதி மதுரை கண்ணகியாக உருமாறியது போல அந்த கைப்பிடியில் இருந்த அவளது கரத்தை விடுவித்தபடி பளார் பளார் என அவனது கன்னங்களில் அறைந்தாள். அவளது கண்கள் கொவ்வைப் பழங்களாக மாறியதுடன் கேவலமான பிறவியே, அரண்மனையில் பெரிய இடத்துக்குச் சொந்தக்காரன் என்றால் வீதிகளில் நடக்கும் பெண்களை முறை தவறி கைப்பிடித்து இழுக்கலாமா என ஓங்கி குரல் கொடுத்தாள். கூடி நின்ற கூட்டம் ஆடி போனது. அவளது செயல் கண்டு. உயிரோடு உன்னோடு வந்தவர்களையும் கூட்டி கொண்டு உன் இருப்பிடம் போய் சேர். இதுவே உன்

வாழ்க்கையில் கடைசியாக இருக்கட்டும் என எச்சரித்த சுருதி தன் மதியடைந்தவளாக பயத்தில் நடுங்கி கொண்டிருந்த காவலர்களை எள்ளி நகையாடியவள் எங்களை ஒருவன் சிரமப்படுத்தும் போது வேடிக்கை பார்த்து நின்றீர்களே உங்களுக்கு வெட்கமாக இல்லை என கோபித்தாள்.

காவலாளிகளில் ஒருவன் சற்று தயங்கியபடி அவர்கள் யார் என அறிந்தால் நீங்கள் அவரை அறைந்ததற்கு வருத்தப்படுவீர்கள் அவர் யார் தெரியுமா என பயந்து போய் விழித்தான்.

அவன் யாராய் இருந்தால் என்ன. ராணி மங்கம்மாள் ஆட்சியில் இதுபோன்று நடப்பதை அவர்கள் அனுமதிக்க மாட்டார்கள் என கண்டிப்பாய் கூறியவள், தோழிகளே வாருங்கள், நமது பெற்றோர்கள் தேடுவார்கள், அவர்களை அழைத்துக்கொண்டு நடக்க ஆரம்பித்தாள்.

காவலரே, அவன் அரண்மனைக்காரனா அல்லாது, பொய் கூறுகிறானா என அதட்டினாள் சுருதி.

அம்மா, பெரிய ராணியாருக்குத் தெரியாது அரண்மனைக்குள் அட்டகாசம் புரியும் ஜீவாலா என்பவரின் உடன்பிறந்த தம்பி. இவரது கண்களில் சிக்கி சீரழிந்த பெண்களும், குடும்பங்களும் கணக்கிலடங்காது. ஆனால், ஜீவாலாவின் மயக்கத்தில் இருக்கும் ராணியாருக்கு இதுபோன்ற நிகழ்வுகள் நடப்பது தெரியாமல் பார்த்துக் கொள்வாள் ஜீவாலா. அந்த வகையில் அவளால் பாதிக்கப்பட்டு வேலைஇழந்த எங்களை தங்களது தந்தை எங்கள் நிலை புரிந்து தனதுமாளிகையில் பணிக்கு சேர்த்து கொண்டார்.

காவலாளியின் நிலை கண்டு சற்று மனம் கலங்கிய சுருதி, உண்மை நிலை புரியாமல் உங்களை சங்கடப்படுத்தி விட்டேன் மன்னித்து விடுங்கள் என அவனை சுருதி தேற்றியபடி எல்லாரும் விரைந்து நடக்கலாயினர். தெருவிளக்குகள் மாலைப் பொழுதின் இருளை விரட்டி ஒளியை பரப்பலாயின.

- - - - -

14

டில்லி கோட்டையில் மேல் விதானத்தில் உலாவிக் கொண்டே, தனது குறுந்தாடியை நீவியபடி, பாதுஷா, ஜீவாலா ஏதும் செய்தி அனுப்பாமல் இருக்கிறாளே. ஒருவேளை ராணி மங்கம்மாளிடம்

பிடிபட்டிருப்பாளோ என ஐயப்பட்டபடி வானத்தை அளவெடுத்தான் கண்களால்.

நூற்றுக்கணக்கானப் புறாக்கள் கோட்டை ஸ்தூபிகளை வட்டமிட்டு அங்குமிங்குமாய் அலைந்த வேளையில் வெண்புறா ஒன்று வேகமாய் பறந்து வந்து பாதுஷாவின் வலதுபுறத் தோளில் அமர்ந்து குரல் கொடுத்தது.

புறாவைக் கண்ட பாதுஷா முகம் மலர்ந்தபடி இடது கரத்தால் பிடித்து புறாவை முத்தமிட்டு கொண்டே அதன் காலில் கட்டியிருந்த வெள்ளிக் குப்பியினை பிரித்து எடுத்தபடி புறாவினை மீண்டும் முத்தமிட்டு பறக்கவிட்டான்.

வெள்ளிக் குப்பியில் இருந்து மூடியை திருகி எடுத்தவன், உள் இருந்த மெல்லிய துணி மடலை வெளியில் எடுத்தான். அருகில் இருந்த விளக்கு அருகில் சென்று ஒளிபட மடலை விரித்து முகம் மலர படிக்க ஆரம்பித்தான்.

சலாம் அலேக்கும் பாதுஷா அவர்களுக்கு, உங்கள் எண்ணம் போல் தென்பாண்டி நாட்டில் செயல்பட அனைத்தும் கூடி வருகிறது. தாங்கள் வெங்கண்ணாவை மங்கம்மாளிடம் உறவாடச் சொல்லி சந்தேகம் வராமல் செயல்பட்டும் உங்களைச் சந்தித்த பாளையக்காரர்கள் உதவியோடு காய்களை நகர்த்திக் கொண்டிருக்கிறேன். உங்களிடம் நான் செய்த சத்தியத்தை செவ்வனே முடித்து விடுவேன். அதேபோல் நீங்கள் எனக்கு செய்யவேண்டிய செயல் செய்து விசுவாசமுள்ளவராய் நடப்பீர்கள் என நம்புகிறேன். வெற்றி நமதே என ஜீவாலா முடித்திருந்தாள். இதைப் படித்து முடித்த பாதுஷா, தென் நாட்டில் வெளியில் இருந்து எதிரிகள் நுழையத் தேவையில்லை. துரோகிகளே எதிரிகளுக்குத் துணையாய் இருப்பார்கள் என வாய்விட்டு வார்த்தைகளை உதிர்த்தவன் மன மகிழ்ச்சியில் குலுங்கி குலுங்கி சிரித்தான்.

மண் ஆசை, பொன் ஆசை, பெண் ஆசை என மூன்று ஆசையில் ஆறறிவு படைத்த மனிதன் பகுத்தறியாமல் வேதனையின் விளிம்பில் ஆண்டி முதல் அரசன் வரை ஆடி அழிகிறான். வாழும் காலம் கொஞ்ச நாளில் தன்னை நம்பி வாழும் மக்களுக்கு தேவைகளை பூர்த்தி செய்து மகிழ்விக்க செய்பவன் அவனது பூத உடல் அழிந்தாலும் மக்கள் அவனை பூமி உள்ளவரை வணங்கி வாழ்த்துகின்றனர்.

அப்படிப்பட்டவர்கள் கோடியில் ஒருவரைத்தான் காண முடியும். ஆனால் டில்லி பாதுஷா மண் ஆசைப் பிடித்து ஒவ்வொரு நாட்டிற்குள்ளும் உள்ள அரசுக்கு எதிரான துரோகிகளை கைக்குள் போட்டு ஆசை வார்த்தைகளைக் காட்டி இந்திய நாட்டின் பெரும்பாலான அரசுகளை கப்பம் கட்ட வைத்து களிப்படைந்தான்.

ஆனால் தென்னாட்டில் குறிப்பாக தென் பாண்டி நாட்டு ராணி மங்கம்மாளின் பயமில்லா அதிகார ஆட்சிக்குள் அவளை எதிர்கொள்ள பாதுஷா பயந்தான். அதனால் உறவாடி கெடுக்க காய்களை நகர்த்தலானான். தொன்றுதொட்டு சாம்ராஜ்ய அரசர்கள் முடிவு உடன்பிறந்தே கொல்லும் வியாதிபோல, துரோகிகளை கைப்பொமமையாக்கி கவிழ்ந்தவை எத்தனையோ உள்ளன. அதில் ராணி மங்கம்மாள் மட்டும் விதிவிலக்கா?

- - - - -

15

தமுக்கம் அரண்மனையில் யாருக்கோ பெரிய விருந்தை தடபுடலாய் ஏற்பாடு செய்திருந்தாள் ஜீவாலா. எழுபத்து இரண்டு பாளையக்காரர்கள், அரசு பிரதானிகள், அமைச்சர்கள் என நிறைந்து காணப்பட்டனர்.

மேலும், மதியமைச்சர் ராமராயர் தளவாய் மற்றும் தளபதிகளுக்கும் பாதுகாப்பு குறித்து அறிவுரை கூறி சற்று பதற்றமாகவே காணப்பட்டார். பார்வையினை நாலாபுறமும் ஓடவிட்டு கண்காணித்தவர், திருமலை மன்னரின் பிறந்தநாள் விழாவில் எந்தவித அசம்பாவிதமும் நடந்துவிடக் கூடாது. சதிகாரி ஜீவாலா ராணியின் பேரன் விஜயரங்கனுடன் புதுவிதமாக தொடர்பை உருவாக்கி அவனுக்கு அரியணை மோகத்தை வளர்த்து வருகிறாள். இவளுடைய சதிக்கு அவனை பகடைக் காயாக பயன்படுத்த ஆரம்பித்து விட்டாள்.

ஆனால், ராணியார், ஜீவாலாவின் மந்திரத்தில் கட்டுண்ட நாகப்பாம்பாக ஆடுகிறார்கள். ஆனால் அவளோ தென்பாண்டி நாட்டை ஆள திட்டம் போட்டு கொண்டிருக்கிறாள்.

ஆனால் அவளது செயல்பாடுகள் பூராவும் அவளுக்குச் சாதகமாகவே அமைகிறது என தனக்கு தானே பேசியவர் ராணி வந்து விட்டதை உணர்த்தும் வகையில் சாரட் வண்டி அரண்மனை

வாசலில் வந்து நின்றவுடன் மெய்காப்பாளர்கள் சூழ கம்பீரமாய் மங்கம்மாள் நடந்து வர நிழலாய் ஜீவாலா அலங்காரப் பதுமையாய் பின் நடந்து வருவதை கண்ணுற்று வேகமாய் விரைந்து நெருங்கியவர் ராணியை வரவேற்றார். அனைவரும் இருக்கைகளை விட்டு எழுந்தபடி கரம்கூப்பி மதுரை ராணியார் வாழ்க என வாழ்த்தொலி முழங்கினர்.

இருபுறமும் பார்வையை ஓடவிட்டு புன்னகைத்த வண்ணம் கை அசைத்து அரண்மனை அரங்க வாயிலுக்குள் விசேட அலங்கரிக்கப்பட்ட மேடையில் ஏறி வெள்ளி சிம்மாசனத்தில் பெண் சிங்கமாய் அமர்ந்தாள். வலதுபுறம் ஜீவாலாவும், இடதுபுறம் சிம்மராயரும் நிற்க எதிரே எழுபத்திரண்டு பாளையக்காரர்கள் உட்பட பெரும் கூட்டமே அவளை நோக்கி கரங்கள் ஆட்டியும் கரவொலி எழுப்பியும் தங்களது மகிழ்ச்சியை வெளிக்காட்டினர்.

அன்றலர்ந்த மலராய், முகம் களையெழுப்ப கூட்டத்தினரை பார்த்தபடி புன்னகை தவழ ஆசனத்தில் இருந்து எழுந்து கரங்கூப்பியபடி அமைதி, அமைதி என கரங்களால் சைகை செய்த சில நொடிகளில் ஆரவாரித்த கடல் அமைதி கண்டது போல ஆயிரக்கணக்கான விழிகள் ராணியை நோக்கின. ஆரவாரம் அடங்கியது.

என் உயிரினும் மேலான என் நாட்டு மக்களே; உங்களின் முகங்களில் பளிச்சிடும் ஒளி வெள்ளம், வைகையில் புரண்டோடி வரும் புது வெள்ளமோ என நான் ஆனந்தப்படுகிறேன். இன்று நமது மன்னர் திருமலை அவர்களின் பிறந்தநாள் விழா. அவர் உயிர் உள்ளவரை தன் மக்களை எப்படி நேசித்து வாழ வைத்து மகிழ்ந்தாரோ அதே போல அவரது வழியில் உங்கள் கண்களில் ஒரு துளி நீர் சிந்தாது, செவ்வனே நான் காவல்காரியாக பகைவரும் சரி, துரோகிகளும் சரி அவர்களின் சதியாட்டங்களை முறியடித்து செவ்வனே அரசாட்சி புரிகிறேன். நமது திருமலை மன்னரின் பிறந்தநாள் விழா, அரசு விழாவாக அறிவித்து நம் நாட்டின் அனைத்துப் பகுதியிலும் மகிழ்ச்சியோடு கொண்டாட உத்தரவிடுகிறேன். மேலும் நம் நாட்டின் பெண்கள் வீரம் கொண்டவர்கள். இருப்பினும் குடிசையில் இருந்து கோட்டை வரை எந்த பெண்ணுக்கும் எவராலும் கெடுமதி படைத்தோரால் தீங்கு வராமல் இருக்க நானே நேரடி கவனம் செலுத்துவதுடன் தவறுகள் நிரூபணம் ஆனால் குற்றவாளிக்கு மரணதண்டனை நிச்சயம் என ஓங்காரமாய் ஒலித்தாள்.

அவளது வீர ஆவேசப்பேச்சை கேட்ட அரங்கத்தில் இருந்த

அனைவரும் கரவொலி எழுப்பி ஆமோதித்த வேளையில் நகர வணிகத் தலைவர் நீலகேசி தனது மகள் சுருதியோடு வந்திருந்தார். சுருதியோ ராணியின் ஆவேச உரையில் ஐக்கியமானவளாய், அபாரம்? ராணியாரின் ஒவ்வொரு சொல்லும் தவறு செய்பவரின் நெஞ்சில் வேல் பாய்ந்தது போல தோன்றும். அன்று என்னிடம் வம்பு செய்தவனை கண்டிப்பாக ராணியிடம் புகார் அளிக்க வேண்டும் என தன்னை அறியாமல் உரத்த குரலில் ஒலித்தாள். நீலகேசியோ, சற்றும் எதிர்பாராதவராய் திடுக்கிட்டு சுருதியின் கரத்தைப் பற்றி அமரவைத்தவர் அவர்களைச் சுற்றி இருந்தவர்களை நோக்கி, ஐயா ஒன்றுமில்லை ராணியாரின் வார்த்தைகள் அவளை பேச வைத்திருக்கிறது என சமாளித்தவண்ணம் அவளை அழைத்துக்கொண்டு அந்த அரங்கத்தை விட்டு வெளியேறினார். அவரது மனதிற்குள் பெரிய பூகம்பமே கிளம்பி, சுருதி ஏதோ ஒரு நிகழ்வை தம்மிடம் கூறாமல் மறைத்து விட்டாள் என எண்ணியபடி தனது இல்லத்திற்கு புரவி பூட்டிய வண்டியில் கிளம்பலானார். சுருதியோ ஏதோ தவறு செய்து விட்டோம் என மனக்குறையில் வாடிப்போய் இருந்தாள்.

- - - - -

16

திருமலை மன்னரின் பிறந்தநாள் விழா கோலாகலமாக தமுக்கம் அரண்மனையில் நடந்தது. விழாவிற்கு வந்த அனைவரும் மகிழ்வோடு விருந்துண்டு களித்ததை கண்டு பூரித்த ராணி பெரு மகிழ்வுடன் அனைவரையும் கை அசைத்து புன்னகைத்த வண்ணம் தன்னுடைய மாளிகைக்கு கிளம்பினார். ஜீவாலாவும் விடைபெற்றபடி தனது மாளிகைக்கு புறப்பட்டாள். அவளது மனதில் ஆயிரம் கனவுகள் திரை ஓடியபடி - ராணியானால், இதே நிலையில் மக்களாலும், மற்றவர்களாலும் போற்றப்படுவோமே இடையில் ராணியின் பேரன் அரியணை கனவில் மிதந்து கொண்டிருக்கிறான். ஆனால் மங்கம்மாளின் முடிவை, டில்லி பாதுஷா எப்படி எப்போது முடிப்பானோ, அவன் சொல்படி முக்கால்வாசி கட்டம் முடிந்து இறுதி ஆட்டம் ஆரம்பமாக போகிறது. எல்லாம் நல்லபடியாய் நடக்கும் என கனவில் மிதந்தபடி அவளது மாளிகைக்குள் நுழைந்தாள்.

மாளிகை மிகவும் அல்லோலப்பட்டு பணிப் பெண்கள் பயந்த

நிலையில் காணப்பட்டனர். கனவில் மிதந்து வந்த ஜீவாலா தடுமாறி தன்னிலை கண்டவள் எதிரில் மது போதையில் தள்ளாடி கொண்டுவந்த அவளது தம்பி காளிங்கனை கண்டு எரிச்சலடைந்த வண்ணம், நம்மை வைத்து தலைநகருக்குள் இவனுடைய ஆட்டம் அளவுக்கு மீறி நடப்பதை பொறுக்க முடியவில்லை என முனங்கியபடி காளிங்கா, என கன்னத்தில் பளார் என அறைந்தாள்.

ஜீவாலாவின் கோபத்தை பலதடவை கண்டு அஞ்சி நடுங்கிய பணிப்பெண்களும் காவலாளிகளும் காளிங்கனை அறைந்த சூழல் கண்டு மிகவும் அச்சப்பட்ட்டனர்.

ஜீவாலாவின் முகத்தில் என்றுமில்லாத கொடூரத்தை கண்ட காளிங்கன் போதை இறங்கிய வண்ணம் தொபீர் என அவளது கால்களில் விழுந்து அக்கா, என்னை மன்னித்து விடு என கோவென அழுதான். அவனது நிலை கண்டு சற்று தடுமாறியவள் காளிங்கா, எப்பொழுதும் நீ நிதானமாக இருப்பாயே, இன்று உனக்கு என்ன வந்தது என குனிந்து அவனை தூக்கி நிறுத்தினாள் ஆவேசமாக.

கண்களில் வடியும் நீரை துடைத்த காளிங்கன் அழுகையை நிறுத்தியபடி அக்கா, இந்த நாட்டிற்கு நாளை ராணியாக வரப்போகிறாய், ஆனால் உனக்காக பல்வேறு தீய காரியங்களை என் உயிர் பற்றி கவலைப்படாமல் யாருக்கும் தெரியாதபடி செய்து கொடுத்திருக்கிறேன். எத்தனைக் கோயில்களில் பழங்கால சிலைகளை கடத்தி வெளிநாடுகளுக்கு அனுப்பி எவ்வளவு தங்க காசுகள் வாங்கிகொடுத்திருப்பேன். ஆனால் இப்பொழுது உயிர்போகும் அளவுக்கு ராணியாரின் கோபத்திற்கு பலி ஆகிவிடுவேன் என்ற பயம் என்னை சாகடிக்கிறது என பயந்த தொனியில் புலம்பினான்.

ஜீவாலா பதறிக் கொண்டே நமது மன கோட்டைகளை அழித்து விடுவானோ என்று பயந்தவள் - காளிங்கா, நான் இருக்கிறேன் ஏன் பயந்து சாகிறாய் விபரமாக சொல் என அவனை தேற்றினாள்.

அவனோ சற்று தெளிவான படி அக்கா, இன்று திருமலை மன்னர் பிறந்தநாள் விழாவிற்கு வந்திருந்தேன். அங்கு ராணியார் பெண்களுக்கு தீங்கு செய்யும் எவராக இருந்தாலும் மரணதண்டனை அளிப்பேன் என ஆவேசமாகக் கூறினார்கள். அரங்கமே அந்த வார்த்தைகளை ஆமோதிப்பது போல கரவொலி எழுப்பியது. நானும் அதில் கலந்து கொண்டேன்.

ஆமாம், நானும் தான் மேடையில் ராணியார் பேச்சைக் கேட்டு கரவொலி எழுப்பினேன். அதற்கென்ன என இடைமறித்தாள் ஜீவாலா.

காளிங்கன் மெதுவான குரலில் அக்கா இந்த பணிப்பெண்களை வெளியில் அனுப்பு நான் நடந்ததை ரகசியமாக கூறுகிறேன் என நெளிந்தான்.

உடனே அந்தப் பகுதியில் நின்று கொண்டிருந்த பல பணிப்பெண்களை கண்களால் வெளியேற சைகை காட்டினாள் ஜீவாலா. சில நொடிகளில் பணிப்பெண்கள் வெளியேறினார்கள்.

ஜீவாலாவை நெருங்கிய காளிங்கராயன், அக்கா கோபப்படாமல் கேள். சில வாரங்களுக்கு முன் நகரத்திற்குள் என் நண்பர்களோடு வழக்கம் போல சுற்றி வந்தோம். அப்போது ஏழெட்டு இளம் நங்கைகள் நடனப் பயிற்சிக்காக மேல மாசி வீதியில் உள்ள சடகோபன் சாஸ்திரி நடனப் பள்ளிக்கு அம்மன் சந்நிதி வழியாக மேல கோபுரம் சாலையில் நடந்து வந்து கொண்டிருந்தனர். அவர்களுக்கு காவலாளிகள் இருவர் பாதுகாப்புக்கு தொடர என் கண்கள் அந்த நங்கைகள் இடையே பளிச்சென தெரிந்த நங்கையின் கரத்தை பற்றி ஆசை வார்த்தைகளை கொட்டினேன். அவள் வெகுண்டெழுந்து எனது கையை உதறி கன்னங்கள் பழுக்க பல தடவை அறைந்தாள். அவளைப் பற்றி விசாரித்ததில் அவள் பெயர் சுருதி. அவள் மாநகர வணிகர் தலைவன் நீலகேசியோட ஒரே மகள் என தெரிந்தது என மூச்சு வாங்கி பேச்சை நிறுத்தினான்.

ஜீவாலாவோ, ஆத்திரமடைந்தவளாய், காளிங்கா போயும் போயும் ஒரு பெண்ணிடம் ஜனக்கூட்டம் நிறைந்த அந்தத் தெருவில் பட்டப்பகலில் அறை வாங்கி வந்திருக்கிறாயே உனக்கு வெட்கமாக இல்லை என குமுறியவள், அவளை பழிக்குப் பழி வாங்க வேண்டும் என்றவள் அந்த அறையில் அங்குமிங்குமாய் நடந்தவாறு யோசித்தாள்.

அவளது நிலை கண்டு ஏதும் புரியாமல் விழித்தபடி காளிங்கன் எப்படியும் அக்கா, தன்னை இந்தச் சிக்கலில் இருந்து காப்பாற்றி விடுவாள் என்ற நம்பிக்கையோடு அவளையே பார்த்தபடி இருந்தான்.

அவள் உயிரோடு இருந்தால் மன்னர் பிறந்தநாளில் ராணி கூறிய வாசகங்கள் அடிப்படையில் சுருதி ராணியிடம் புகார் அளித்தால் காளிங்கன் உறுதியாக கொல்லப்படுவான். அதற்குமுன் அவனை விசாரிக்க சிம்மராயர் நியமிக்கப்பட்டு சுருதியை விசாரித்தால்

என்னையும் வளையத்திற்குள் கொண்டுவந்து என் கனவுக் கோட்டையை தரைமட்டமாக்கி என்னையும் பாதாளச் சிறையில் அடைத்து விடுவான் என தனக்குள்ளேயே குமுறியவள் இதற்கு ஒரே தீர்வு சுருதியை ராணி சந்திப்பதற்குள் அவளது கதையை முடிக்க வேண்டும் என ஒரு முடிவுக்கு வந்தாள்.

காளிங்கா, சுருதிக்கு ஒரு முடிவு எடுத்து விட்டேன். உனக்காக தன் உயிரையும் பொருட்படுத்தாமல் உதவக்கூடிய நண்பர்கள் யாரேனும் உள்ளனரா என காளிங்கனை அருகில் அழைத்து கேட்டாள்.

அவளது வார்த்தைகளை கேட்டு சற்று குழம்பியவன், அக்கா நூற்றுக்கணக்கான பேர் இருக்கிறார்கள். இங்கே அழைத்து வரவா, ஆவலில் கேட்டான்.

அதாவது காதலை காரணம் காட்டி அதே தெருவில் அவளது கழுத்தை துடிதுடிக்க அறுக்க வேண்டும். அப்பேர்ப்பட்ட காரியத்தை முடிக்க தைரியமானவன் தேவை. அது முடிந்தவுடன் அவனைக் காப்பாற்றுவது எனது வேலை. அதற்கு கூலியாக பத்தாயிரம் பொற் காசுகள் அவனுக்கு முன்னதாகவே வழங்கப்படும். இது காதல் விவகாரம் என கதையை மக்கள் புரிந்து கொள்வார்கள். இதில் உன்னையோ என்னையோ நினைப்பதற்கு வேலையில்லை. இனி உன் பொறுப்பு உன் நண்பனை தேடி கொண்டுவா. பயத்தில் எங்கும் உளறி விடாதே, எச்சரித்தாள் காளிங்கனை.

காளிங்கனோ, விரைவில் என் நண்பனோடு உன்னைப் பார்க்கிறேன் என மனது மகிழ்ந்தவானாய் ஜீவாலாவை பார்த்து புன்னகைத்தான்.

இவர்களது பேச்சுகளை மறைவிடத்தில் கேட்டபடி இருந்த ஓர் உருவம் அரவமின்றி மெதுவாக ஜீவாலாவின் மாளிகை விட்டு வெளிவந்து மறைவிடத்தில் நின்ற புரவியில் தாவி மதுரை கிழக்கு நோக்கி விரைந்தது.

திருமலை மன்னா என குரல் கேட்டு, பாண்டியன் கோட்டைக்கு சென்று திரும்பி திருமலை வண்டியூர் மாரியம்மன் கோயில் சாலையில் மாறுவேடம் பூண்டு ராமராயரும் மாறுவேடத்தில் புரவியில் பின் தொடர மாரியம்மன் கோயில் எதிரே தனது மாளிகைக்கு மண் எடுத்து பெரும் பள்ளமாய் அகண்ட பரப்பாய் நீர் தேங்கி நின்ற அந்த பகுதியை பார்த்தபடி குழப்பமான மனதோடு தனது மாளிகைக்குச் செல்லும்

நிலையில் கதிரவன் கிழக்கு திசையில் தனது கோடிக்கணக்கான கண்கள் கொண்டு பூமியை விழித்தெழச் செய்ய மெல்ல மெல்ல பொன்னிற மேனியனாய் விரைந்து வந்து கொண்டிருப்பதையும் உணர்ந்தவன் தன்னை மதியமைச்சர் தான் அழைக்கின்றாரோ என புரவியின் கடிவாளத்தை இழுத்துப் பிடித்து ராயரே, என்னை பெயர் சொல்லி அழைத்தீரா என புன்னகைத்தார்.

மன்னரின் புரவி நிற்பதை கண்டுதிடுக்கிட்ட ராயர், மன்னவனின் வார்த்தைகளில் சற்று தடுமாற்றம் கொண்டவராய் இதுநாள் வரை இல்லாத ஒன்றை என்னிடம் கேட்கிறீர்களா என பொய் கோபத்தைக் காட்டினர்.

மன்னரோ, ராயரே கோபப்படாதீர்கள், நாம் இருவர் தான் இருக்கிறோம். பிறகு யார், என் பெயர் சொல்லி அழைத்தது என குழம்பினார்.

திருமலை மன்னா, நான் தான் அழைத்தேன். கோயிலுக்குள் வா என அசரீரி ஒலித்தது.

புரவிகளை விட்டு இறங்கிய மன்னரும், மதியமைச்சரும் கண்கள் விரிய மனக்குழப்பம் மேலிட தாயே, மாரியாத்தா உன் அனுக்கிரகம் எனக்கு கிடைத்ததோ என கோயிலுக்குள் விரைந்து நடந்து மாரியம்மன் கொலு வீற்றிருக்கும் கருவறைக்குள் நுழைந்து பய பக்தியோடு தலை குனிந்து கரம் கூப்பி வணங்கி நின்றனர்.

மன்னரின் உருமாற்றத்தை அடையாளம் கண்டு கொண்ட பூசாரி பெரியவர் கரம் கூப்பி தலை குனிந்து மன்னா இந்த அதிகாலையில் கோயிலுக்குள் வந்திருப்பது பெருமகிழ்ச்சி என வணங்கி நின்றான்.

மன்னவரோ சைகையால் அமைதி காக்க சொல்லிவிட்டு, அம்மனை நோக்கியவன் தாயே, உன் அருளால் இந்த மாமதுரை உட்பட எனது பரந்த ராஜ்ஜியம் மக்கள் விவசாய செழிப்போடு மகிழ்ச்சியாய் வாழ்கின்றனர். மதுரை மீனாட்சி சுந்தரேஸ்வரர் உடன் அருளும் நிறைந்த வளம் நிறைந்த வற்றாத வைகை, கிருதுமால் நதியும் நிறைந்திருக்க மனக்குறையில்லாமல் வாழ்கிறேன்.

அசரீரி கலகலவென சிரிக்க மன்னன் நடுங்கி என்ன தாயே, நீ அழைத்ததன் நோக்கத்தை எனக்கு கூறலாமே. கண்கலங்கி அம்மனை பார்த்து கேட்டான். திருமலை மன்னா உனக்குள் சில மாதங்களாய் உறுத்திக் கொண்டிருக்கும் மன வேதனை நான் அறிவேன். அதோ,

வெளியில் நீர் பரப்பாய் விரிந்த பள்ளம் தெரிகிறதே அதைப் பற்றி உன் மனம் படாதபாடு படுகிறது என கலகலவென சிரிப்புடன் ஒலித்தது.

ஆமாம் தாயே, என் மனதின் அச்சுறுத்தலை அறிந்த நீ அதற்கு ஒரு வழி சொல் என கர்ப்பக்கிரகத்திற்குள் அம்மன் முன் விழுந்து வணங்கினான் திருமலை மன்னன்.

மன்னா, உன் கவலையைப் போக்க, உன் அரண்மனைக்கு புதிய மனிதர் ஒருவர் வருவார். அதோடு இந்த பரந்த நீர்ப்பரப்பை செப்பனிடும் பொது பெரிய விநாயகர் சிலை வெளிப்படும். அதை எடுத்து மீனாட்சி அம்மன் கோயிலில் பிரதிஷ்டை செய். அதனால் உன் புகழ் உலகவுள்ளவும் நிலைத்திருக்கும் என கருவறையில் ஒலியாய் ஒலித்த அசரீரி குரல் ஒலி மறைய நிசப்தம் நிறைந்தது.

மன்னரும், மதியமைச்சரும் மாரியம்மனை மனமுருகி வணங்கி மகிழ்ச்சி பெருக்கோடு கோயில் பூசாரியையும் வணங்கி நிறை மனதுடன் புரவிகளில் ஏறி விரைந்தனர். ஆன்மிகமும் தெய்விகமும் நிறைந்த மாமதுரையில் சங்கம் வளர்த்து தமிழை தழைக்க இறைவனே மனித உருவில் வந்து பல விளையாட்டுகள் விளையாடியதை நாடறியும்.

- - - - -

17

அதே பாணியில் திருமலை மன்னரிடம் அம்மன் அசரீரியாக தோன்றி அவரது கவலை போக்க தாயாக மாறினாள். மேலே கண்ட நிகழ்வுகள் ஜீவாலா அரண்மனையில் இல்லாத நேரம் மனதை ஒருநிலைப்படுத்தி அமர்ந்திருந்த ராணி மங்கம்மாள் அவளது தாய் திருமலை மன்னரை பற்றிய நிகழ்வுகளை கூறியது கனவு போல கண்டு கொண்டிருந்தவளை,

ராணியாருக்கு வணக்கம் என அரண்மனை காவலர் இருவர் அவளது நினைவலைகளை கலைத்தது போல அந்த அறைக்கு வெளியே நின்று குரல் கொடுத்தனர்.

தன்னிலை கண்டவர், என்ன காவலர்களே உள்ளே வாருங்கள் என்ன சேதி என வினவினார்.

இருவரில் ஒருவன் தங்களை காண வேண்டி மரைக்காயர் அப்துல்லா வந்துள்ளார். அவரை வரவேற்பு கூடத்தில் அமர வைத்து

தங்கள் அனுமதிக்காக வந்துள்ளோம் என்றான் பணிவுடன்.

மரைக்காயர் அப்துல்லாவா உடனே அவரை அழைத்து வாருங்கள் என தயாரானார். அவரைச் சந்திப்பதற்கு ஆசனத்தில் அமர்ந்தபடி சில நொடிகளில் காலவர்கள் தொடர அப்துல்லா ராணி அரங்கத்திற்குள் நுழைந்தவர் எதிரில் ராணியை பார்த்தவுடன் ராணியாருக்கு அப்துல்லாவின் ஆயிரம் வணக்கங்கள் என புன்னகைத்து கொண்டே அவர் அருகில் காணப்பட்ட ஆசனத்தில் அமர்ந்தார்.

ராணியோ சிரித்த வண்ணம் சலாம் அலேக்கும் மரைக்காயரே நானே உங்களை காண நினைத்தேன். தாங்கள் எதிர்பாராமல் வந்துவிட்டீர்கள். மிக்க மகிழ்ச்சி என அவரை வரவேற்றார். அந்த சில நொடிகளில் அப்துல்லாவுக்கு அழகிய கண்ணாடி கோப்பையில் குளிர்பானம் தளும்ப பணிப் பெண் ஒருவர் அவருக்கு கொடுத்தாள்.

அருந்துங்கள் அப்துல்லா என்றபடி பணிப் பெண் வெளியில் செல்ல சமிக்ஞை செய்தாள் ராணி.

குளிர்ச்சியான பானத்தை ருசித்தபடி, ராணியாரே இங்கு எவரும் இல்லையே தங்களுடன் இருக்கும் ஜீவாலாவையும் காணோம் என அங்கு நாலாபுறமும் பார்வையை ஓட விட்ட மரைக்காயர்.

(ஏதோ ரகசியம் கூறப்போவது போல ராணி அவரை பார்த்தபடி இங்கு வேறு யாருமில்லை. ஜீவாலா எனக்காக ஏதோ வேண்டுதல் குறித்து திருச்செந்தூர் சென்றிருக்கிறாள். நீங்கள் தாராளமாக என்னிடம் கூற வந்ததை கூறலாம் என சற்று கேலியாக சிரித்தார்.)

அவளுடைய சிரிப்பில் கள்ளம் கபடமில்லாததுகண்டு மனதிற்குள் யா அல்லா, இவள் நீண்ட காலம் வாழவும் எதுவும் தீமைகள் நடக்காது அவளை வழி நடத்து என மனதிற்குள் பிரார்த்தித்தப்படி ராணியாரே சில மாதங்களுக்கு முன் வணிகம் நிமித்தம் அரேபியா சென்று விட்டு பாலிலோனியாவிற்கு போனேன். அங்கே ஒரு மதகுருவை சந்தித்தேன் அவர் ஒருசில வார்த்தைகள் கூறி அவருடைய நினைவாக கைப்பிரதியான ஒரு புத்தகம் (நூல்) எனக்கு வழங்கினார். அதில் அந்த நாட்டு ராணியார் ஆட்சி செய்ததும், அளவுக்கு மீறி பலரை நம்பி கடைசியில் அவளே அறியாது உடன் இருந்தவர்களே அவளது சாவுக்கு காரணமாவதையும் எழுத்தாளன் வெளிப்படுத்தி இருக்கிறான் என நீண்ட உரையை கூறி பேச்சை நிறுத்தினார்.

ராணியோ சற்று யோசித்தபடி எங்கே அந்த நூல் என ஆவலுடன் தனது தோள்பட்டையில் இரங்கிய துணிப்பையில் இருந்து பளபளவென மின்னிய கனமான நூலினை எடுத்து எழுந்து வழங்கிய அப்துல்லா தங்களிடம் யாருமில்லாத வேளையில் குறிப்பாக ஜீவாலா இல்லாத நேரத்தில் முதலில் இருந்து கடைசி வரை கண்டிப்பாக படியுங்கள். உங்களின் உள் மனம் உங்களுக்கு உத்தரவிடும் என பணிவுடன் வணங்கினார்.

அந்த நூலைப் பெற்ற ராணி மரைக்காயரே, நூலின் வேலைப்பாடுடன் உள்ள முன் பக்க அட்டையே அழகாக உள்ளதே என கூறியவர் தமிழ் மொழி உலகம் முழுதும் நிறைந்து காண்பதை இந்நூலின் தமிழ்ப் பிரதி என்னை ஆச்சரியப்பட வைக்கிறது. நீங்கள் கூறிய வார்த்தைகளில் கண்களுக்கு எட்டிய தூரம் எந்த பகைவனும் எனக்கில்லை. ஆனால் என் கால்களில் மிதிபடாது ஊர்ந்து வரும் துரோகிகள் நிறைய உள்ளனர். நான் சரி செய்கிறேன் என்றபடி எழுந்து அந்த நூலை உள் அறைக்குள் சென்று அவளது தனி அறையில் ரகசியமாக மறைத்தபடி வெளியில வந்து அமர்ந்தாள்.

மரைக்காயர் குளிர்பானம் அருந்தி முடித்தவர் ராணியாரே எங்கே அமைச்சர் சிம்மராயரை பார்த்து வெகு நாட்கள் ஆகிவிட்டன. அவர் ராஜவிசுவாசம் உள்ள பெரும் மனிதர் அவர் கூறும் வார்த்தைகளில் உண்மை நிறைந்திருக்கும். உங்கள் பாதுகாப்புக்கு அவரை கூப்பிடு தூரத்தில் வைத்து கொள்ளுங்கள் என மதியமைச்சரை அப்துல்லா புகழாரம் சூட்டினார்.

நல்லது மரைக்காயர் சிம்மராயர் முக்கியமான அலுவல் பொருட்டு திருச்சிக்கு நல்லமநாயக்கரை நேரில் காணச் சென்றிருக்கிறார். புரவிகள் தாங்கள் அளித்ததில் ஏதேனும் பாக்கி உள்ளதா என சிரித்து கொண்டே கேட்ட பின் ராணியாரே அதெல்லாம் ஒன்றுமில்லை, மேலும் ஒரு முக்கியமான நிகழ்வை கூறவே இங்கு வந்தேன். அதை மறந்து எதை எதையோ பேசிக் கொண்டிருக்கின்றேன் என பார்வையை வாசல்வரை ஓட விட்ட படி ஐயத்துடன் இங்கு வேறு யாருமில்லையே என கேட்டார்.

நாம் இருவர் தான் இருக்கிறோம் பணிப் பெண்களை அறையை விட்டு வெளியேற சொல்லிவிட்டேன் என ஆவலுடன் அவரது வார்த்தைகளை எதிர் நோக்கினார்.

சென்ற மாதம் வாணிகம் பொருட்டு வட இந்தியாவின் சில நாடுகளுக்கு சென்ற பின் இறுதியாக டில்லியில் பாதுஷாவை

காண அவரது கோட்டைக்கு சென்றிருந்தேன் அங்கு அவரது அரண்மனையில் அவரைப் பார்த்து பேச முயன்ற எனக்கு பெரிய ஆச்சரியம் கலந்த நிகழ்வு என்னை பாதித்தது என பேச்சை நிறுத்தினார்.

ராணியோ திடுக்கிட்டவளாய் மரைக்காயரே, தங்களைத் தென்னாட்டவர் என்று உதாசீனப்படுத்தி கௌரவக் குறைவாக பாதுஷா நடத்தினாரா என வெகுண்டார்.

அவளுடைய முகத்தில் கோபக்கனல் படருவதை கண்ட அப்துல்லா அவளைச் சாந்தப்படுத்த நினைத்தவராய் அமைதி அடையுங்கள் தாங்கள் நினைப்பது போல எனக்கு எந்தவித கௌரவக் குறைவும் இல்லை. நான் உலகம் சுற்றும் வணிகன் பத்துக்கு மேற்பட்ட மொழிகள் அறிந்தவன். எனக்கென பாதுகாப்பு வளையத்தை வைத்திருப்பவன் என ராணியாரை சமாதானப்படுத்தினான்.

பிறகு என்ன நிகழ்வு கண்டு ஆச்சரியப்பட்டீர்கள் என அவரை வேகப்படுத்தினாள்.

அவளது வேகம் கலந்த கோபத்தை புரிந்து கொண்டவர் மேலும் தாங்கள் கோபப்படாமல் நான் கூறுவதை கேட்டு உணர்ச்சி வசப்படாதீர்கள் என்றபடி தங்களது கட்டுப்பாட்டில் உள்ள பாளையக்காரர்கள் பத்துக்கும் அதிகமாய் பாதுஷாவின் அந்தரங்க அரங்கத்தில் அடிமைகளாய் தலை கவிழ்ந்து நிற்பதை கண்டு முகம் சுளித்தபடி பாதுஷாவிடம் வினவினேன். அவர்களைப் பற்றி பாதுஷா அவர்கள் விருந்தினர்கள் என கூறி மடக்கிவிட்டார். என்னை அந்த பாளையக்காரர்களோ அடையாளம் தெரியாதவர்கள் போல நடந்து கொண்டனர். நானும் மனக்குழப்பத்தோடு வெளியேறிவிட்டேன். என மனதில் இருந்த பாரத்தை இறக்கி வைத்த திருப்தியில் ராணியை குழப்பத்துடன் பார்த்தார். ராணியோ மன வேதனைப்பட்டவளாய், பகைவரின் கூடாரத்தில் பாளையக்காரர்கள் கும்மாளம் போடுவார்களா என அவர்கள் மேல் நம்பிக்கை இழந்தவளாய் மரைக்காயரே, உங்கள் வார்த்தைகள் உண்மையெனத் தெரிந்தால் அவர்களை அடையாளம் கண்டு நாலு வீதிகள் சந்திப்பில் உள்ள கழு மரத்தில் ஏற்றி தண்டிப்பேன் அவர்கள் யார் என கூற முடியுமா என மனவேதனையில் கடுமையாக ஒலித்தாள்.

ராணி அமைதியுடையுங்கள். பகைவர்கள் நேரில் போரிடுவார்கள். ஆனால் துரோகிகள் தோளில் அமர்ந்து குரல் வளையை கடிப்பர். நான்

உங்களுக்குத் தந்த நூலில் அந்த நாட்டு ராணியின் முடிவை சோகமாய் முடித்திருக்கிறான் அந்த எழுத்தாளன்.

இனிவரும் காலங்களில் தாங்கள் விழிப்புடன் செயல்பட வேண்டி கேட்டுக் கொள்வதுடன் டில்லி பாதுஷாவின் மண் ஆசைக்கு முற்றுப் புள்ளி வைக்கும் நிலையில் பாளையக்காரர்களை உங்களின் நேரடி கண் காணிப்பில் வைத்துக் கொள்ளுங்கள் என உரிமையுடன் கூறிய அப்துல்லா, நான் வந்த முக்கிய வேலை முடிந்து விட்டது. மீண்டும் உங்கள் சந்திக்க அல்லா அருள்புரிய வேண்டும் என பணிவுடன் கரங்கள் கூப்பி விடை பெற்றார்.

சரியான நேரத்தில் முக்கியமான செய்தியை கூறியதற்கு நன்றி மரைக்காயரே சென்று வாருங்கள் என விடையளித்து அனுப்பி வைத்தார். தனிமையில் பெரும் கவலைபடர ராணி.

- - - - -

18

திருச்சி அரண்மனைக் கூடத்தில் அமைச்சர் நல்லம் நாயக்கரின் தனிமாளிகையில் புரவியில் பிரயாணம் செய்த அலுப்பில் சற்று சோம்பலாய் காணப்பட்ட சிம்மராயர் நெடுநாளைக்கு பின் அமைச்சரை கண்டு கட்டி தழுவிய படி அமைச்சரே நலம் தானே என விசாரித்தார்.

நாயக்கரோ சிம்மராயரை நேரில் கண்டதில் பெரு மகிழ்ச்சி கொண்டவர். அவரது திடீர் பிரவேசம் சற்று திகைப்படைய வைத்தது. காரணம் ஒருவேளை ராணியார் ஏதும் அரசியல் நிகழ்வுகள் குறித்து நேரில் பேசுவதற்கு அனுப்பி இருப்பார்களோ என்ற சிந்தனையில் வாருங்கள், உணவு உண்பதற்கு பின்னால் பேசுவோம் என அவரை உண்பதற்கு அழைத்தார்.

ஆனால் சிம்மராயரோ அரண்மனையின் மேல் விதானத்திற்கு படிகளில் ஏறிச் சென்றவர் மேல் தளத்தில் நின்றபடி திருச்சி மலைக்கோட்டை தளத்தில் நின்று திருச்சி மலைக்கோட்டை விநாயகரை கரம் கூப்பி வணங்கியபடி மனத்திற்குள் விநாயகரே, இந்த நாட்டையாளும் ராணி மக்களால் தெய்வம் போல் வணங்கி வாழ்த்தி சிறப்புற இருந்தாலும் அவரைச் சுற்றி ஒரு கூட்டம் ஏமாற்றி வாழ்ந்து கொண்டு அழிவுப் பாதையை ராணிக்கு உருவாக்கி கொண்டிருக்கிறார்கள். எந்தக் கெடுதலும் நடக்காமல் நீதான் காக்க

வேண்டும் என வேண்டியதோடு ஸ்ரீரெங்கநாதர் ஆலய கோபுரத்தை நிமிர்ந்து நோக்கி வணங்கி மனமார வேண்டிய வண்ணம் படிகளில் இறங்கி உணவுக் கூடத்திற்கு வந்தார்.

கூடத்தில் நிறைந்த ஆசனங்கள் காணபட்டன. அதில் ஒன்றில் அமர்ந்திருந்த நல்லம் நாயக்கர், அமருங்கள் என அவரது கரத்தைப் பற்றி அமர வைத்தவர் எதிரில் கண்ட உணவு வகைகளைக் காட்டி, எந்த சிந்தனையும் இல்லாது மனம் குளிர உணவருந்துங்கள் என பணிப் பெண்களைப் பார்த்தார். பணிப்பெண்கள் உணவுப் பரிமாற இருவரும் சாப்பிட்டுக் கொண்டே புன்னகைத்தார்கள்.

ராயரே, திருச்சி சமையல் எப்படி என ஆரம்பித்தார். ராயரோ உணவை உண்டபடி எனக்காகவே சமைத்தது போல நன்றாக உள்ளது. என மகிழ்ந்தவர் உணவுக் கூடத்தை விட்டு வெளியில் வந்து தனி அரங்கத்தில் அமர்ந்தனர்.

தாங்கள் குறிப்பிட்ட பெண் உளவாளி ஜீவாலா என அறிந்திருப்பீர்கள். அவள் அபலைப் பெண்ணாக ராணியாரின் அன்பைப் பெற நடித்த நாடகத்தில் என்னை ஓரங்கட்டுமளவுக்கு ஜெயித்து விட்டாள். பெரும்பாலான பாளையக்காரர்களைத் தன் வசப்படுத்தியதுடன் அமைச்சர்களை வளைத்து போட்டு அவர்களிடம் இருந்து ராணியாருக்கு தெரியாமல் கப்பமாக மாதாமாதம் பெறுகிறாள். ஆனால் அவளை ஆட்டி வைக்கும் தீயச் சக்தி யார் என கண்டுபிடிக்க முடியவில்லை. மேலும் உளவாளிகளில் இரண்டு ஆடவர்கள் என்று குறிப்பிட்டிருந்தீர்கள். அவர்களையும் அடையாளம் காண முடியவில்லை என மன விரக்தியில் நிறுத்தினார்.

ஜீவாலாவிற்கு துரோகிகள் கூட்டத்திலும், பகைவர் கூட்டத்திலும் நெருக்கம் உள்ளதாக நமது ஒற்றர்கள் கண்டறிந்துள்ளனர். டில்லி சுல்தான் அரியணை ஆசையில் பெற்ற தந்தையும் உடன்பிறந்த சகோதரர்களையும் பலி கொடுத்து அரியணை பிடித்த வரலாறு தங்களுக்குத் தெரியும் இக்கட்டான காலகட்டத்தில் இருக்கும் ராணியாருக்கு நம்மை போல் உண்மையான விசுவாசிகள் குறைவுதான். ஜீவாலாவின் வேஷத்தைப் பாசகயிற்றால் விடுபட முடியாத அளவிற்கு கட்டி போட்டிருக்கிறாள். கொடுமைக்காரி காலம் தான் இதற்கு விடையளிக்கும் என பேச்சை நிறுத்தி மெலிந்த நிலையில் காணப்பட்ட ராயரை தேற்றினார் நல்லம் நாயக்கர்.

திருச்சியிலும், மதுரையிலும் நமது ஒற்றர் படை தீவிர கண் காணிப்பில் ராணியாரை வளையமிட்டு இருக்க வேண்டும். தமுக்கம் அரண்மனையிலும் சரி ராணியாரின் தனி மாளிகையிலும் சரி படைத்தளபதிகளில் இருந்து பணிப் பெண்கள் வரை ஜீவாலாவின் ஆட்கள் நிறைய காணப்படுகின்றனர். இது ஒரு சோதனைக் காலம், போதாக் குறைக்கு ராணியாரின் பேரன் விஜயரங்கன் அரியணை ஆசையில் போர் கொடி தூக்குவதும், பதவியில் இருந்து மக்களால் விரட்டப்பட்ட தீய வாரிசுகள். நாட்டை குழப்பி ஆட்சி ஏற முயல்வதும் உள்நாட்டு குழப்பத்தில் தென் பாண்டி நாயக்கர் உதவியுடன் அரியணையைப் பிடிக்க அரவமின்றி டில்லி பாதுஷா காய்கள் நகர்த்துவதும் ராணியாருக்கு பெரிய சவால்தான் என பெரு மூச்சுவிட்டபடி எழுந்த ராயர் ஏதோ தங்களை நேரில் பார்க்க வேண்டும் என்ற உந்துதலில் புறப்பட்டு வந்தேன் என நாயக்கரை கைகளைப் பற்றி கொண்டு புறப்பட ஆயத்தமானார்.

அமைச்சரே போர்க்காலங்களில் தங்களின் படைத் தாக்குதலில் பகைவர்கள் பயந்து ஓடி ஒளிந்த நிகழ்வுகள் எத்தனையோ கண்டிருக்கிறேன். ஆனால் தற்பொழுது தங்களின் வார்த்தைகளில் வரும் மனக்குமுறலை என்னால் உணர முடிகிறது என கண்கள் கலங்கிய நாயக்கரை கட்டிப்பிடித்த வண்ணம் கிளம்பினார் சிம்மராயர்.

காலதேவனின் கணிப்பில் யார் எப்படி முன்னெச்சரிக்கையோடு நடந்தாலும் தப்பமுடியாது ஆண்டியாய் இருப்பவர் அரசனாவதும் அரசனாய் இருப்பவன் அறியாமலேயே அழிந்து ஒழிவதும் காலசக்கரத்தின் கணக்கு. கர்ணன் தேர்க்காலில் அனாதையாக சொந்தங்கள் ஆயிரம் இருந்தும் மடிகிறான். அபிமன்யூ வில்லாளன் விஜயனின் மகனாய் தேர்ச்சிப் பெற்றும் பகைவர்களால் கொல்லபடுகிறான் அனைத்தும் அறிந்த கிருஷ்ணன் கண்டு கொண்டு அமைதியாய் இருக்கிறான் எல்லாமே அவன் விளையாட்டு.

- - - - -

19

திருச்சி அரண்மனையை விட்டு வெளியில் வந்து மாறு வேஷத்தை புனைந்தவராய் தன்னுடைய இடுப்பில் காணப்பட்ட நீண்ட உடை வாளையும் அதோடு இணைந்திருந்த குறுவாளையும்

தடவி பார்த்தபடி நாலாபுறமும் பார்வையை செலுத்தியவர் தயாராக நின்று கொண்டிருந்த அவரது புரவியில் தாவி ஏறினார். புரவியில் கிளம்பி மதுரை சாலையில் நடந்தபடியும், புரவிகளிலும் மக்கள் காணப்பட்டனர் எல்லாருடைய முகங்களையும் உற்று நோக்கிய படி பயணித்தவர் நீர் நிறைந்தோடும் காவிரியை வணங்கி காவிரித் தாயே, உன்னை போன்றவள் தான் எங்கள் ராணி, எல்லாருக்கும் வித்தியாசம் இல்லாமல் இன்பத்துடன் வாழ ஆட்சிப் புரிகிறாள் அவளது வாழ்நாளில் மக்களே பெரிதென நம்பி ஆட்சி புரியும் ராணிக்கு நல்லதே நடக்க அருள்புரிவாய் என வானத்தை முட்டக்கட்டிய மலைமேல் வீற்றிருக்கும் விநாயகரை தொழுத வண்ணம் மதுரை நோக்கி செல்லும் சாலையில் புரவியை வேகப்படுத்தினார். அவரது மனதில் திருச்சி மக்கள் எவ்வளவு இன்பமாய், வணிகம் விவசாயம் என உழைத்து வாழ்கின்றனர் இதற்கெல்லாம் இறையருள் இருந்தாலும் மக்களை ஆட்சி செய்யும் தலைமையும் நேர் வழியில் மக்களின் தேவைகளை ஆராய்ந்து ஆட்சி செய்யவேண்டும் என ராணியை எண்ணிக் கொண்டு விரையலானார்.

சாலையின் இருபுறங்களிலும் படர்ந்து காட்சி தரும்புங்கை புளி, என பலன்தரும் மரங்களும் அந்த மரங்களில் நிறைந்து ஓசை எழுப்பி பரவசப்படும் பறவைகளையும், அங்கங்கே சாலை ஓரங்களில் சுமைதாங்கி கற்களும் கிராமங்களை ஒட்டி பச்சைபசேலென கண்களுக்கு எட்டிய தூரம் காணப்படும் வயல் வெளிகளும் கண் கொள்ளாக் காட்சியாக ரசித்தபடி மாலைப் பொழுதின் மயக்கத்தில் கதிரவன் மேற்கு திசையில் மறைவதையும் உணர்ந்த ராயர் விராலிமலை நகர்ப்புற பகுதியை நெருங்கினார்.

விராலிமலை மேல் வீற்றிருக்கும் முருகன்குடி கொண்ட திருக்கோயில் தரை மட்டத்தில் இருந்து மேலே செல்ல உருவான படிகளின் விளிம்புகளில் தீபங்கள் ஏற்றப்பட்டு ரம்மியமான இளஞ் தென்றல் வீச மலைப் பாதை ஜெகஜோதியாக காட்சியளித்தது.

விராலிமலை நகருக்குள் நுழைந்த ராயர் மலையின் அழகில் மயங்கியபடி மலைமேல் வீற்றிருக்கும் வண்ண மயில் முருகன் உன் கருணையில் இயங்கும் இந்த மண்ணின் மைந்தர்களை குறையில்லாமல் வாழவை என்று வேண்டி சென்று புரவியில் வந்தவர் சாலையின் இடதுபுறத்தில் நிமிர்ந்து நோக்கி புன்னகை பளிச்சிட

அவரை அறியாமலேயே உதடுகள் ராணி மங்கம்மாள் சத்திரம் என உயர் கட்டடத்தினைக் கண்டு ஒலி எழுப்பியது.

அந்த நேரத்தில் வானத்து வெளியில் திரண்டு நின்ற கரு மேகங்கள் நட்சத்திரக்கூட்டங்கள் பூமியைக் காண முண்டியடித்து வெளிவருவது கண்டு புன்னகைத்து தங்களுக்குள் மறைந்து கிடக்கும் மழைநீர்த் துளிகளின் அன்பு பிடியில் சிக்கியதோ என்னவோ திடீர் என மழை கொட்ட ஆரம்பித்தது.

சாலையில் நடந்தவர் அனைவரும் பரபரப்போடு வேகமாக மழைக்கு பயந்து கிடைத்த இடங்களில் முண்டியடித்து ஒதுங்க ஆரம்பித்தனர் நிறைய பேர். சத்திரத்தின் முன் வராந்தாவில் குவியத் தொடங்கினர். ராயரும் அரை குறையாக நனைந்தபடி புரவியை சற்று தூரத்தில் நிறுத்திவிட்டு வேகமாக சத்திர வாயிலுக்குள் நுழைந்தார்.

அந்த வேளையில் திடீர் என முளைத்தது போல வித்தியாசமான உருவமாய் வினோத தலைப்பாகை அணிந்த உயரமான பருமனான நடுத்தரவயது மனிதன் சத்திரம் நோக்கி வருவதை கண்ட கூட்டத்தினர் மேலும் அச்சமுற்றனர். காரணம் நீண்ட உருவம் கொண்ட புலி ஒன்று கழுத்தில் இரும்பு வளையம் பளிச்சிட இரும்பு சங்கியிலியால் பிணைக்கப்பட்டு மறுமுனையை அந்த மனிதன் இடது கரத்தில் சுற்றி பிடித்து கொண்டு வந்து கொண்டிருந்தான்.

அந்த புலி அவனது சைகையில் பூனை குட்டி போல நடந்து வருவதை பார்த்த கூட்டத்தினர் அச்சத்துடன் விலகி சத்திரத்திற்குள் அவன் நுழைவதற்கு வழிவிட்டனர். சத்திரத்தின் காவலாளிகள் மற்றும் பொறுப்பாளர் அமைதி கலந்த அச்சத்தில் ஐயா, தாங்கள் யார் இதுவரை உங்களைக் கண்டதில்லை மேலும் காட்டில் வாழும் மிருகமான புலியை வேறு கொண்டு வந்திருக்கிறீர்கள் என கேட்டனர்.

அந்த வினோத மனிதன் தனது மீசையை நீவிவிட்ட படி நான் வடநாட்டு யாத்திரிகன் என் பெயர் ருத்ரதேவா. டில்லி பாதுஷாவில் இருந்து உங்கள் நாட்டு ராணிமங்கம்மாள் வரை அனைத்து நாட்டு அரசியலை அலசி பார்ப்பவன். எனக்கு தென் பாண்டி நாட்டில் பெரிய வேலை ஒன்று உள்ளது. அதுமுடியும் வரை இந்த சத்திரத்தில் ஓர் அறையில் தங்கியிருப்பேன் என எகத்தாளமாக குரல் எழுப்பி சிரித்தான். அவனது சிரிப்பொலி அந்த சத்திரத்தின் உள்ளே சென்று எதிரொலியாக நாலாதிசையிலும் ஒலித்தது. நிறைந்திருந்த கூட்டம்

அச்சத்தில் உறைந்தது.

மாறு வேடத்தில் இருந்த ராயர் கூட்டத்திற்குள் நுழைந்து சிரிப்பொலி வந்த பகுதியில் பார்வையைச் செலுத்தியவர் அருகில் நின்றவர்களிடம், யார் இந்த வினோத மனிதன் அதுவும் புலிக்குட்டியோடு நிற்கிறான்.

ஐயா, அவர் வடநாட்டு யாத்திரிகர் என்று கூறுகிறார். எல்லாரும் அந்த மனிதனைப் பார்த்து பயந்து போய் நிற்கின்றனர். மழையும் சற்று குறைந்தால் இங்கு கூடி நிற்கும் கூட்டம் வெளியேறி விடும் என ஒருவர் தெரிந்ததை கூறினார்.

மழை சற்று குறைய ஆரம்பித்தவுடன் ஒருவர் பின் ஒருவராக வெளியேறுவதை கண்ட ராயர் சத்திரத்தின் நடு முற்றத்திற்கு நடந்து செல்லும் யாத்திரிகனைக் கவனித்தவர் நல்லம நாயக்கர் நம்மிடம் குறிப்பிட்ட இரு உளவாளிகளில் இவனும் ஒருவனாய் இருப்பான், என என் மனது கூறுகிறது என யோசித்தவர் காப்பாளர் அருகில் சென்று காப்பாளரே அந்த மனிதன் பேச்சும் செயலும் ஏதோ காரணம் நிமித்தம் இங்கு வந்துள்ளான். அவனிடம் இங்குள்ள காவலர்கள் பணியாட்கள் விழிப்புடன் கண்காணியுங்கள் என தனது முத்திரை மோதிரத்தை காட்டினார்.

காப்பாளரோ அமர்ந்திருந்தவர் எழுந்து நின்று கரம் கூப்பி வணங்கி, ராயர் நீங்களா இந்த மாறுவேடத்தில் என முனங்கினார்.

அருகில் நின்றவர்கள் அவர்களைக் கவனிப்பதை உணர்ந்த ராயர் மெதுவான குரலில் அரசு வேலையாக திருச்சி அரண்மனை சென்று திரும்பிய வழியில் மழையின் காரணமாக இங்கே, ஒதுங்கினேன். அவன் கொலைகாரனாகத் தென்படுகிறான். வருண பகவானுக்கு நன்றி சொல்ல வேண்டும். ஏனெனில் மழை வராவிடில் இங்கு வந்து இந்த கொடியவனைக் கண்டிருக்க மாட்டேன். மதுரை சென்றவுடன் பத்துக்கும் மேற்பட்ட திறமையான வீரர்களை அவனை கண்காணிக்க உடன் அனுப்புகிறேன். தயக்கமில்லாமல் அவனை கண்காணியுங்கள் என்றபடி சத்திர வெளி வாயிலுக்கு வந்தவர், விராலிமலை முருகா, இது என்ன சோதனை என நினைத்து கொண்டு புரவியை அடைந்து மதுரைச் சாலையில் விரைந்து புரவியில் அமர்ந்தபடி.

- - - - -

20

மதுரை தமுக்கம் அரண்மனையில் அமைச்சரவை கூடும் தனி அரங்கில் பலத்த பாதுகாப்புடன் எழுபத்து இரண்டு பாளையக்காரர்கள் சோதனையிட்டு அனுமதியுடன் உள்ளே அமர்ந்திருந்தனர். மங்கம்மாளின் திடீர் அழைப்பு அனைவருக்கும் வயிற்றில் புளி கரைத்தால் போல விழித்தவண்ணம் காணப்பட்டனர். மதியமைச்சர் அரங்கத்தின் முன்னால் காணப்பட்ட இருக்கையில் கடுகடுவென முகத்தில் சினம் பளிச்சிட ராணி காளி போல் உக்கிரமாய் காட்சி அளித்தபடி ராயரோடு பேசிக் கொண்டிருந்தாள், இன்று ஏதோ ஜீவாலா தென்படவில்லை. காவலாளிகள் பின்புறம் நிறைந்திருக்க எதற்கு தயார் நிலையில் இருந்தனர் தளவாயும், படைதளபதியும்.

மீனாட்சி அம்மன் கோயில் மணி ஓசையை பகல் நேர வழிபாடு ஆரம்பிக்க போகும் நிலையினை உணர்த்த இனிமையாக ஒலித்தது.

இந்த மணி ஓசைக்காகவே காத்திருந்தவள் போல ஓசை அடங்கியவுடன் அமர்ந்திருந்தவள் எழுந்து சீறும் சிறுத்தைப் போல் அரங்கத்தை கண்களால் அளவெடுத்தாள். இதில் யாரேனும் வராது இருக்கிறீர்களா என கண்காணித்தபடி. இன்று நம் நாட்டின் நிலை குறித்து பதவி வகித்து பயனடைந்து வரும் எழுபத்து இரண்டு பாளையக்காரர்கள் உட்பட அமைச்சர்கள் தளபதிகள் மற்றும் அரசபை அறிஞர் என அனைவரையும் அழைத்து ஆலோசிக்க இக்கூட்டத்தை கூட்டி இருக்கிறேன்.

அமைச்சர்களிலும் பாளையக்காரர்களிலும் பல கறுப்பு ஆடுகள் அவர்கள் செய்த தவறுகளுக்கு சிறு தண்டனைகளை வழங்கியதை மனதில் வைத்து பகைவர் கூட்டத்தோடும் துரோகிகளின் தொடர்பிலும் இருப்பதை எனது ஒற்றர் மூலம் கண்டறிந்துள்ளேன்.

முன்னால் அரசாட்சி செய்து புகழ் பெற்ற பாண்டியர் சோழ மன்னர்களால் மக்களிடையே இறையுணர்வு நிறைந்த கோயில்களையும், குளங்களையும் நிரந்தர புகழ் நீடிக்க அரும்பாடுபட்டு அரிய சிலைகளை உருவாக்கி கோயில்களில் பிரதிஷ்டை பண்ணி வழிபட்டு காலம் காலமாக காத்து வருகின்றனர். ஆனால் தற்கால நிகழ்வுகளை ஆராயும் பொழுது தங்களது சுய தேவைக்காக வகிக்கும் பதவிகளின் அதிகார போதையில் அதிகாரிகளையும் அர்ச்சகர்களையும் பணியவைத்து விலை மதிக்க முடியாத வெண்கலச் சிலைகளை தூரத்து நாடுகளுக்கு

விற்று தங்க கட்டிகளாய் மாற்றி இருக்கிறார்கள் என பேச்சை நிறுத்தி அரங்கத்தில் இருந்தவர்களை எரித்து விடுவது போல பார்த்தாள்.

அவளது பார்வையில் அகப்பட்டு விடுவோமா என அச்சப்பட்டோர் உயிரே போனாலும் இப்படி கேவலமான செயல்களை ராணிக்கு எதிராக செய்யமாட்டோம் என ஓங்கி ஒலித்தனர். பிடிபட்டு விடுவோம் என நடுங்கி கொண்டே, ராணியாரின் குற்றச்சாட்டுகளை கேட்டு அதிர்ச்சியுற்ற சிம்மராயர் அபத்தமான செயல்கள் ஆண்டவனுக்கே அடுக்காது என மனவேதனையில் ராணியாரை பார்த்தார்.

பொறுங்கள் அமைச்சரே இது மட்டுமா, உணவுக் கிடங்கில் இருந்து தானிய மூட்டைகள் எண்ணிலடங்காது இந்த பாவிகளின் தவறான செயலால் பக்கத்து நாடுகளுக்கு பாதுகாப்பாக போகிறது.

மேலும் ஆயுத கிடங்குகளில் உருவாக்கப்படும் எண்ணிக்கையிலடங்கா ஆயுதங்களும் நம் நாட்டை விட்டு வெளியேறுகின்றன.

மக்கள் பாவம், என்மேல் கொண்ட நம்பிக்கையிலும் பாசத்திலும் இவர்களை பற்றிய குறைகளை வெளிபடுத்தாமல் உள்ளனர்.

இதுவரை குற்றம் சாட்டப்பட்ட அமைச்சர்களோ, அதிகாரிகளோ எவரேனும் வெட்கப்பட்டோ பழிக்கு அஞ்சியோ செத்திருக்கிறார்களா இல்லை எல்லாம் மூடி மறைக்கப்பட்டு மண்ணில் புதைந்து மக்கியதோடு மக்களும் அதை மறந்து விடுகின்றனர். அப்படி ஒரு எல்லா செயலுக்கு முடிவு கட்டி உங்கள் முன்னே குற்றவாளிகளாக கண்டுபிடிக்கப்பட்டவர்களை இதே அரங்கில் தண்டிக்கப் போகிறேன் என ஆர்ப்பரித்த கடல் போல முழங்கினார். அரங்கமோ அதிர்ச்சியில் அடங்கியது போன்று அத்தனை பேரும் ஆடிப்போய் நாம் சிக்கி கொண்டோமா என பேய் அறைந்தார் போல விழிகள் பிதுங்கி கை கால்கள் நடுங்க ஒருவரையொருவர் பார்த்துக் கொண்டு எதிரில் உருவிய நீள்வாளோடு துவம்சம் செய்யும் உக்ரகாளி போல ராணி நிற்பதை கண்டு திடுக்கிட்டனர்.

சுற்றிவரும் சூறாவளியாய் ராயர் பின் தொடர அரங்கத்தினுள் நடந்தவர் அவளைக் கண்டு அஞ்சி எழுந்த பாளையக்காரர்கள் கூட்டத்தில் நுழைந்து யாரும் எதிர்பாரா வண்ணம் இரண்டு பாளையக்காரர்களின் தலைகளை வெட்டி எறிந்தார். அருகில்

இருந்த மற்ற பாளையக்காரர்கள் அமைச்சர்கள் அச்சத்தில் ரத்தம் உறைந்திட சிலைகளாய் நின்ற வேளையில் ஓர் அமைச்சரின் தலையும் நடைபாதையில் பனங்காய் போல விழுந்து உருள அரங்கத்தின் முன் பகுதி நோக்கி நடந்தார் ராணி.

கேவலமான பிறவிகள் தன் தலைமையையும், தாய் நாட்டையும் காட்டிக் கொடுக்கும் இந்த மாதிரி மோசமானப் பிறவிகள் பெரிய தொற்று நோய் ஆணிவேராய் கிளம்பிய அவர்களை அழித்துவிட்டால் அடுத்து உள்ள நபர்களுக்கு அந்த சிந்தனையோ சாகும் வரை வராது என முணுமுணுத்து கொண்டே அரங்க மேடையில் கோபம் அடங்க அமைதியாக அமர்ந்தாள் ராணி.

அவளுடைய திடீர் செயல் பின்னால் வந்து அவள் அருகில் நின்ற ராயருக்கே பெரும் அதிர்ச்சியை ஏற்படுத்தியது எதற்கும் பயப்படாதவர் சற்று தைரியத்தை வரவழைத்து கொண்டே ராணியாரே, தங்களின் ஆவேசமும் அதன்மூலம் தாங்கள் அவர்களுக்கு அளித்த தண்டனையும் அச்சமூட்டுகிறது. காரணத்தை நான் அறியலாமா என பணிவுடன் வினவினார். அமைச்சரே, இந்த நிகழ்வு பற்றி உங்களுக்கு மட்டுமல்ல இங்கு இருக்கும் அனைவருக்கும் தெரிவிக்கிறேன் என ஆசனத்தை விட்டு எழுந்தவர் அரங்கத்திற்குள் நான் கொடுத்த கொடூர தண்டனை உயிரோடு இருக்கும் உங்களுக்கு எச்சரிக்கையாக இருக்கட்டும் என்றே என் கையால் அந்த மூன்று இழி பிறவிகளுக்கும் தண்டனை வழங்கினேன். இதுவரை உங்கள் அனைவருக்கும் அரசியாக இல்லாமல் அரணாக எந்த வித இன்னல்களும் உங்களை தீண்டிராத அளவுக்கு பாதுகாப்பாக செயல்பட்டு வருகிறேன். அப்படி இருக்கும்போது என் அரச சபையில் இருந்து கொண்டு எனக்கும் என் நாட்டிற்கும் குறிப்பாக என் மக்களின் நல்வாழ்வுக்கு துரோக செய்தால் இதுபோன்ற கொடூரதண்டனை யாராக இருந்தாலும் தொடரும். காரணம் இந்த பாளையக்காரர்கள் இருவரும் உடன் பத்துக்கும் அதிகமான பாளையக்காரர்களை அழைத்து கொண்டு பகைவன் பாதுஷாவின் கூடாரத்திற்குச் சென்று பாதபூஜை நடத்தி இருக்கிறார்கள்.

மேலும் வெட்டுண்டு சாய்ந்த அமைச்சன் தெய்வநாயகம், இவன் ஆன்மிக வாழ்வு வெளி வேடம் புனைந்து விலை மதிப்பற்ற ஐம்பொன் சிலைகளை கடத்துவதாக ஒற்றர் மூலம் அறிந்த நான் நத்தம் கோட்டை வாசல்களுக்குள் புரவிகளில் அழகர் மலை காட்டுப்பாதை வழியாக அடிவாரத்தில் உள்ள பெருமாள் கோயிலுக்கு ஒற்றர்கள் உடன்

நடுநிசியில் சென்றடைந்தேன்.

அங்கே கோயில் வேதியர்களை கத்திமுனையில் மிரட்டி பத்துக்கும் அதிகமானோர் இந்த கொடிய வன் தலைமையில் ஐம்பொன் சிலைகள் பலவற்றை துணிகளால் கட்டி பெரும் பொதிகளாக மாற்றி எடுத்து சென்று புரவிகளில் கிளம்பலாயினர். எனக்கோ பெரும் அதிர்ச்சி.

நாங்கள் அடையாளம் காட்டாமல் பின் தொடர்ந்து அப்பன் திருப்பதி அருகே குறுக்கு வழியில் சென்று அவர்களைத் தாக்கி சிலைகளை மீட்டு அதோ காட்சிப் பொருளாய் வைத்துள்ளேன். இந்த கொடியவனை அங்கேயே வெட்டி சாய்த்திருப்பேன். ஆனால் அவன் செயல் எல்லாருக்கும் தெரிய ஒரு பாடமாக அமையவே இந்த கூட்டத்தை கூட்டினேன் என்றபடி வாருங்கள் அமைச்சரே என வீரமாகாளியாய் அரங்கத்தை விட்டு நடக்க ஆரம்பித்தாள்.

அரங்கத்தில் இருந்த அத்தனைப் பேரும் சிலையென காட்சியளித்தனர். ஆண்டவனுக்கு அடுத்து அப்பாவி மக்கள் கரம் கூப்பி வணங்குவது நாட்டின் தலைமையாய் செயல்படும் உயர்மட்ட பிறவிகளே! அவர்களே தவறி நடந்தால் தண்டிக்க ராணி மங்கம்மாள் போன்ற ஆளுமை கொண்ட தலைமைகள் உருவாக வேண்டும்.

தென் பாண்டி நாடே பட்டி தொட்டி எங்கும் ராணி மங்கம்மாள் அமைச்சன் தெய்வ நாயகத்திற்கும் இரண்டு பாளையக்காரர்களுக்கும் அரங்கத்தில் கொடுத்த தண்டனை வியப்பாக இருந்தாலும் அவளது துணிச்சலையும் நாட்டுப் பற்றோடு மக்களின் நலனுக்காக அரணாய் நிற்பதை பாராட்டி புகழ ஆரம்பித்தது.

அந்த நிகழ்வு சில வாரங்கள் பரபரப்பாய் மக்களிடையே நிலவிய நிலையில் பிற அமைச்சர்கள் மற்றும் சிம்மராயர் உடன் தளபதிகள் நிறைந்திருக்க நாட்டின் கோட்டை பாதுகாப்பு மற்றும் பிற பிரச்சினைகள் ஆராய கலந்து பேசலானாள் ராணி மங்கம்மாள்.

மேலும் சிம்மராயர் அந்தரங்க மண்டபத்தில் திருச்சி சென்று நல்லம நாயக்கரிடம் விவாதித்ததை விளக்கியவர் ராணி வரும் வழியில் ஓர் ஆபத்தான விசித்திர மனிதனைக் கண்டேன் என பதற்றத்துடன் கூறினார். ராணியும் மற்றவர்களும் அவரது வார்த்தைகளில் காணும் ஆபத்தை உணர்ந்த நிலையில் ராணியோ ஆபத்தான மனிதனா, யார் அவன் எங்கு பார்த்தீர்கள் என வினவினாள்.

திருச்சியில் இருந்து புரவியில் கிளம்பிய நான் விராலிமலையை நெருங்கும் போது மழை ஆரம்பித்ததால் ஒதுங்க நினைத்து நமது சத்திரத்திற்குள் நுழையும் பொழுது மழையின் பொருட்டு சத்திரவாயிலில் நிறைந்திருந்தவர்கள் புலிகுட்டியை இரும்பு சங்கிலியில் பிணைத்து பிடித்தபடி. வித்தியாசமான ஒருவனை வேடிக்கையுடன் பயம் கலந்து பார்த்துக் கொண்டிருந்தனர், என மற்ற அமைச்சரை நோக்கினார். ராணியோ, சற்றும் பதற்றப்படாமல் அந்த வினோத மனிதன் புலிகுட்டியோடு வந்து மக்களுக்கு வேடிக்கைப் பொருளாய் தெரிந்தவன் மேலும் என்ன கூறினான் என வினவினாள்.

ராணியாரே, அவன் தென் பாண்டி நாட்டில் பெரிய வேலையை முடிக்க வந்ததாய் கூறி டில்லி பாதுஷாவில் இருந்து உங்கள் வரை எல்லா அரசர்களைப் பற்றியும் அறிந்ததாய் கூறினான். ஒரு வேளை டில்லி பாதுஷாவின் கையாளாக இருப்பான் என எனக்கு தோன்றுகிறது.

மேலும் அவன் கையில் ஆட்டுக் குட்டி போல காணப்பட்ட புலி, சிவிங்கி புலி அதாவது யாரையாவது கொல்ல வேண்டும் என்றால் அவர்களின் உடைமைகளில் ஒன்றினை காட்டி மோப்பம் பிடிக்க வைத்து ஏவி விடுவார்கள் எவ்வளவு தூரமாய் இருந்தாலும் அது சென்று காரியத்தை முடித்து விட்டு புறப்பட்ட இடத்திற்கே வந்துவிடும் என விவரித்தார்.

அவருடைய வார்த்தைகள் பெரும்பாலருக்கு அச்சத்தை தந்தது ஆனால் ராணியார் மட்டும் ராயரே, அந்த ஆபத்தான மனிதனை காட்டிலும் அந்த மிருகம் கொடியதாய் தெரிகிறதே. அவை நம் காடுகளில் வாழ்கின்றனவா என விளையாட்டாக கேட்டாள்.

புலியின் ஆபத்தினை உணராமல் வேடிக்கையாக கேள்வி கேட்கும் ராணியாரை பார்த்த ராயர் அவளது தைரியத்தைக் கண்டு ஆச்சரியப்பட்டு அவை நம் நாடுகளில் கொஞ்சம் கொஞ்சமாக குறைந்து வருகின்றன. அவை பெரும்பாலும் மன்னர்கள் தளபதிகள் போன்றோர் வட நாடுகளில் செல்ல பிராணிகளாய் வளர்க்கின்றனர். ஏன் நம் நாட்டிற்கும் தேவைப்படுகிறதா என ராயரும் சிரித்தபடி கேட்டார்.

ஆமாம் ராயரே, பகைவன் நேரில் மோதுகிறான். துரோகிகள் தோளில் அமர்ந்து குரல்வளையினை கடிப்பார்கள். அந்த மாதிரி நபர்களுக்கு இது போன்ற மிருகங்கள் அவசியம் என கூட்டத்தினரை எச்சரிக்கையுடன் பார்த்து சிரித்தாள். மிருகங்களுக்கு ஊழல் செய்ய

தெரியாது, லஞ்சம் வாங்க தெரியாது ஆனால் அவற்றின் எஜமான்கள் சொல்வதை குறிப்பறிந்து செய்து வைக்கும்.

ராணியாரே அந்தக் கொடியவன் சதித்திட்டம் தீட்டி கூட்டுசதியாக விராலிமலைக்கு டில்லி பாதுஷா அனுப்பிய அம்பாய் இருப்பானோ என என் மனது எச்சரிக்கை செய்கிறது. ஆகவே என் கட்டுப்பாட்டில் உள்ள வில்லாளிகள் பத்து பேரை மதுரை வந்தவுடனே விராலிமலை சத்திரத்திற்கு அனுப்பி விட்டேன். இருப்பினும் தாங்கள் சற்று விழிப்புடன் எச்சரிக்கையாக இருங்கள் என ஆபத்தை உணர்ந்து ராயர் எச்சரித்தார்.

கூடத்தில் இருந்தவர்கள் இருவரது பேச்சையும் கேட்டு சற்று அதிர்ந்து போய் இருந்தனர். அமைச்சரே, மனிதனின் விதியை மனிதனே நிர்ணயிக்க முடியாது. அது தெரியாமல் ஆடுகிறான். தான் தோன்றித்தனமாக எனக்கு பக்க பலமாக மீனாட்சியும் சுந்தரேஸ்வரரும் அருள் பாலிக்க மாற்ற முடியாத மக்கள் என்பால் கொண்டிருக்கும் பாசமும், எந்த நேரமும் என் நலத்திற்காகவும் என் நாட்டிற்காகவும் பணி செய்யும் நீங்கள் இருக்கும் வரை எனக்கு எதுவும் நேராது என புன்னகைத்தாள்.

- - - - -

21

திருச்செந்தூர் செந்தில் ஆண்டவர் கோயிலுக்கு சென்ற ஜீவாலா மனது பூராவும் வஞ்சகத்தின் சேரும் சகதியும் நிறைந்திருந்தாலும் தெய்வத்தின் முன்னே பட்டாடை அணிந்து, நகைகள் தங்கம் வைரமாய் ஜொலிக்க பயபக்தியோடு வணங்கி அரியணையில் அமர போட்ட திட்டம் தவறாமல் செயல்பட வேண்டி விரைய ஆரம்பித்தாள். செந்தூரை விட்டு சற்று மனக்குழப்பம் தெளிந்தவளாய் புறப்பட்டாள்.

செந்தில் ஆண்டவன் அர்த்தம் தொனிக்க சிரித்துக் கொண்டே மனிதர், நீங்கள் எல்லாம் வெறும் பொம்மைகள். திருடியவனும், குற்றவாளியும் கூட என் சந்நிதிக்கு வந்து எதை எதையோ வேண்டுகிறார்கள் எதுவுமே வேண்டுதல் இல்லாமல் என் தரிசனம் கண்டுகளிப்போடு செல்லும் சாதாரண ஏழைகளும் இருக்கிறார்கள் அவனவன் கர்மவினைகளின் விளைவே ஏற்றமும் இறக்கமும், புகழும் இகழும். இது புரியாது அதிகார மமதையிலும் அளவற்றச் செல்வத்

திமிரிலும் ஆடி அழிகிறவன் தான் ராணி மங்கம்மாளை கவிழ்த்து விட்டு அரியணை ஏற துடிக்கும் இந்த ஜீவாலா என்ற கொலைகாரி என்றவன் கால தேவனின் கணக்கு என்னவென்று எவனுக்கும் தெரியாது. தெரிந்தால் மனித கூட்டத்தில் ரசனை இருக்காது என தியான நிலையில் கண்களை மூடிக்கொண்டான். அனைத்தும் அறிந்த அந்த ஈசனின் மகன். மதுரைக்கு வந்த ஜீவாலா தமுக்கம் அரண்மனைக்கு சென்று ராணியை சந்திக்காமல் தனது மாளிகையை அடைந்தவள் வாசலில் ஆனந்த களிப்போடு அவள் வருகைக்காக காத்திருப்பவன் போல காளிங்கன் மதுரை சாலையை பார்த்து கொண்டு அங்குமிங்குமாய் நடமாடுவதை கண்டு சற்று திடுக்கிட்டபடி சாரட்டில் இருந்து இறங்கினாள்.

மாளிகை வாயிலில் சாரட் நிற்பதை கண்டுபடிகளில் விழுந்து நடந்தவன் அக்கா என்றபடி அவளை நெருங்கி ஏதோ கூற ஆரம்பித்தவனை சைகை மூலம் நிறுத்தி வேகமாக அரண்மனைக்குள் நடந்தாள். பின் தொடர்ந்த காளிங்கன் முருகன் அருளால் என்னுடைய பிரச்னைக்கு கண்டிப்பாக முற்றுபுள்ளி வைப்பாள் ஜீவாலா என முனங்கியபடி தனது தனி அறைக்குள் நுழைந்தவள் காளிங்கா உள்ளே சீக்கிரம் வா என அவசரபடுத்தியவள் அவன் நுழைந்தவுடன் கதவுகள் தாளிட்டு எதிரில் கண்ட ஆசனத்தில் அமர்ந்தாள்.

அவளை ஏறிட்டு நோக்கியவன் அச்சத்தையும் அவசரத்தையும் அவளது செயலில் கண்டவன் சற்று பயந்தான்.

முட்டாள், மாளிகை வாயிலில் அவசரப்பட்டு உளற நினைத்த உன்னை என்ன செய்வது நீ செய்துள்ள காரியம் பிறருக்குத் தெரிந்தால் நானும் பாதாளச் சிறையில் வாழ்நாளை கழிக்க வேண்டும் என அவளை கடிந்தவள். இந்த அறைக்குள் வேறு யாருமில்லை நீ சொல்ல வந்ததை பயமில்லாமல் கூறலாம் என அன்னை சமாதானப்படுத்தினாள்.

ஜீவாலாவின் ஆதரவான வார்த்தைகளால் பயத்தில் இருந்து விடுபட்டு அவள் அருகில் படபடப்போடு விழிகள் மிரள நீண்ட நேரமாக எதையோ கூறிக் கொண்டிருந்தான். அவனது வார்த்தைகளில் வெளிப்பட்ட வேகம், வன்மம், கொடூரம் என பலவிதமான உணர்ச்சிகளை கேட்டு ஜீவாலாவின் முகப்பாவனையும் மாறிப் போனது.

கொடியவர்களின் சூழ்ச்சியில் சூது வாது அறியா அபப்பாவிகள் அடிமைத்தனமாக வாழ்:நது மடிவது இன்றல்ல நேற்றல்ல மனிதன்

தோன்றிய காலத்தில் இருந்தே தொடர்ந்து நடக்கிறது. இதில் ஜீவாலாவும், காளிங்கனும் விதிவிலக்கல்ல. மனிதன் ஆறாம் அறிவை இழந்து விலங்கினும் கீழாய் மனிதனுக்கு மனிதன் வேட்டையாடி அதில் காணும் வேதனையை அதனை அனுபவிக்கும் போதுதான் ஆண்டனை தேடுகிறான். நான் என்ன பாவம் செய்தேன் என புலம்புகிறான். காரணம் அவன் கண்களை அதிகாரமும் அந்தஸ்தும் மறைத்து விடுகிறது.

காலைப் பொழுது மதுரை மாநகரம் பொன்னிற கதிரவனின் பார்வைபட்டு பளிச்சிட்ட வேளையில் கோயில் நகரமாக கொண்டாடிக் கொண்டிருந்த மதுரை வாழ் மக்கள் அருள்மிகு மீனாட்சி சுந்தரேஸ்வரர் திருக்கோயில் காலை பதிகம் தேவாரம் திருவாசகம் ஓதுவார்களால் முழங்க தென்பாண்டி நாட்டு நாயக்க வீரர்கள் மற்றும் மறவர்கள் சுறுசுறுப்பாக புரவிகளில் அனைத்து தெருக்களில் பாதுகாப்பு கருதி சுற்றி வர கோயில்களில் எழும் மணியோசை நகரெங்கும் முழங்கி எதிரொலிக்க வணிகப் பெருமக்கள் நிறைந்த கீழமாசி வீதி மக்கள் நடமாட்டம் நேரம் அதிகரிக்க கூட்டு வண்டிகளும், பொதிகள் நிறைந்த மாட்டு வண்டிகளும் அதிகம் காண பரபரப்பாய் முகங்களில் மகிழ்ச்சி பிரதிபலிக்க அவரவர் வேலைகளை செய்து கொண்டிருந்தனர்.

தந்தையே, இன்று நடனப் பயிற்சியின் கடைசி நாள் என நடன ஆசிரியர் நேற்று நினைவூட்டி இன்று முன்னதாகவே வரச்சொன்னார் என செல்லப்பிள்ளையாக சுருதி புறப்பட தயார் நிலையில் அமர்ந்திருந்த தந்தை வணிகத்தலைவர் நீலகேசியிடம் தலையை வருடி கொண்டு சிரித்த முகத்தோடு கூறினாள். அதற்குள் அடுத்த அறையில் சமையல் வேலையில் இருந்த சுருதியின் தாயார், அவளை செல்லமாக கடிந்தவளாய், சுருதி எங்களுக்கு என இருப்பதோ நீ ஒருத்திதான் நடனமாடி ராணியோட அரசபையிலா அமர போகிறாய் காலகாலத்தில் உன் மனம் நிறைந்த ஒருவனை மணம் முடித்து இவ்வளவு சொத்தையும் நிர்வாகம் செய்து சந்தோஷமாக இரு என புத்திமதியாக கூறினாள்.

சுருதியோ, நீ ஒரு பத்தாம் பசலி என் தந்தையின் செல்வாக்கிற்கு நான் பெயரும் புகழுடன் வாழப் போகிறேன் அப்படித்தானே தந்தையே என வெளிவாயிலுக்கு வந்தாள்.

நீலகேசியோ அவர்களின் பேச்சை ரசித்து கொண்டு வாயிலுக்கு வந்தவர், தமது காவலர்களையும் உனக்கு பாதுகாப்பாக அழைத்து செல் என கூறியபடி வெளிவாசலில் காவலர்கள் தேடினார்.

தந்தையே ராணியார் ஆட்சியில் பெண் ஒருத்தி பயப்படுவது கோழைத்தனம் என புன்னகைத் தவழ தெருவில் நடக்க ஆரம்பித்தாள்.

நீலகேசியோ மீனாட்சி தாயே அவளை நீ தான் உடன் சென்று பாதுகாக்க வேண்டும் என மனம் குழப்பத்தில் வேண்டினார். அவளோ விரைந்து நடந்தபடி அம்மன் சந்நிதி வழியாக அம்மன் சந்நிதி வழியாக வந்த சுருதி எண்ணற்ற கனவுகள் அவளை இதயத்தில் உதிக்க வெளிவாசலில் நின்றபடி மீனாட்சி அம்மன் திருக்கோயில் முன்பு வணங்கியபடி வடக்கு கோபுரம் வாசல்தெரு வழியாக மகிழ்ச்சி பொங்க நடக்க ஆரம்பித்தாள்.

அடுத்த வீதியில் தங்கம் வெள்ளி ஆபரண கடைகள் நிறைந்து ஆள் நடமாட்டம் தெரிவதை பார்த்தவள், மக்களுக்கு ஆடை ஆபரணங்களில் அலாதி ஆசை என தனது கழுத்தில் கிடக்கும் மாணிக்க மாலையையும் வாங்கித் தந்த தன் தந்தையையும் நினைவில் கொண்டு தனக்குத்தானே சிரித்தாள். இங்குமிங்குமாய் பலர் காணப்பட்டனர்.

அந்த வேளையில் ஏய் நாட்டியக்காரப் பெண்ணே என ஓங்கி குரல் ஒலிக்க கற்பனைகளை களைந்தவளாய் சுருதி திரும்பி பார்த்தாள். வாட்ட சாட்டமான ஓர் முரட்டு இளைஞன் தோளில் ஒரு துணிபை தொங்கவிட்டபடி அவளை நெருங்கினான் சுருதிக்கோ சற்று தடுமாற்றம் குழம்பியவளாய் சற்று சுதாரித்தபடி வாலிபனே யார் நீ என்னை அழைக்க உனக்கு என்ன தைரியம் என வினவினாள்.

நான் உன்னை இந்தப் பகுதியில் தொடர்ந்து கண்காணித்து வருகிறேன், உன் பார்வை என் மீது படாதா என்ற ஏக்கத்தில் இதுநாள் வரை உனது நாட்டியப் பள்ளி வரை தொடர்ந்து வந்தேன். ஆனால் நிறைய மங்கைகளுடன் வருவதால் சற்று பயந்து இருந்தேன்.

எனக்கும் உனக்கும் என்ன தொடர்பு உன்னை யார் என்பதே தெரியாது. என் தந்தையின் பெயரை கேட்டாலே நடுங்கும் நிலையில் கிறுக்கனாக என்னிடம் உளறுகிறாய், விலகிச் செல் என விரைந்து நடக்க ஆரம்பித்தாள்.

அவர்கள் இருவரின் செயல்களைக் கண்டு சற்று கோபப்பட்ட ஆண்கள் அந்த பெண் பெரிய வீட்டுக்காரி போல தெரிகிறது. இவனோ திருடனைப் போல உளறுகிறான் என பேச ஆரம்பித்தனர்.

வேகமாய் நடந்த சுருதியை வேகமாக பின் தொடர்ந்து நடனப்

பள்ளிக்கு பத்து வீடுகளுக்கு முன்பாகவே சாலை ஓரப்பாதையில் சுருதியை, அவளுக்கு முன் நின்று இடது கரத்தை நீட்டி இன்று ஒரு முடிவு தெரிந்தாக வேண்டும் நீ என்னை விரும்புவதாய் கூறினால் போதும் உன்னை விட்டுவிடுவேன் என கண்டிப்போடு உளறினான்.

அந்தச் சாலையில் ஆள் நடமாட்டமும் சற்றுக்குறைவாக இருப்பதால் முரட்டு தைரியமாக அவளது கரத்தை பற்றினான். அவளோ ஆவேசம் கொண்டவளாய் நாலாபுறமும் பார்வையை ஓடவிட்டவள், யாரும் தன்னைத் தவறாக எண்ணி விடுவார்களோ என எண்ணி அவனது பிடியில் இருந்து கரத்தை விடுவித்து கொண்டு கண் இமைக்கும் நேரத்தில் தனது காலில் அணிந்திருந்த காலணியை கழற்றி அவனது முகத்தில் பலமுறை அடித்தாள்.

அதற்குள் இதை எதிர்பார்க்காதவன் கோப ஆவேசமாய் தனது தோளில் கிடந்த துணிப்பையில் இருந்து கொடுவாள் எடுத்து ஆட்கள் நெருங்கி வருவதற்குள் மாணிக்க மாலை அலங்கரித்த வெண்சங்கு கழுத்தில் கொடுவாளால் ஓங்கி வெட்டினான்.

பயங்கரமான சுருதியின் அலறல் கேட்டு ஓடிவந்து குவிந்தவர்கள் அந்த கொடியவனின் கையில் கொடுவாள் கண்டு அஞ்சி நடுங்கினர். வெட்டுண்ட வாழை மரமாய் கால்கைகள் துடிக்க ரத்த வெள்ளத்தில் தரையில் சாய்ந்தாள்.

கூடி நின்றவர்களின் பயமும் மாறுவதற்குள் கொடுவாளை தனது துணிப்பையில் மறைத்தபடி கொடியவன் ஓடலானான். சுருதியை கொலை செய்தவன் சந்து பொந்துகளில் நுழைந்து விளக்குத்தூண் வழியாக ஓட மறைவிடத்தில் இருந்த சிலர் அவனை பின் தொடர்ந்து வைகை கரையோரத்தில் கழுத்தை அறுத்து அவனை கொன்றுவிட்டு மறைந்தனர். மாநகரமே அதிர்ச்சியில் உறைந்தது. வணிக சங்கத்தின் தலைவர் நீலகேசியின் ஒரே மகள், காதல் தகராறில் கொலை செய்யப்பட்டாள் என எல்லா இடங்களிலும் சுருதியை பற்றி கேவலமாய் பேசியதோடு நீலகேசி மகளை இழந்த சோகத்தில் ஆள் வைத்து அவனை கொன்றுவிட்டான் என அவதூறு பரப்பப்பட்டது. மகளை இழந்த சோகத்தில் தன்மேல் கொலைபலியை சுமத்தி வேதனைப்படுத்துகிறார்களே என மனம் பேதலித்தவர் மன நோயாளியாக நடைபிணமானார்.

- - - - -

22

இந்த நிகழ்வு நடந்த நாட்களில் ராணி மங்கம்மாள், சிம்மராயரோடு மறைமுகப் பயணமாய் திருச்சி அரண்மனைக்குச் சென்றனர். அவர்கள் வரவேற்ற நல்லம நாயக்கர் சில நாட்கள் அரண்மனையில் இருக்க வைத்து அவசியமான ஆபத்தான பல நிகழ்வுகளை ஆலோசனை நடத்தினார்.

நல்லம நாயக்கர், விராலிமலை சத்திரத்தில் திடீர் என வந்து மக்களிடையே, அச்சத்தை உருவாக்கி கொண்டிருந்த ருத்ரா பாலாவை கண் காணிக்க அனுப்பிய வில்லாளிகளை அடையாளம் அறிந்து கொண்டவன் பாதிப்பேரை அவனிடம் உலவிய புலியை வைத்தே கொன்று விட்டான். மீதமுள்ளவர் பயந்துபோய் சத்திரத்தை விட்டு வெளியேறி விட்டார்கள் என சற்று மனக்குறையோடு கூறினார்.

ராயருக்கு அதிர்ச்சியை கொடுத்தது அந்த செய்தி. ராணியாரோ வெகுண்டு எழுந்தவள் நமது வில்லாளிகளை எங்கிருந்தோ வந்த கொடியவன் கொன்றான் என்பது எவ்வளவு வேதனையாக உறுத்துகிறது. அமைச்சரே வாருங்கள் அவனை சத்திரத்திலேயே வெட்டி எறிவோம் என கடிந்தாள்.

ராயரோ, பொறுங்கள் அவன் ஆபத்தானவன், அவனுக்கு நம் அரண்மனைக்குள் உதவியாக உளவாளிகள் யார் என அறிந்த பின் அவனை முடிப்போம். நாம் ஸ்ரீரெங்கநாதரை கோயிலுக்கு சென்று தரிசித்து விட்டு மதுரைக்கு கிளம்புவோம் என கிளம்ப தயரானார்.

கோயில் தரிசனம் கண்டு அன்றே இரவு பலத்த பாதுகாப்போடு மதுரை வந்தடைந்தனர். ஆனால் தமுக்கம் அரண்மனையில் காணப்பட்ட அனைவரும் ராணியையும் ராயரையும் கண்டு சற்று தயங்கிய படி மதுரையில் அவர்கள் இல்லாதபோது நடந்து முடிந்த கொடூர சம்பவத்தை கேட்டு என்ன நடக்க போகிறதோ என பயந்த நிலையில் இருவரும் இருந்த கூடத்திற்கு ஜீவாலா வந்தவள் அவர்களுக்கு கரம் கூப்பி வணங்கினாள்.

ராயரோ, அவளது நரித்தனத்தில் ஏதோ ஒன்றை கூறத்தான் ராணியாரிடம் நடிக்கிறாள் என புரிந்து கொண்டவர், ஜீவாலா உன் பணிவான வணக்கம் வித்தியாசமாக தெரிகிறதே என கேலி செய்தார். ராணியும் அவளை பார்த்துப் புன்னகைத்தார். அந்த சமயத்தில் இருவீரர்கள் தொடர தளவாய் உள்ளே நுழைந்து எதிரில் இருந்த ராணியையும், அமைச்சரையும் தலை தாழ்த்தி வணங்கினார்.

தளவாய் முகம் வாடிய நிலையில் சோகம் ததும்ப காட்சியளிப்பதை கண்டு குறிப்பறிந்த ராயர் தளவாய் உடல் நலம் பாதிப்பா வேறு ஏதேனும் என பேச்சை நிறுத்தினார்.

ஜுவாலாவோ தான் சொல்ல வந்ததை தளவாயே கூறி விடுவார் என அவரை ஏறிட்டு பார்த்தாள்.

அதை கண்டு கொள்ளாத தளவாய், ராணியாரே, தாங்கள் தலைநகரில் இல்லாத வேளையில் கொடூரமான துக்க நிகழ்வு நடந்து விட்டது என வார்த்தைகள் தழுதழுக்க பணிவுடன் தெரிவித்தார்.

என்ன கொடூரமான துக்க நிகழ்ச்சி என இருவரும் ஒரு சேர கோபமாய் வினவினர்.

ஆமாம் மந்திரியாரே நமது காவலாளிகள் பலர் அந்தப் பகுதியில் இருந்தும் தடுக்க முடியாமல் போய் விட்டது.

என்ன நடந்தது என வேகமாய் விளக்குங்கள் என அவசரப்பட்டார் ராணி

மேலமாசிவீதி நடனப் பள்ளியில் நகர வணிகத்தலைவர் நீலகேசியின் ஒரே மகள் சுருதி மற்றும் பலர் நடனம் பயின்று வந்திருக்கின்றனர். ஆனால் சுருதியின் மேல் காதல் கொண்ட இளைஞன் ஒருவன் பல மாதங்களாய் பின் தொடர்ந்து காதலை வெளிப்படுத்த முயன்றதாக தெரிகிறது.

அவளைத் தனிமையில் சந்திக்க நேரம் பார்த்திருந்தவன் சில நாட்களுக்கு முன் காலப்பொழுதினில் சுருதி நடனப் பள்ளிக்கு கிளம்பி வருவதை நோட்ட மிட்ட படி பின் தொடர்ந்து மேலமாசிவீதி நடனப் பள்ளிக்கு அருகில் சுருதி செல்லும் பொழுது ஆள் நடமாட்டம் குறைவாய் தெரிவதை சாதகமாக பயன்படுத்தி அவளுடன் தகராறு செய்து கைப்பிடித்து இழுத்து அசிங்கப்படுத்தி இருக்கிறான். அதை கண்டு கூடிய கூட்டம் அருகில் வருவதை விரும்பாதவள் கோபம் மேலிட தனது காலணியை கழட்டி பலமுறை சுருதி அடித்திருக்கிறாள்.

அதில் ஏனோ வெகுண்டவன் திட்டமிட்டது போல தனது தோளில் கிடந்த துணிப்பைக்குள் இந்த கொடுவாளை எடுத்து சுருதியை யாரும் எதிர்பாராத நிலையில் கூட்டத்தினர் பயந்து நடுங்க கழுத்தில் வெட்டி சாய்த்தான்.

மீண்டும் அவன் சுதாரித்தது போல பதற்றம் மாறி தன்னை பிடிக்கவந்து விடுவார்களோ என கண்ணுக்குத் தெரிந்த சந்து பொந்துகளில் ஓடி மறைந்துவிட்டான்.

ராணியும் ராயரும் தளவாயின் ஆபத்து கலந்த நடந்து முடிந்த அந்த நிகழ்வு செய்தியினை கேட்டு துடித்தபடி சுருதி பிழைத்துக் கொண்டாளா என வேதனையுடன் கேட்டனர்.

இல்லை ராணியாரே அந்த இளம் நங்கை ரத்த வெள்ளத்தில் உயிர் துடிக்க வெட்டுண்ட மரமாய் உயிரிழந்து சவமாய் காணப்பட்டாள் என அந்த சேதி சொன்ன தளவாய் கண்ணீர் பெருக்கெடுக்க கோவென அழுதார் துக்கம் தாளாமல்.

ராணியாரோ இந்தக் கொடுமை செய்தி கேட்டு கண்ணீர்த்துதும்ப சிலையென ஆனார். ராயரோ, மனதை கல்லாக்கி கொண்டு தளவாயை, பார்த்தபடி நீங்கள் அந்த கொலைகாரனை பிடித்து வைத்திருக்கிறீர்களா என கோபம் மேலிட இடையில் இருந்து வாளை உருவினார்.

இது தான் தருணம் என அவரின் பேச்சைக் கேட்டு முடித்த ஜீவாலா உங்கள் வாளுக்கு வேலை இல்லை அமைச்சரே என இடையில் புகுந்தாள்.

என்ன சொல்கிறாய் உனக்கு கொஞ்சம் கூட இரக்கம் பிறக்காதா சுருதியும் உன்னை போல பெண் தானே என கோபபட்டார் அமைச்சர்.

நான் இரக்கம் இல்லாதவள் அல்ல அமைச்சரே நானும் வேள்விபட்டு மிகவும் துயரமடைந்து என் காவலர்களை விட்டு தீர விசாரித்தேன் சுருதி அழகி என்றும், நகர வணிக தலைவர் நீலகேசி மகள் ஒருவளே என்றும், சில மாதங்களாக மேலமாசிவீதி நடன பள்ளியில் நடனம் பயின்று வந்தவள். காதலில் சிக்குண்டு இருக்கிறாள். அதன் விளைவு காதலித்தவனை கைபிடிக்க மறுத்தாள்.

சினம் கொண்டு அவளை வெட்டி சாய்த்து விட்டான் என ராணியை ஏறிட்டு நோக்கினாள்.

ராணியோ வேதனைபட்டவளாய் கொலைகாரனை நமது வீரர்கள் பிடித்து விட்டார்களா என அவனை பற்றி அறிய வேகமாய் கேட்டாள்.

அவளது, வேகத்தினை அறிந்து ஜீவாலா அங்கு தான் தவறு நடந்து விட்டது. தீ போல இந்த கொடூரச் சம்பவம் நகரமெங்கும் பரவ நீலகேசிக்கு தகவல் சென்றடைந்தது. அந்த மனிதன் பொல்லாத துயரம் கண்டவர் கோபத்தில் தனது ஆட்களை அனுப்பி தேடச் சொல்லி இருக்கிறார். நமது வீரர்களும் சல்லடை போட்டு தேடி இருக்கிறார்கள். ஆனால் என நிறுத்தினாள்.

அமைச்சரோ குழம்பியபடி ஜீவாலா, என்ன ஆனது என நிறுத்தி விட்டாய், கோபம் கொப்பளிக்க விரைவாகச் சொல் என்றார்.

அவன் கிடைக்கவில்லை ஆனால் அவனது சவம் மட்டும் ரத்தக்கறைகளோடு வைகை ஆற்றங்கரை ஓரத்தில் கிடந்தது. அந்த பகுதியில் இருந்தவர்களை விசாரித்ததில் அந்த கொலைகாரனுக்கும் அவனை விரட்டி கொண்டு வந்தவர்களுக்கு கடுமையாக வாள் சண்டை நடந்து வந்தவர்கள் அவனை கொடூரமாக கொன்று விட்டார்கள். அதுபற்றி விசாரித்ததில் அவனை தாக்கியவர்கள் நீலகேசியின் ஆட்கள் என கூறினார்கள் என்பதை படபடப்புடன் சொல்லி முடித்தாள். அவளது முகத்தில் மனச்சுமையை இறக்கிவைத்தது போன்று நிறைவை வெளிப்படுத்தியது.

நாம் இல்லாத பொழுது இப்படி ஒரு துயரச் சம்பவம் நிகழ்ந்தது மனம் வேதனை அடைகிறது. அமைச்சரே நீங்கள் இதுபற்றி உங்களுடைய போக்கில் தீர விசாரித்து எனக்கு தெரிவியுங்கள் என மன வேதனையோடு ஆணையிட்டாள்.

மேலும் தளவாய் ராணியாரே, இது குறித்து நீலகேசியிடம் விவரங்கள் சேகரிக்க சென்ற பொழுது சுருதியின் தாயார் செய்தி கேட்ட சில வினாடிகளில் சவமாக உயிரிழந்து போனார். நீலகேசியோ மனம் பேதலித்து பைத்தியமாகி விட்டார். தற்பொழுது அவருடைய உடமைகள் அனைத்தையும் ஜீவாலா கண்காணிப்பில் கொண்டு வரப்பட்டு உள்ளது.

ராயரோ தளவாய் சொன்ன சேதி கேட்டு அதிர்ச்சியுற்றவர் நீலகேசியின் உடைமையை தனதாக்கி கொண்டுள்ளது. ஏதோ ஓர் உறுத்தலாய் சந்தேகத்தோடு ஜீவாலாவை நோக்கினார்.

தன் பால் தளவாயின் வார்த்தைகளால் ராணியார் சந்தேகப்பட்டுவிடக் கூடாது என முந்திக் கொண்ட ஜீவாலா நீலகேசிக்கு வேறு யாரும் இல்லாததால் பொறுப்பாக தப்பு நடக்காமல் இருக்கவே எனது கண்காணிப்பில் கொண்டு வந்தேன் எனச் சமாளித்தாள்.

மனத்தளவில் அவள் வார்த்தையை ஒப்புக் கொண்டவள் மதியமைச்சரையும் தளவாயையும் கண்களால் அவளை கண்காணிக்க உத்தரவிட்டாள் ராணி.

இதை காணாத ஜீவாலா மிகுந்த மகிழ்ச்சி ததும்ப எப்படியோ ஓர் சிக்கலை தீர்த்து விட்டோம் என்ற சிந்தனையில் எனக்கு என்

மாளிகையில் சற்று ஓய்வு எடுக்க தோணுகிறது. காரணம் திருச்செந்தூர் கோயிலுக்கு சென்று வந்த பிரயாணக் களைப்பு தான் ராணியாரே எனக்கு விடை தாருங்கள் என ஏதோ அவசரப்பட்டு கிளம்பினாள்.

அவளுடைய வேகத்தில் கண்ட அவசரம் ராணியை சந்தேகப்பட வைத்தது. தளவாய் நீங்கள் ரகசியமாய் பின் தொடர்ந்து அவனது அவசரத்தின் காரணமும் அதன் நிகழ்வுகளையும் தெரிந்து எங்களை சந்தியுங்கள் வேகமாக கிளம்புங்கள் என உத்தரவிட்டார்.

காலச் சுழற்சியில் மனிதனின் நிலை ஒரே மாதிரியாய் இருப்பதில்லை நேற்று போல் இன்று இல்லை இன்று போல் நாளை இல்லை இது ஆண்டவனின் விளையாட்டு.

- - - - -

23

விராலிமலை மங்கம்மாள் சத்திரத்திற்கு வந்த வில்லாளிகள் பத்துப் பேரும் பொறுப்பாளரை அணுகி பேச ஆரம்பித்தனர். அவர்களில் ஒருவன் மறைவாக முத்திரை மோதிரத்தை அடையாளம் காட்டி ராயர் அனுப்பி வைத்ததையும் சில நாட்கள் சத்திரத்தில் தங்க நான்கு அறைகள் கேட்டு அனுமதி பெற்றான்.

காலைப் பொழுதில் ருத்ரபாலா அறைவாசலில் அமர்ந்து கொண்டு புலியோடு விளையாடுவதை தனித்தனியாக அறைகளில் இருந்து கவனித்தவர்கள் கொடூரமான கொலையாளியாய் தோன்றுகிறான் நாம் எச்சரிக்கையாக செயல்பட வேண்டும் என யோசித்தவர்கள். அவன் புலியோடு விளையாடிக் கொண்டே அவர்கள் சத்திரத்திற்குள் நுழைந்தைக் கண்காணித்து கொண்டு சத்திரக் காப்பாளரிடம் பேசிக் கொண்டிருந்ததை நோட்டமிட்டதையும் அவர்கள் கவனிக்க தவறிவிட்டனர். அதன் விளைவு சில நாட்களில் அவர்கள் மேல் புலியை ஏவி விட முயற்சி செய்து செயல்பட ஆரம்பித்தான். ருத்ரபாலா புலியோடு விளையாடி கொண்டிருந்ததை அனைத்து அறைகளில் தங்கி இருந்தவர்கள் அவன் ஏதோ வேடிக்கை காட்டுபவன் என எண்ணி அதை பெரிதாக நினைக்காமல் வேடிக்கை பார்த்து கொண்டிருந்த நேரத்தில் எதிர்பாராத நிகழ்ச்சி நடந்தது.

கூச்சலும் குழப்பமும் மேல் ஓங்கி தங்கி இருந்தவர்கள் அங்குமிங்கு பாய்ந்து பலரும் ஒளிய ஆரம்பித்தனர். ருத்ரபாலா

விளையாடிய புலியின் கழுத்தில் கட்டி இருந்த இரும்பு சங்கிலிதனை கழற்றி விட்டு ராட்சசனாய் கத்த ஆரம்பித்தான். அவனது பிடியில் இருந்து வெளியேறிய புலி சினம் கொண்டதைப் போல வெராண்டா முழுதும் ஆட்களை மோப்பம் பிடித்தது. ஓடிய நபர்களை விரட்ட ஆரம்பித்து வில்லாளிகள் நால்வர் தங்கிய அறைக்குள் நுழைந்தது. வில்லாளிகளில் ஒருவன் அம்பு எய்வதற்கு முனைந்த போது அவனது கழுத்தை குறிவைத்து பாய்ந்து குதறியது. திடீர் தாக்குதலில் மிரண்ட மற்ற மூவரும் விழித்த வேளையில் தாக்கிய வில்லாளியை விட்டு விட்டு மற்ற மூவர் மீது பாய்ந்து குதறியது. புலி தாக்குதலில் நால்வரும் அலறிய குரல் சத்திரமே அதிர்ந்தது.

சிறிது நேரத்தில் கொடூரக் காட்சிப் பொருளாய் புலியின் வாயில் குருதி வடிய முன்கால்களில் ரத்தக் கறை காண அறையை விட்டு வெளிவந்தது.

அறையில் அலறிய வில்லாளிகளின் குரல் கொஞ்சம் கொஞ்சம் அடங்கி ஒடுங்கியது. சத்திரத்தில் இருந்த மற்றவர்கள் நடுங்கிப் போய் அவரவர் அறைக்குள் சென்று கதவுகளை தாளிட்டு சன்னல் வழியாக நோக்கினர்.

ருத்ரபாலாவும் ஏதோ மனநிறைவு கண்டவன் போல முற்றத்தில் அமர்ந்திருந்தான். சத்திரக் காவலாளிகளும், காப்பாளரும் என்ன செய்வது என்று தெரியாமல் பயந்து அடங்கி போனார்கள்.

வில்லாளிகளின் அறைக்குள் இருந்து வெளிவந்த புலி நேராக ருத்பாலாவிடமும் செல்லாமல் மூச்சிறைக்க சத்திரத்தை விட்டு வெளியேறி சாலையில் வேகமாய் ஓட ஆரம்பித்தது. காலைப்பொழுது என்பதால் சாலையில் விராலிமலை குடிமக்கள் தென்பட்ட நிலையில் ஆவேசத்துடன் ஓடி கொண்டிருந்த புலியை பார்த்தவுடன் அச்சம் மேலிட கூக்குரல் எழுப்பி பயந்து ஓடி மறையலானார்கள்.

புலியோ சாலை ஓரமாகப் படர்ந்து காணப்பட்ட அடர்ந்த மரங்கள் நிறைந்த பகுதிக்குள் தாவி ஓடி மறைந்தது.

கண் இமைக்கும் நேரத்தில் நடந்து முடிந்த அந்த கொடூர நிகழ்ச்சியில் உறைந்து கிடந்த காப்பாளர் மற்றும் இரு அரசு காவலாளிகள் தன்னிலைக்கு வந்தவர்களாய் காவலாளிகளே, அந்த கொடிய மிருகத்திற்கு சொந்தக்காரன் இதோ அமர்ந்திருக்கிறான். அவனை விசாரித்து கைது செய்து மதுரைக்கு இழுத்து செல்வோம்

இந்நிகழ்வை அமைச்சர் அறிந்தால் நம்மூவரின் உயிருக்கு ஆபத்து! பாவம் அந்த வில்லாளிகள் எனக்கூறிக் கொண்டே காவலாளிகள் தொடர ருத்ரபாலவை நெருங்கினான்.

அதற்குள் தனி அறையில் தங்கி இருந்த மீதி வில்லாளிகளை காணவில்லை என ருத்ராவிடம் உடன் இருந்த அவனது பணியாளர் தலை தெறிக்க பதறிபோய் ஓடிவந்து கூறினான்.

அந்த செய்தி கேட்டு கொதித்துப் போன ருத்ரா அதை வெளி காட்டாமல் காப்பாளரே, என்னை மன்னியுங்கள் பயணக் களைப்பில் புலிக்கு இரை கொடுக்க மறந்து விட்டேன். அதன் விளைவு வெறி ஏறி அந்த அறையில் இருந்த மூவரை அடித்து கொன்று பசி தீர்த்து கொண்டது. அதை நெருங்க நானே அச்சப்பட்ட சூழலில் சத்திரத்தை விட்டு வெளியேறி அதோ அந்த மலைக்குள் சென்று மறைந்து விட்டது என சுவராஸ்யமான கதையை ஒப்பித்தான்.

காப்பாளரோ, ருத்ரா, நீ யாத்ரீகன் என சொன்னதால் உனக்கு அனுமதி தந்தேன் ஏதோ புலியை காட்டி வேடிக்கை காட்டுவாய் என நினைத்தேன். ஆனால் நீ ஒரு விஷப் பூச்சியாய் தெரிகிறாயோ என கோபபட்டு உனக்கு அந்த மூவரை பற்றி தெரியுமா அல்லது ஏமாற்றுகிறாயா என்ற படி அவனைத் தண்டிக்க துடித்தான்.

ஆனால் ருத்ரா தப்பிய மீதி வில்லாளிகள் எங்கு சென்றிருப்பார்கள் என்ற சிந்தனையில் கோபபடாதீர்கள் காப்பாளரே, நீங்கள் கூறியது போல நான் அந்தப் புலியை வைத்து ஊர் ஊராய் சென்று வித்தை காட்டுபவன். அந்தப் புலி தாக்கிய மூவரும் எனக்கு யாரென்றே தெரியாது. இனி நான் பிழைப்பதற்கு என்ன செய்வேன் என நீலிக் கண்ணீர் வடித்து கோவென அழுதான்.

அவனுடைய நிலையை பார்த்த காப்பாளர் அமைச்சர் சொல்வதை நம்புவதா இந்த ருத்ரனின் நிலை கண்டு இவனை வெறுப்பதா என குழம்பியபடி காவலர்களே. இவன் கூறுவது உண்மையாக இருக்குமா என்று அவர்களின் விருப்பத்தை கேட்டான்.

அவர்களும் ஐயா இப்படி கண்ணீர் விட்டு அழுபவன் பொய்யனாக இருக்க மாட்டான் என்று எங்களுக்குத் தோன்றுகிறது என்றார்கள். ருத்ரனோ அவர்களின் உரையாடலை கேட்டு தனக்குள்ளே நகைத்தபடி எனது உடைமைகள் மற்றும் எனது பணியாளை இங்கே அறையில் தங்க வைத்து புலியை தேடிச் செல்கிறேன். விரைவில் வந்து

விடுவேன் அதற்கு உங்கள் அனுமதி வேண்டும் என, கெஞ்சுவது போல் நடித்தான். உன் நிலையை பார்த்தால் பரிதாபமாக உள்ளது. மனதை தைரியப்படுத்தி கொண்டு சென்று வா அந்த மலையில் நிறைய மிருகங்கள் திரிகின்றன. உஷாராக உன் கையில் ஆயுதத்தோடு சென்றுவா என காப்பாளன் இரக்கப்பட்டு அனுமதி கொடுத்தான்.

- - - - -

24

தமுக்கம் அரண்மனையில் ராணியார், ருத்ரனின் வருகையும் அதனால் ஏற்பட்ட உயிர்ப் பலி மேலும் சுருதியின் கொலை நிகழ்வு என பல பிரச்னைகளை பற்றித் தீவிரமாக விவாதித்து கொண்டிருந்த வேளையில் அரண்மனை காவலாளி ஒருவன் விரைந்து வந்து அவர்களது அறைவாயிலில் நின்றபடி ராணியார் அவர்கள் மன்னிக்க வேண்டும் சிரம் தாழ்த்தி நிமிர்ந்து வணங்கி நின்றான்.

என்ன காவலா, அவசரமா என கேட்டார் ராயர். இரண்டு வில்லாளிகள் தங்களை உடனே சந்தித்து ஆபத்தான அவசரச் செய்தியை கூற வேண்டுமாம். மேலும் அவர்கள் விராலிமலை சத்திரத்தில் இருந்து வந்ததாக கூறுகின்றனர் என்றான் காவலாளி.

திடுக்கிட்ட ராணி விராலிமலையின் சத்திரத்தில் இருந்து வருகிறார்களா உடனே அவர்களை அழைத்து வா உத்தரவிட்டார். விரைந்த காவலன் வில்லில் கிளம்பிய அம்பு போல சென்று வில்லாளிகள் இருவரையும் அழைத்து வந்தான்.

வீரர்களாய் செயல்பட்ட வில்லாளிகள் ராணியின் கால்களில் விழுந்து வணங்கியபடி கண்ணீர் மல்க, ராணியாரே எங்களை மன்னித்து விடுங்கள்.

அந்த கொலைகாரன் ருத்ரபாலா சத்திரத்திற்குள் நுழையும் போதே எங்களை நோட்டமிட்டு கண்காணித்ததை நாங்கள் கவனிக்க தவறிவிட்டோம். அதன் விளைவு திட்டமிட்டு கொல்லப்பட்ட வில்லாளிகளின் உடைமைகளை எப்படியோ திருடி புலிக்கு மோப்பத்தை உண்டாக்கிவிட்டு அவர்களை புலியின் தாக்குதலில் கொன்று விட்டான் என அழுதனர்.

இதை கேட்கவே சங்கடப்பட்டார் ராயர், புலியின் தாக்குதல்

நேரத்தில் அவனது அந்த புலியையும் கொலைகாரனையும் அம்பு எய்து கொன்று இருக்கலாமே என ஆத்திரப்பட்டாள் ராணி.

புலியின் தாக்குதலால் கலவரமடைந்து சத்திரத்தில் இருந்தவர்கள் அறைகளை விட்டு அங்குமிங்குமாய் ஓடத் தொடங்கினர். ஆனால் ருத்ரனின் கழுகுப்பார்வை மீதமுள்ள எங்கள் மேல் திரும்புவதை உணர்ந்தவர்கள் பதறிப் போய் வெளியேறினோம். அதில் இருவர் திருச்சி அரண்மனைக்கு அமைச்சரை சந்தித்து தகவல் சொல்ல கிளம்பினர். நாங்கள் மதுரைக்கு வருவதற்கு கால தாமதமாகி விட்டது எனக் கூறி தங்களது இயலாமையை எண்ணி கூனி குறுகி நின்றனர்.

வெட்ககேடு வில்லாளிகளே என கோபப்பட்டு இடையில் இருந்து வாளை உருவி அவர்களை தண்டிக்க முயன்றார் ராயர். அமைச்சரே என தடுத்த ராணி வில்லாளிகளே, உங்களது அச்சம் எனக்கு புரிகிறது. இப்பொழுது அந்த கொடியவனும் புலியும் சத்திரத்தில் தான் உள்ளனரா சந்தேகக் குறியோடு கேட்டாள்.

புலி நமது ஆட்களை தாக்கியதோடு ஆக்ரோஷமாக சத்திரத்தை விட்டு வெளியேறி சாலையை ஒட்டி காணப்பட்ட மலைப்பகுதிக்குள் மறைந்தது. ஆனால் அந்த கொலைகாரனை தண்டிக்க விசாரிக்க வந்த காப்பாளரிடம் எங்களைப் பற்றி எதுவும் தெரியாது என்று வேடிக்கை காட்ட வைத்திருந்த புலிக்கு பிரயாணத்தில் வந்த களைப்பினால் உணவு அளிக்காமல் மறந்து போனதால் புலி சினம் கொண்டு தாக்கியதாக ஒருவன் அலறி நீலி கண்ணீர் வடித்தான்.

ராயரோ துடிப்போடு அந்த காப்பாளன் அவனை நம்பிவிட்டானா? ஆமாம், அதோடு அவன் புலியை பிடித்து வருவதாக கூறி அனுமதி வாங்கி சத்திரத்தை விட்டு கிளம்பி விட்டான். வில்லாளி புலம்பினான்.

இவை அனைத்தையும் அவன் அறியாது நோட்டமிட்டு தகவல் தெரிவிக்க உயிரைப்பிடித்தபடி தங்களை காணவந்தோம். அபயக்குரலாய் வெளிப்படுத்தினான் ஒருவன்.

- - - - -

25

ராணியாரின் உத்தரவில் ஏதோ ஓர் உண்மை அடங்கி இருக்கும். இதுவரை ஜீவாலாவை தனது அரண்மனையில் வைத்து

நேசித்து உறவாடியவர் இன்று சந்தேக கண் கொண்டு உளவு பார்க்க சொன்னது தளவாய்க்கு அளவில்லா மகிழ்ச்சி. எங்கிருந்தோ வந்து அரண்மனைக்குள் புகுந்து அத்தனைப் பேரையும் ஆட்டி படைக்கும் வித்தைகாரி ஜீவாலா மேல் ஆரம்பத்தில் இருந்தே வெறுப்பில் இருந்தவர் அமைச்சர் சிம்மராயரோடு இணக்கமாய் செயல்பட்டு கொண்டிருந்தார். தற்பொழுது சுருதி கொலை ருத்ர பாலா திடீர் பிரவேசம் புலியால் தாக்குண்ட வில்லாளிகள் என பிரச்சினைகள் புதுசு புதுசாக கிளம்புவது ராணிக்கு மனவேதனை கொடுத்ததோடு மரைக்காயர் அப்துல்லா டில்லி பாதுஷாவோடு உறவாடிய பாளையக்காரர்களின் துரோகம் மேலும் பேரன் விஜயரங்கனின் அரியணை மோகம் தவிர மணிமகுடம் தரித்து அரியணையை பிடிக்க தூரத்து பங்காளிகளின் குழப்பம் என அனைத்தையும் நினைவு கூர்ந்த தளவாய் அரண்மனை பதவி என்பது முள் படுக்கையை போன்றது. வெளிப்பார்வைக்கு பளிச்சென தெரியும் என எண்ணிக் கொண்டே ஜீவாலாவின் மாளிகை நெருங்கி புரவியை விட்டு விட்டு இறங்கினார். மாளிகை மறைவில் புரவி விட்டுவிட்டு இருளில் மறைந்தார்.

தமுக்கம் அரண்மனையிலிருந்து அவசர அவசரமாய் ஜீவாலா களிப்போடு சாரட் வண்டியில் தன் மாளிகைக்கு மனம் வானத்தில் பறக்கும் சிட்டுக்குருவி போல ஆனந்தத்தில் பறக்க ஆரம்பித்தது. தம்பி காங்கேயன் பிரச்னையை தடயமில்லாமல் மறைத்தது அவளது மனதில் கருங்கல்லாய் பாரமாக கனத்தது. கரைந்து போனது போல மாளிகை வாயிலில் சாரட் வண்டி நிற்க வேகமாக இறங்கியவள் தனது அறைக்குள் நுழைந்தாள்.

அங்கே காளிங்காராயன் நகைப் பெட்டி கையில் பளிச்சிட் அக்கா. வா உனக்காகத்தான் எதிர்பார்த்த படி வாயிலை நோக்கிய வண்ணம் இருக்கிறேன். எல்லா நல்ல படியாய் முடிந்துவிட்டது என நினைக்கிறேன் என்று கூறிக் கொண்டே அவள் காலில் விழுந்து வணங்கினான்.

காளிங்கா முதலில் எழுந்திரு என்றவள் உனக்கு எல்லாம் தெரியுமா என படபடப்போடு வினவினாள்.

முதலில் நான் தரும் பரிசாக இந்த வைர நெக்லசை பிடி என நகை பெட்டியை கொடுத்தவன் அவ்வளவு செய்து முடித்த நீ ராணியிடம் எப்படியும் கச்சிதமாக காரியம் சாதித்து விடுவாய் என எனக்குத் தெரியும் என்றபடி அளவுக்கதிகமாக புகழ்ந்தான் காளிங்கன்.

அந்தச் சூழலில் மாளிகைக்குள் ஆவென அலறல் ஒலிக்க அச்சத்தில் காவலாளிகளும் பணிப்பெண்களும், அங்குமிங்குமாய் அலைய ஆரம்பித்தனர். காங்கேயனும் ஜீவாலாவும் திடுக்கிட்டபடி ஒருவரை ஒருவர் பார்த்து கொண்டு அறை வாயிலுக்கு வெளியில் வந்தனர்.

அவர்களைக் கண்ட ஒரு காவலாளி அச்சம்மேலிட மாளிகைக்குள் கறுப்பு அங்கி அணிந்த முகமூடி உருவம் திடீரென தோன்றி வாயிலில் நின்ற காவலர்களை வாள்வீச்சில் வீழ்த்தி விட்டு மாளிகைக்குள் நுழைந்து விட்டது என்றான். முகமூடி உருவமா என ஜீவாலா ஓங்கி ஒலிக்க அக்கா, பயப்படாதே என் உயிரே போனாலும் அந்த முகமூடியை பிடித்து உன் காலில் மண்டியிட வைக்கிறேன். என உருவிய வாளோடு மாளிகைக்குள் காவலாளிகள் தொடரத் தேட தொடங்கினான்.

ஜீவாலாவோ அச்சம் கொண்டவளாய் இரும்புக் கோட்டை போல பலத்த பாதுகாப்பு இருக்கும் என் மாளிகைக்குள் முகமூடி நுழைந்திருக்கிறான் என்றால் அவன் அசுர பலம் கொண்ட புத்திசாலியாகத்தான் இருக்க வேண்டும். எதிரிகளை துச்சமாக எண்ணிவிடக்கூடாது என அவளது உடைக்குள் மறைத்து வைத்திருந்த குறுவாளை தொட்டு பார்த்தபடி தனது அறைக்குள் சென்று தாளிட்டு விட்டு சிந்தனையோடு ஆசனத்தில் அமர்ந்தாள் கண்கள் மூடியபடி.

சில நொடிகளில் அவளது முதுகுப்புறத்தில் ஏதோ அழுத்துவது போல திரும்பியவள் பரபரப்போடு எதிரில் கண்ட காட்சி அவளை தடுமாற வைத்தது.

எதிரே பளபளக்கும் நீள்வாளுடன் முகமூடி உருவம் புன்னகைத்த வண்ணம் ஜீவாலா முகமூடி எப்படி நம் அறைக்குள் இவ்வளவு பாதுகாப்பையும் கடந்து தைரியமாய் நிற்கிறானே என்ற வேளையில். இடைக்குள் இருந்த குறுவாளை எடுத்து அவன் மீது வீசினாள். அதை லாகுவாக வாளை கொண்டு தடுத்த முகமூடி பரவாயில்லையே, பாதுகாப்பு தீவிரமாக இருந்தும் உனக்கு நம்பிக்கையில்லாமல் இடையில் குறுவாளை மறைத்து வைத்திருக்கிறாயோ எச்சரிக்கையானவள் என அவள் அருகில் நெருங்கி கலகலவென பயமில்லாமல் சிரித்தான் அந்த முகமூடி.

ராணியே எனக்கு அடங்கி கிடக்கும் போது முகத்தை மூடி

கொண்டு பயந்து பேசும் கோழையே யார் நீ, உனக்கு என்ன வேண்டும் என கோபப்பட்டு ஓங்கி கத்தினாள்.

ஜீவாலா கோபத்தை குறைத்து அடங்கு, நீயும் நானும் ஒரே இனம் என்று கூறியவன் இடது கரத்தில் விரலில் அணிந்த இந்த முத்திரை கணையாழியை நீட்டினான்.

விளக்கொளியில் மின்னிய அந்த கணையாழியை கண்டு திடுக்கிட்டவள் சற்று பயந்தவளாய் கணையாழியை காட்டிய நீ முகமூடி நீக்கி யார் என் காட்டு ஆவேசப்பட்டாள்.

மீண்டும் முகமூடி சிரித்தபடி முகமூடியை நீக்கியவாரே எனக்கு உன்னை தெரியும் ஆனால் உனக்கு என்னை தெரியவில்லை. நான் தான் ருத்ரபாலா விராலிமலை சத்திரத்தில் இருந்து வருகிறேன் என பயமில்லாது எதிரில் கிடந்த ஆசனத்தில் அமர்ந்தபடி வேடிக்கையாக ஜீவாலாவை நோக்கினான்.

ருத்ரபாலா சற்று நெருங்கியபடி மெல்ல உச்சரித்தவளை டில்லி பாதுஷா அனுப்பி வைத்த உளவாளி என அவன் காட்டிய கணையாழியை வைத்து தெரிந்து கொண்டாள்.

நிலைமையைச் சமாளிக்க முயன்றபடி ருத்ராபாலா உன்னைப் பற்றி பாதுஷா கூறி இருக்கிறார். ஓலை சுருள் செய்தி மூலம், இப்பொழுது கட்டுக்காவல் பலமாய் இருந்த என் மாளிகைக்குள் நீ நுழைந்தது பாராட்டுக்குரியது என அவனைப் புகழ ஆரம்பித்தாள்.

ஜீவாலா, நான் முடிக்க வேண்டிய செயலை முடித்து விட்டு வெளியேற வேண்டும். மேலும் நீ ராணியாரின் உடைமையை என் பணியாள் மூலம் கொடுத்து விட்டது கிடைத்தது.

உனது அமைச்சர் சிம்மராயர் அனுப்பிய வில்லாளிகளை சத்திரத்திலேயே புலிக்கு உணவாக்கினேன். மீதிப் பேர் தப்பிவிட்டார்கள் அநேகமாக தமுக்கம் அரண்மனையில் ராணியை சந்தித்தும் இருக்கலாம். இனிமேல் தான் நீ எச்சரிக்கையோடு செயல்படவேண்டும் என ஜீவாலாவை எச்சரித்த வேளையில் அறைக்கதவை பலமாக தட்டும் ஓசை ஒலிக்க ஆரம்பித்தது.

இருவரும் திடுக்கிட்டபடி ருத்ரபாலா முகமூடியை அணிந்து கொண்டு திரைச்சீலை மறைவில் ஒளிந்து கொண்ட பின் கையில் உருவிய வாளோடு சில வினாடிகள் யோசித்த ஜீவாலா கதவை மெல்ல திறந்தவள் சற்று அமைதியான படி எதிரில் காணப்பட்ட

காளிங்கனையும் சில வீரர்களையும் பார்த்து முகமூடி பிடிபட்டானா என கிண்டலாய் கேட்டாள்.

அக்கா, மாளிகைக்குள் முகமூடி அங்குமிங்குமாய் போக்கு காட்டி இந்த வழியாக ஓடி வந்தான் பலே கில்லாடியாய் இருப்பான் போல. அனைத்து அறைகளின் ரகசியங்கள் அறிந்தவன் போல திடீர் என வந்து தாக்கி திடீர் என காணாமல் போய் விடுகிறான். ஒருவேளை உன் அறைக்குள் நுழைந்திருப்பானோ என அச்சப்பட்டு தான் கதவை தட்டினேன்.

காளிங்கனின் வார்த்தைகளில் குழம்பிய ஜீவாலா முகமூடி அணிந்து வந்த ருத்ரபாலா நம்முடன் நீண்ட நேரம் பேசிக் கொண்டிருக்கும் வேளையில் காளிங்கனிடம் எப்படி சண்டையில் இருப்பான்.

காளிங்கா எல்லா பகுதிகளிலும் பார்த்தீர்களா என பதற்றபட்டபடி உள்ளே இருக்கும் ருத்ரபாலாவை கவனித்தாள்.

அக்கா, அவன் நீண்டநேரம் போக்குக் காட்டி விளையாடி நமது வீரர்களை கூர் கத்தியால் காயப்படுத்தி மறைகிறான். ஒன்றும் புரியவில்லை. கதவைப் பூட்டி கொண்டு எச்சரிக்கையாய் இரு என மாளிகைக்குள் வீரர்கள் சூழ விரைந்தான்.

ஜீவாலாவோ பேய் அறைந்தவள் போல அறைக்குள் வந்து தாழ்ப்பாள் போட்டபடி ருத்ரா வெளியே வா, கதவை தட்டியது என் தம்பி காளிங்கன் தான் ஒரே குழப்பமாய் இருக்கிறது. உன்னோடு வேறு யாரையும் அழைத்து வந்தாயா சந்தேகக்குறியுடன் அவனை பார்த்தாள்.

என்ன சொல்கிறாய் ஜீவாலா இன்னொருவனா நான் எப்பவுமே தனி ஆள். அதோடு கேவலமான மனிதனை விட என்னோடு இருக்கும் புலிதான் எனக்கு எல்லாம் எதற்காக இந்த கேள்வியை கேட்டாய். ஒன்றும் புரியவில்லை எனகுழம்பினான் ருத்ராபாலா. ஒன்றுமில்லை ருத்ரா நீ என்னோட இங்கு நீண்ட நேரம் பேசிக் கொண்டிருக்கிறாய். ஆனால் காளிங்கன் மாளிகைக்குள் முகமூடியுடன் சண்டையிட்டு விரட்டி கொண்டிருந்ததாய் கூறுகிறான் என சஞ்சலத்துடன் வெளிப்படுத்தினாள்.

ருத்ரனும் சற்று சஞ்சலம் அடைந்தவனாய், ஜீவாலா நேரம் குறைவாக இருக்கிறது விடியும் பொழுதிற்குள் வெளியேற வேண்டும் முக்கியமான செய்தி ராணியாரின் உடைமைகளை புலியின்

மோப்பத்திற்கு விட்டு வெறி கொண்டு வெளியேறி விட்டது. சில தினங்களில் தமுக்கம் அரண்மனையில் நடக்கப் போகும் கொடூரத்தை பார்க்கத்தான் போகிறாய் என கோரமான ஒலியில் குலுங்கி குலுங்கி சிரித்தான். அவனது சிரிப்பொலி கேட்டு பதறிப்போன ஜீவாலா அறையின் உள்இருந்த முன்பகுதியில் இருந்து ஒரு கறுப்பு அங்கி அணிந்த உருவம் வெளியேறி ஓடுவதை கண்டுவிக்கித்து போனாள். ருத்ரா நாம் இருவரும் பேசியதை மறைவில் ஒளிந்து கேட்டு கொண்டிருந்த மற்றொரு முகமூடி அதோ ஓடுகிறான் பிடியுங்கள். காளிங்கா விடாதே என அவளும் வெளிவாயிலுக்கு ஓட முகமூடியை அணிந்து கொண்டு ருத்ரனும் பின்னால் ஓடிச்சென்று விரட்ட காளிங்கனும், காவலாளிகளும், வீரர்களும் தடுமாற்றம் கண்ட வேளையில் இரண்டு புரவிகள் வெவ்வேறு திசையில் விரைந்தன. காலைப்பொழுது விடிய கலவரத்தில் களை இழந்து கிடந்த ஜீவாலாவின் மாளிகை பணிப்பெண்களும் காலாளிகளும் பதற்றதோடு வேலை செய்து கொண்டிருந்தனர்.

தனது தனி அறைக்குள் அடைந்து கிடந்த ஜீவாலா இரவில் நடந்த நிகழ்வுகளில் எழுந்த பரபரப்பில் உறக்கமின்றி சோர்வாய் காணப்பட்டாள். காளிங்கனும் அச்சத்தில் உறைந்தவனாய் வந்தது முகமூடி ஒருவனா இருவரா என்ற குழப்பத்தில் ஜீவாலாவைக் காண அவளது அறைக்குள் நுழைந்து அக்கா என அழைத்தபடி அவளை நெருங்கி நின்றான்.

காளிங்கா வந்த முகமூடியை பிடிக்காமல் கோட்டை விட்டு விட்டாயே கடிந்தாள் ஜீவாலா.

அக்கா கோபப்படாமல் கேள். ஒரு முகமூடி உன் அறை உள்ளிருந்து குதித்து எதிரில் கண்டவர்களை எல்லாம் தாக்கி வெளியேறி புரவியில் தாவிப் பறந்தது. அவன் தப்பி விட்டானே என மாளிகைக்குள் நுழைந்தால் மற்றொரு முகமூடிவாள் ஏந்திய வண்ணம் எதிரில் வருவோரை எல்லாம் தாக்கிக் கொண்டே இருளில் நின்ற புரவி மேல் ஏறி பறந்து விட்டான் என மூச்சிறைக்க புலம்பினான்.

காளிங்கனின் புலம்பலில் இருந்து முகமூடியுடன் வந்தவர்கள் இருவர் என உறுதிப்படுத்திக் கொண்டவள் ஒருவன் ருத்ரபாலா மற்றவன் யார் என குழம்பியவள் தானும் ருத்ராபாலாவும் அறைக்குள் பேசியதை முழுதும் மறைவில் நின்று கேட்டபடி கண்காணித்திருப்பானோ என குமுறினாள் ஜீவாலா.

என்னக்கா யோசிக்கிறாய் உண்மையைக் கூறு உனக்கு இரு முகமூடிகளையும் தெரியுமா.

காளிங்கனும் ருத்ராபாலவை பற்றி கூறினால் பிரச்னை என யோசித்தவள் தம்பி வந்த முகமூடி ஒருவனா இருவரா என குழம்பி போய் இருக்கும் நிலையில் அவர்கள் யார் எதற்காக என் மாளிகைக்குள் நுழைந்தார்கள். கொள்ளையர்களா என நீ தான் விசாரித்து, எனக்கு கூறுவதுடன் அவர்களை கைது செய்து என்னிடம் ஒப்படைக்க வேண்டும் புரிகிறதா, பொறுப்பை அவனிடம் ஒப்படைத்து பெரு மூச்சுவிட்டாள் நிம்மதியாக.

காளிங்கனோ, அவள் வார்த்தைகளை நம்பியவன், மன்னித்துவிடு உன்னை சந்தேகப்பட்டேன். இனி என் நடவடிக்கை பூராவும் அந்த முகமூடிகளை கைது செய்வது பற்றித் தான். வருகிறேன். ஆவேசமாக கூறிவிட்டு வெளியேறினான்.

குற்ற நடவடிக்கையில் ஈடுபடும் எவனும் இரவு பகல் உறக்கமின்றி உணவு செல்லாது, உப்பரிகையில் வெளித்தோற்றத்திற்கு உயர வாழ்ந்தாலும் அவனுக்கு மேலே ஒருவன் அனைத்து செயல்களையும் கண்டு ரசித்து தண்டிக்கிறானே ஆண்டவன், அதில் இருந்து எப்பேர்ப்பட்ட கொம்பனும் தப்பிக்க முடியாது. இது கால சக்கரத்தின் சுழற்சி.

- - - - -

26

வைகை வடகரையில் பாண்டியர் காலத்தில் எழுப்பப்பட்ட பாண்டியன் கோட்டை நூறுமைல் சுற்றறளவில் மூன்றடுக்கு மாளிகைகள் மிளிர காலாட்படை, குதிரைப் படை, யானைப்படையென தனிப்போர் படை கோட்டமே உள்ளே நிறைந்த பல மன்னர்களுக்கு படை தளமாகவும், அரண்மனை மாளிகைகள் நிறைந்து பெருமை பட வாழ்ந்த பூமி,

காலச் சுழற்சியில் பல்வேறு படையெடுப்பு பகைவர்களின் தாக்குதல் என அனைத்தையும் எதிர் கொண்டு நின்றிருந்த பாண்டியன் கோட்டைக்குள் ராணி மங்கம்மாளின் படைத் தளபதிகள் மற்றும்

வீரர்கள் என படைகளமாக காட்சியளித்தது.

ராணி மங்கம்மாளின் ஆலோசனையின் கீழ் பாண்டியன் கோட்டை ஆலோசனை மண்டபத்தில் முப்படை தளபதிகளுடன் தென்பாண்டி நாட்டின் எல்லா பாதுகாப்பு பற்றி நெடுநேரமாக பல்வேறு பிரச்னை குறித்து விவாதித்து கொண்டிருந்தார் அமைச்சர் சிம்மராயர்.

குறுக்கிட்டான் மண்டப காவலாளி! அமைச்சருக்கு வணக்கம், தங்களை காண தளவாய் அனுமதி கேட்டு வாயிலில் நிற்கிறார். அழைத்து வரவா பணிவுடன் கூறினான்.

அமைச்சர் தளபதிகளை நோக்கியவர் நீங்கள் செல்லுங்கள், தளவாயோடு நான் அவசர ஆபத்தான பிரச்னைகள் பற்றி விவாதிக்க வேண்டும். அவசரப்பட்டார்.

தளபதிகள் ஆகட்டும் அமைச்சர் அவர்களே, சென்று வருகிறோம் என வெளியேறினர்.

அதே நேரத்தில் தளவாய் வேகமாய் மண்டபத்திற்குள் நுழைந்த வண்ணம் ஆபத்து அமைச்சரே ராணியார் உயிருக்கு ஆபத்து என மனவேதனையுடன் வெளிப்படுத்தினார்.

தளவாய் அமர்ந்து பொறுமையாக சொல்ல வந்ததை கூறுங்கள் ராணிக்கு ஆபத்தா பதறினார்.

அமர்ந்த தளவாய் தாங்கள் கூறியபடி ஜீவாலாவை பின் தொடர்ந்து மாளிகைக்கு வேறு உருவத்தில் சென்று கண்காணித்தபடி மாளிகைக்குள் நுழைந்தேன். காவலாளிகள் என்னை கண்டு கொள்ள அவர்களை தாக்கிக் கொண்டே ஜீவாலா அறைக்குள் சென்றால் அங்கே ஓர் ஆச்சரியம் முகமூடி உருவம் ஒன்று ஜீவாலாவிடம் அரட்டி பல கேள்விகள் கேட்பதை கேட்டு, யாருக்கும் அஞ்சாத அவள் நடுங்கி கொண்டிருந்ததை அறைக்குள் திரைச் சீலை மறைவில் பார்த்துக் கொண்டிருந்த வேளையில் - அவளது தம்பி காங்கயேன் கதவைத் தட்டி குரல் கொடுக்க வில்லில் இருந்து பாயும் அம்பு போல வெளியேறிவிட்டேன். பின் தொடர்ந்து விரட்டி வந்தவர்களை தாக்கி கொண்டே மறைவில் நின்ற புரவியில் தாவி இருளில் விரைந்தேன்.

தளவாயின் தோளில் தட்டிக் கொடுத்தவர், அந்த முகமூடி யார் ராணிக்கு என்ன ஆபத்து சீக்கிரமாகவும் சுருக்கமாகவும் கூறுங்கள் அவசரப்பட்டார்.

முகமூடியாய் வந்தவன் ருத்ரபாலா விராலிமலையை விட்டு ஜீவாலாவிடம் சதித்திட்டம் செயல்பட தான் சதித் திட்டம் தீட்டியதை கூற சந்திக்க வந்திருக்கிறான்.

அப்படியானால் ஜீவாலா ராணிக்கு எதிரானவளா அவளை ஆரம்பத்தில் இருந்தே சந்தேகித்தது உறுதியாகிவிட்டது இன்னும் முழு விபரத்தை கால தாமதப்படுத்தாமல் கூறுங்கள். பதறினார் ராயர்.

ராணியை தன்னிடம் உள்ள புலி தாக்குதலில் அழிக்க ஜீவாலாவிடம் ராணியின் உடைமைகளை பெற்று மோப்பம் பிடிக்க வைத்து விட்டான் அந்த கொடியவன். விராலிமலை சத்திரத்தில் வில்லாளிகளை கொன்ற வேகத்தில் புலியை மதுரை நோக்கி வருவதற்கும் வெறியூட்டி இருக்கிறான். இந்த விவரங்கள் அனைத்தும் ஜீவாலாவின் மாளிகையில் அவனும் அவளும் பேசியதன் மூலம் அறிந்து கொண்டேன். புலியின் தாக்குதலில் இருந்து ராணியை தாங்கள்தான் காப்பாற்ற வேண்டும் என தளவாய் கண் கலங்கினார்.

மனக்கலக்கம் அடையாதீர்கள் நான் இருக்கும்வரை ராணியாருக்கு எந்த ஆபத்தும் வரவிடமாட்டேன். மேற்கொண்டு நடப்பதை நான் பார்த்து கொள்கிறேன் அஞ்சாது சென்று வாருங்கள் என்று தளவாயை தேற்றி அனுப்பி வைத்தார் ராயர். பகைவர்களை கண்ணுக்கு எட்டிய தூரம் ஓட விரட்டி அழித்த ராணி தன்கால்களை சுற்றிய விஷப்பாம்புகளை வேடம் புனைந்து நடிக்கும் கேவலமான பிறவிகளை அடையாளம் தெரியாமல் வளர்த்து விட்டீர்களே ஐவர் பாண்டவர் நல்லவர்கள் வாழ்ந்த காலத்தில் தான் நூறு கௌரவர்கள் கொடியவர்களாய் ஆனந்தமாய் வாழ்ந்தனர். இவர்களுக்கு நடுவே பரந்தாமனும் அனைத்தும் அறிந்தும் புரியாதவன் போல் திரிந்தான். அவனது செயல்கள் எழுதி முடிக்கப்பட்டவை. எது நடக்க வேண்டுமோ அது நடந்துதான் தீரும் என மனதை தேற்றியபடி அருள்மிகு மீனாட்சி சுந்தரேஸ்வரை வேண்டி கரம் கூப்பி வணங்கினார். பகைவர்களை போர்க் களங்களில் வென்று சாய்த்த வெற்றி திருமகன் ராயர்.

- - - - -

27

தமுக்கம் அரண்மனைக்கு அருகில் உள்ள தனது மாளிகையின் மேல் தளத்து தனியறையில் தேவைப்படும் போது தானே அழைப்பதாக

கூறி பணிப்பெண்களையும் அனுப்பி விட்டாள் ராணி.

இரவு நேரம், கண்களில் பல்வேறு நிகழ்வுகள் தோன்றுவது போல தெரிந்ததால் இறையை நாடியவள் மதுரை மீனாட்சி, வண்டியூர் மாரியம்மனை தொழுதபடி கண்கள் உறக்கத்தை தழுவ உறங்கலானார்.

விடியும் பொழுதை நினைவூட்டிய ஆதவன் கீழ்த்திசையில் விரைந்து தன் பணி செய்ய கிளம்பினான். கண் விழித்த திருமலை மன்னன் காலைப் பொழுதில் மாரியம்மன் சொன்னபடி புதியவர் வருவரோ என தயார் ஆன நிலையில் தனது மாளிகையில் தயாராகி வெளி வாயில் நோக்கியபடி சுறுசுறுப்பாய் காணப்பட்டான். சில வினாடிகள் கழித்து கண்களை மூடியவன் சொக்கநாதரை நினைத்து ஆழ்ந்த பக்தியில் தன்னை மறந்து ஆலவாய பெருமான் துதித்து பஞ் சாட்சாரத்தை உச்சரித்து கொண்டிருந்தான்.

அந்த வேளையில் தனது அருகாமையில் யாரோ நின்று தன்னை கவனிப்பது போல உணர்ந்தான்.

திருமலைமன்னா என இனிமையான தெய்விக உணர்வுடன் அழைப்பதை கேட்டு விழித்தவன் விண்ணுலகில் இருந்து வந்த அவதாரப் புருஷன் போல காவி உடுத்தி புன்னகைத்து மண்ணை வணங்கினார் புது மனிதர்.

வாருங்கள் என படபடப்போடு எழுந்து அவரை வணங்கியபடி தங்களின் திருவடிகள் கூடல் மண்ணில் பட்டது என் பாக்கியம் என கூறிக்கொண்டே அருகில் இருந்த ஆசனத்தில் அமர வைத்தான்.

மன்னா, தங்களின் மனக்குறையை நிவர்த்தி செய்ய உமையவளின் மறுஉருவாய் வீற்றிருக்கும் மாரி தாயின் கட்டளைப்படி தங்களை காண வந்துள்ளேன். பூமியில் அவதரித்து காளானாய் அன்றே தோன்றி அன்றே அழியும் வாழ்வல்லாது தான் வாழ்ந்த வாழ்வுக்கு மண்ணில் அடையாளச் சின்னமாய் உருவாக்கி மறைபவன் தான் மாமனிதன் அதுபோன்று நெடுநாளைய தங்களுக்கு மனஅழுத்தம் தந்த அந்த வேதனைக்கு மகத்தான காரியமாய் உலகம் பேசவும் உலகம் உள்ளவரை நிலைத்து நிற்கும் வகையில் நான் செய்து தருகிறேன் என கூறி மன்னனுக்கு மகிழ்ச்சியை கொடுத்தார். சுவாமி நன்று தங்களது வார்த்தைகள் என் மனதை குளிரவைத்து விட்டது என் கரம் கூப்பியவர் வாருங்கள் அந்தப் பகுதியை பார்த்து என்ன செய்யலாம் என கூறுங்கள்.

அந்த கவலை உங்களுக்கு வேண்டாம், வரும் போதே அந்த இடத்தை பார்த்துவிட்டுத்தான் வந்திருக்கிறேன் என்று இதோ பாருங்கள் என் கையில் உள்ள சுருளை எடுத்து விரித்து காண்பித்தார்.

திருமலை மன்னனுக்கு கண்கள் அகல அந்த விரிப்பில் வரையப்பட்ட ஓவியத்தை உற்று கவனித்தான் இது என்ன சுவாமி நாலு பக்கமும் சுவர் நடுவில கோபுரம் ஊடே தண்ணீர் நிரப்பியது போல தெரிகிறது ஒன்றும் புரியவில்லை. தயவுசெய்து இந்த ஓவியத்தினை பற்றி சற்று விபரமாய் விளக்கி கூறுங்கள் என வேண்டினார்.

நல்லது மன்னா, பாதியைக் கூறிவிட்டீர்கள், மீதியை நான் கூறுகிறேன் என அந்த ஓவியத்தை பற்றி விளக்கியவர், எனக்கு உங்கள் உதவி வேண்டும் ஐம்பது கல்தச்சர் ஐந்நூறுக்கு மேலாக சிறைக்கைதிகளாய் இருப்பவர்களை மேலும் ஐம்பதுக்கும் மேலான யானைகள் எனக்கு கொடுங்கள் இது தை மாதம் சித்திரைப் பௌர்ணமியில் வண்டியூர் மாரியம்மான் கோயிலில் பூச்சொரிதல் விழா எடுத்து இந்த தெப்பத்தையும் முழுமையாக்கி உங்களிடம் ஒப்படைத்து விடுகிறேன் மையத்தில் காணும் கோபுரத்தில் உச்சி வரை படிக்கட்டுகள் உள்ளே அமைத்து மேலிருந்தபடி மதுரை மாநகரத்தையே கண்டு களிப்பீர்கள். இங்கிருந்து உருவாக்கப்படும் சுரங்கப் பாதை தங்களது மாளிகைக்கும் அருள்மிகு மீனாட்சி அம்மன் கோயிலுக்கும் சென்று வர சிறப்பாக அமைத்து தருகிறேன் என வரைப்படத்தின் விபரத்தை சொன்னவுடன் மாளிகைக்குள் நுழைந்த ராமராயர் மன்னரோடு புதுமனிதராக இருப்பவரை ஏறிட்டு நோக்கி வணங்கினார். புன்னகைத்தவர் ராமராயரை கரம் உயர்த்தி வாழ்த்தியபடி அமைச்சர் ராமராயரே நலம்தானே என விசாரித்தார் அந்த புதிய மனிதர்.

வியப்போடு அவரை நோக்கிய ராயர், தாங்கள் வந்து வெகு நேரமாகிவிட்டதா என் பெயரை உச்சரிக்கீரீர்களே, என்னை முன்பே தெரியுமா என வினவினார்.

யாம் அனைத்தும் அறிவோம் நீங்களும் இந்த ஓவியத்தை பாருங்கள். நாளை பௌர்ணமி அந்த பணியை தொடங்கலாமா அமைச்சரே என வினவினார்.

தாங்கள் கேட்ட அனைத்தும் இன்று இரவே முழுமையாக தயார் ஆகிவிடும். நாளையே ஆரம்பித்து விடலாம் சுவாமி என்றார் மன்னர்.

மற்றொரு முக்கியமானது அந்த பணியை தொடங்கும்பொழுது

நீங்கள் இருவரும் அங்கு இருக்கவேண்டும். மேலும் உங்களுக்கு புரியும்படி கூறுகிறேன். அந்தப் பகுதிக்குள் விசித்திரமான ஒன்று தென்படும் அதை நீங்கள் நேரில் காணவேண்டும் என புன்னகைத்தார் புதியவர்.

- - - - -

காலைப்பொழுது விடிந்து நல்லநேரம் கணிக்கப்பட்டு வண்டியூர் மாரியம்மன் கோயில் அருகில் பரந்து கிடந்த பெருமளவு பள்ளமான பகுதியில் வேலை தொடங்கிட மன்னர் ராயர் மற்றும் காவி உடையார் தயாராக முரசுகள் முழங்க சங்கொலி எதிரொலிக்க மாரியம்மன் கோயிலில் அம்மனுக்கு தீபஆராதனை காட்டி கோயில் மணி கணீர் கணீர் என ஓங்காரமாய் ஒலி எழுப்பி பெருங்கூட்டமே நிறைந்து காணப்பட்டது.

வேலையாட்கள் திட்டுத் திட்டாய் இருந்த அந்த பகுதிக்குள் இறங்கி வேலையை ஆரம்பித்தனர். இராமராயர் இந்த நிகழ்வை காண வந்த அனைவருக்கும் அன்னதானம் வழங்க மக்கள் அனைவரும் உண்டு மகிழ்ந்து திருமலை மன்னனை வாழ்த்திக் கொண்டே விழா கண்ட மகிழ்ச்சியில் கூட்டம் கூட்டமாக இல்ல திரும்ப புறப்பட்டனர்.

ஒரு புறம் யானைப்பாகன்கள் அமர்ந்து ஐம்பதுக்கும் மேற்பட்ட யானைகள் மற்றொரு புறம் கல் தச்சர்கள் கூட்டமாய் காண ஐந்நூறுக்கு மேற்பட்ட சிறை கைதிகள் படைபோல அந்த பகுதியில் நிறைய காவி உடையார் கச்சிதமாக அத்தனை பேருக்கு உரிய பணி விபரங்களை கூறி விட்டு வைகையில் காணப்பட்ட மரப்பாலம் மூலமாக ஐம்பது யானைகள் கல் தச்சர்கள் சகிதமாய் வண்டியூர் வழியாக பாண்டியன் கோயில் தாண்டி நிறைய பளிச்சிட்ட பெரும் பாறைகள் நோக்கி தனியாக புரவியில் கிளம்பினார் விஸ்வகர்மா தோற்றத்தில் காவி உடையோடு.

பாறைகள் உடைக்கப்பட்டு கல்தச்சர்களால் உருகொடுத்து யானைகளால் இரும்பு சங்கிலிகளில் பிணைக்கப்பட்ட பெரும் பெரும் கல்தூண்கள் இழுத்து வரப்பட்டன.

அந்தப் பகுதி கிராமத்து மக்கள் இந்த காட்சிகளை வினோதமாக பார்க்க விபரம் தெரிந்து மன்னரை புகழ ஆரம்பித்தனர்.

மாரியம்மன் கோயில் அருகில் நடந்து கொண்டிருந்த பணியினை பார்வையிட்டு கொண்டிருந்த மன்னனுக்கு அளவுக்கதிகமான மகிழ்ச்சியில் ராயருடன் உரையாடிக் கொண்டிருந்தான்.

அப்பொழுது மன்னா, மன்னா என காவலாளிகளும் வேலை செய்து கொண்டிருந்த பத்துக்கு மேற்பட்டோர் பதற்றத்தோடு மன்னர் அமர்ந்திருந்த இடத்திற்கு ஓடிவந்தனர்.

அவர்களின் பதற்றம் நிறைந்த குரலை கேட்டு திடுக்கிட்ட மன்னன், ராயரே ஏதேனும் விபரீதம் நடந்து விட்டதோ என ராயரை நோக்கினார்.

மன்னா, வணக்கம், குள சீரமைப்பு பணியில் மண்மேட்டை சரி செய்யும் போது மண்வெட்டி மண் குவியலுக்குள் ஏதோ கடினமான பொருளில்பட்டது போல கணீர் என ஓங்கி ஒலிக்க நாங்கள் அனைவரும் அதிர்ச்சியோடு இங்கே ஓடிவந்தோம் என காவலாளி கூறினான்.

அப்படியா என ஆனந்தக் களிப்பில் ராயரே அந்த விஸ்வகர்மா கூறியது உங்களுக்கு நினைவுக்கு வருகிறதா வாருங்கள் போய் காணலாம் என விரைந்து பணி நடக்கும் இடம் நோக்கி செல்ல அனைவரும் பின் தொடர்ந்தனர்.

பணி சீரமைக்கும் பகுதிக்கு வந்த மன்னன், அய்யா மண்வெட்டியால் பொறுமையாக ஒலிவந்த பகுதியில் மணல் தோண்டி அப்புறப்படுத்துங்கள் என கூறியவர் மணல் பகுதிக்குள்ளே இறங்கி விட்டார்.

பணியாளர்கள் மண்ணை ஆழமாய் அகலப்படுத்தி விலக்க வினாயகர் சிலை வெளிக் கிளம்பியது.

அதிர்ச்சி, ஆச்சரியம் ஆனந்தம் யாவும் மேலிட கண்ட திருமலை மன்னன் சிலையை தொட்டு கண்களில் கரங்கள் ஒத்திக் கொண்டவன் ராயரே, அழையுங்கள் அந்த காவி உடையாள் அவரை வணங்க என் மனம் துடிக்கிறது. காவலாளிகளே, இந்த விக்கிரகத்தை கோவிலுக்கு எடுத்து வாருங்கள் என மண் திட்டுக்குள் இருந்து மேலே எறியவன் கரம் கூப்பியபடி கொண்டு வரப்பட்ட மாரியம்மன் கோயிலுக்குள் விநாயகர் சிலை அருகில் சென்று குருக்களே, பூமா தேவி கொடுத்த புதையலாய் கிடைத்த இந்த விநாயகர் பெருமானுக்கு பன்னீரில் அபிஷேகம் பளிச்சிட செய்து பட்டு உடுத்தி, அலங்காரம் பூமாலை அணிவித்து ஆராதனை செய்யுங்கள் என அன்பு கட்டளை இட்டபின் மகிழ்வோடு. சிறிது நேரத்தில் அனைத்து ஆராதனையும் முடிந்து கண்மூடி தியான கோலத்தில் கணபதியை வணங்கினான் மன்னன்.

மன்னா, உன் வேண்டுதல் பலித்ததுடன் அரிய பொக்கிஷமாக அழியா புகழ் கொண்ட அபாரசக்தி படைத்த முக்குறுணி விநாயகப் பெருமாள் கிடைத்துள்ளார். அந்த சிலையை மீனாட்சி அம்மன் கோயிலில் வேதியர்கள் மந்திரம் முழங்க விசேஷ நாளில் விழா எடுத்து தெற்கு நோக்கிய நிலையில் உயரமாக பிரதிஷ்டை செய். இந்த உலகம் உள்ளளவும் உன்பெயரும் புகழும் நிலைத்திருக்கும் என அசிரீரி ஒலிக்க கண்கள் திறந்து மாரியம்மனை மீனாட்சியாய் உருமாறி கண்கள் கசிந்து உருகி நின்றான்.

ராணியின் மாளிகையை கதிரவன் தன் பொற்கரங்களால் அள்ள துடித்தவனாய் இருள்நீக்கி அதிகாலை பொழுதில் கீழ் வானம் ஒளிர விரைந்து வெளி வந்து பளிச்சிட செய்த நிலையில் மாளிகை பணிப்பெண்கள் ராணியார் தூக்கம் கலைந்து விழிக்காது கண்டு அறைக்குள் நுழைந்தனர். மீனாட்சி அம்மன் கோயிலில் ஆலயமணி கணீர் கணீர் என ஒலிக்க ஓதுவார்கள் திருவாசகம் தேவாரம் பாடல்களை தவழும் தென்றலில் அலை போல பாய்வது கேட்டு பஞ் சணையில் இருந்து விழித்தெழுந்த ராணி எங்கே அந்த விநாயகர் சிலை என வினவ பணிப் பெண்கேளா ராணியார் போதும் கனவு உலகில் இருந்து மீண்டு வருகிறீர்களா என கலகலவென சிரித்தனர்.

ராணியோ தான் இதுவரை கனவுலகில் தான் இருந்திருக்கிறோம் என எண்ணிப் பெண்களைப் பார்த்து சிரித்தபடி அந்த அறையை விட்டு வெளியேறினார்.

தனது மாளிகையில் தயார் ஆன நிலையில் மேல் மாடத்து முற்றத்தில் தன்னை காண வந்த மக்களை கரம் அசைத்து குளிர் நிலவாய் புன்னகை பூத்த முகம் கண்ட கூட்டம் கூடி நின்று ராணியார் வாழ்க என வாழ்த்தொலி முழங்க கீழ் இறங்கி வாயிலில் நின்ற சாரட் வண்டியில் மெய்காப்பாளர்கள் புரவிகளில் முன்னும் பின்னுமாய் தொடர தமுக்கம் அரண்மனைக்கு புறப்பட்டார். இந்த நிகழ்வு தினமும் நடக்கும் நிகழ்ச்சியாக மக்கள் பேசுவார்கள்.

ராணி மங்கம்மாள் வெளித் தோற்றத்தில் மகிழ்ச்சியும் சிரிப்புமாய் இருந்தாலும் மனதிற்குள் தன்னை சுற்றி நடக்கும் நிகழ்வுகள் அதில் சம்பந்தப்பட்ட நபர்களை நினைத்து மனம் குறை நிறைந்து காணப்பட்டது.

- - - - -

28

தமுக்கம் அரண்மனைக்குள் நடந்தவள் நேராக ஆலோசனைக் கூட்டத்திற்குள் நுழைந்தாள்.

ராணியைக் கண்டவுடன் ராணியின் வருகையை எதிர்பார்த்தது போல வாருங்கள் ராணியாரே, வணக்கம் என வணங்கினார் சிம்மராயர். பின்னால் நின்ற தளவாய் மற்றும் தளபதிகளும் வணங்கி நின்றனர்.

அனைவருக்கும் வணக்கம். அமருங்கள் என கூறி தானும் அமர்ந்தவள் தளவாய் ஜீவாலா மாளிகைக்கு போனீர்களே என்ன தகவல் என கேட்டாள்.

நீங்கள் நெருங்கி பழகி ஜீவாலாவுக்கு அளவுக்கு மீறிய அதிகாரமும் சலுகையும் காட்டியதால் அவள் பெரிய சதி வேலையை உருவாக்கி கொண்டிருக்கிறாள் என கொந்தளித்தார் ராயர்.

என்ன சொல்கிறீர்கள் ராயரே, ஜீவாலா சதிகாரியா அதிர்ச்சியடைந்தாள் ராணி.

ஆமாம் ராணியாரே. விராலி மலை சத்திரத்தில் வில்லாளிகளை புலியை ஏவி விட்டு கொன்ற ருத்ர பாலா அவளது மாளிகையில் கண்டேன். அதோடு அல்லாமல் தங்களது உடைமைகள் புலியிடம் காட்டி மோப்பம் பிடிக்க வைத்து தங்களை கொல்ல புலியை ஏவிவிட்டிருக்கின்ற அந்த கொடியவன் என்றபடி கோபக்குமுறலை வெளிப்படுத்தினார் தளவாய்.

ஆத்திரப்பட்ட மங்கம்மாள் கொதித்தவளாய் ஜீவாலா உளவாளி என நீங்கள் ஏன் ஆரம்பத்தில் இருந்து கூறவில்லை அமைச்சரே.

நான் அவள் மேல் சந்தேகப்பட்ட நிலையில் நீங்கள் அனுதாபப்பட்டு புது உறவாய் தங்களோடு இருக்கவைத்ததால் போதிய ஆதாரங்களுடன் உங்களிடம் கூற நேரம் பார்த்திருந்தேன். தற்சமயம் அவள் என்ன ஆசையினாலோ தங்களை கொல்வதற்கே சதிவலை பின்னுவதை கண்கூடாய் கண்டு கொண்டதால் உடனே தெரிவித்தேன் என்று பதிலளித்தார் ராயர்.

ருத்ரபாலாவை பற்றி தங்களுடைய முடிவு, சற்று கவலைபடர கேட்டாள் ராணி.

ருத்ர பாலாவும் ஜீவாலாவும் தங்களை நோக்கி வீசப்பட்ட குறுவாட்கள். அதன் பின்னே வீசியது யார் என கண்டுபிடிக்க

வேண்டியது அவசரமான ஒன்று. விஷச் செடி ஜீவாலாவுக்கு பால் ஊற்றி வளர்த்து விட்டீர்கள் விளைவை சந்தித்து தான் ஆக வேண்டும். மேலும் தங்களது பேரன் விஜய ரங்கனுக்கும் அரியணை ஆசையை தூண்டி விட்டு சதியில் அவனையும் சேர்த்துக் கொண்டு நாட்டில் உள்ள அனைத்து அரண்மனை செயல்பாடுகளையும் தன்வசம் ஆக்கி விட்டது போல தோன்றுகிறது.

மேலும் சுருதியின் கொலையில் கூட இந்த சதிகாரியின் பங்கு இருக்குமோ என ஐயப்பட வேண்டி உள்ளது. இது குறித்து முழு விபரம் எனக்கு கிடைத்தவுடன் தங்களிடம் தெரிவிக்கின்றேன் என மன குழப்பத்தைக் கூறினார்.

நகரம் எங்கும் இரவு பகல் என பாராது ஆயுதம் தாங்கிய காவலர்கள் அதிகப் பேரை வைத்து நம் மக்களுக்கு கொடிய புலியினால் எந்த வித சேதமும் 'உயிர்பலியும்' வராத அளவுக்கு உங்கள் கண்காணிப்பில் செயல்படுங்கள்.

அந்த கொடியவன் ருத்ரபாலாவின் உருவத்தை நகரச் சந்திப்பில் திரைச்சீலைகளில் வரைந்து கண்டவுடன் அவன் தலையை கொய்து கொண்டு வருபவர்களுக்கு ஆயிரம் பொற்காசுகள் வழங்கப்படும் என அனைவருக்கும் தெரியப்படுத்துங்கள் என உத்தரவிட்டார் ராணி.அப்படியே செய்கிறோம் என கூறி அரண்மனையை விட்டு வெளியேறினார்கள் அமைச்சரும் தளவாயும். இவருடைய சிந்தனையிலும் கொடிய புலியின் தாக்குதலில் இருந்தும், கொலைகாரன் ருத்ரபாலாவை தண்டிப்பது குறித்து பலவிதமான திட்டங்கள் உருவாகத் தொடங்கியது.

படைத்தவன் ஏன் தான் நல்லவனை சோதிப்பது. கெட்டவனை ஆனந்தமாய் வாழ விடுவது வேடிக்கையாக இருக்கிறது. ராணி மங்கம்மாள் பருவத்தில் வாழவேண்டிய காலத்தில் காலனுக்கு கணவனை காவுகொடுத்து தன் வாரிசாய் கிடைத்த ஆண் பிள்ளையை ஆளாக்கி அரசாள வைக்ககலாம் நின்ற நிலையில் நோய்வாய் பட்டு காலாமாகி விட மனதை கல்லாக்கி மருமகளுடன் பேரக்குழந்தையினை வளர்த்து ஆளாக்கி, அரசாள வைப்போம் என்ற சிந்தனையில் இருந்த போது வலியவந்த குளிர்க்காயச்சலில் மருமகள் மாண்டுபோனது என துன்பச் சுமைகளை தாங்கி நின்ற சுமைதாங்கி தனது பேரன் விஜய ரங்கன் வளர்ந்து தன மகனை போல வீர சூரனாக கொண்டுவர முயற்சித்தும் தன்மேல் கொண்ட அரியணை பகையால் அவனை

கெட்ட வழிகளில் செல்லவிட்டு அரியணை மோகத்தை தூபமிட்டு வளர்த்தபடி தன்னை எதிரியாக காட்டி அவனை செயல்பட வைக்க தன்னோடு உறவாடி கொண்டிருக்கும் சதிகாரி ஜீவாலாவையும் அவளுக்கு துணையாக புதிதாக முளைத்திருக்கும் ருத்ரபாலாவையும் எப்படி எதிர்கொள்வது என மனதிற்குள் எழும் பேரலையை சரிசெய்ய தனிமையில் தனது மாளிகையில் சிந்தித்தபடி காணப்பட்டாள் ராணி மங்கம்மாள்.

- - - - -

29

மெத்தை விரிப்பில் தனது படுக்கையில் அமர்ந்திருந்த வண்ணம் உறக்கத்தில் இருந்தபடி படுத்துவிட்டாள். அவளது மனதில் மாரியம்மன் கோயில் எழ கனவு காண ஆரம்பித்தாள். பிற்பகலில் மேற்கில் மறைய ஆதவன் பயணித்த நிலையில் வண்டியூர் மாரியம்மனை மன வேதனையில் உழன்றவள் தெய்வத்திடம் முறையிட விஜய ரங்கன், தன்னை உணவு உடை என அனைத்தையும் தேர்வு செய்து வளர்ப்பு தாயைப் போல பராமரித்து பாதுகாத்து வரும் பங்காரம்மாள் மற்றும் இரண்டு காவலாளிகள் உடன் கோயிலுக்கு வந்து சிறப்பு ஆராதனை செய்து வழிபட்டாள்.

வண்டியூர் தெப்பக்குளம் நடுவில் மைய மண்டப கோபுரம் சூரிய ஒளியில் பளிச்சிடக் கடல் போல நீர்நிறைந்து காட்சியளித்தது. பலமுறை அந்த கோபுர உச்சிக்கு சென்று மாமதுரையின் அழகை பார்த்துப் பூரிக்க முடியாமல் இன்று வாய்ப்பு கிடைத்திருக்கிறது என மகிழ்ந்தவள் தெப்பப்படிகளில் தன்னோடு வந்தவர்களை அழைத்துக் கொண்டு படகில் அமர விஜயரங்கனுக்கும் பங்காரு அம்மாவும் மகிழ்ச்சி ததும்ப தண்ணீரில் படகு நகர ஆரம்பித்து மைய மண்டபம் அருகில் காணப்பட்ட படிக்கட்டுகளை நெருங்கி நின்றது. மைய மண்டபம் நீர் அலைகளை தழுவி தவழ்ந்து வரும் இதமான குளிர் காற்று மங்கம்மாள் மேலும் மகிழ வைத்தது.

பங்காரு அம்மாளையும் விஜயரங்கனையும் கவனமாகப் படிகளில் ஏற்றி மண்டபத்தின் சுற்றுப்பாதையில் காணப்பட்ட இருக்கைகளில் அமர வைத்தனர் காவலாளிகள்.

ராணி மங்கம்மாள் ஆனந்த விளிம்பில் விறு விறு என படிகளில் ஏறி மேலே வந்து நின்றவள் கடல் போல காட்சி தரும் நீரலைகளை பார்த்து ரசித்தபடி அதில் கூட்டம் கூட்டமாய் நீந்தும் மீன்கள் கண்டு பரவசமானார்கள் ராணி.

மன்னர் திருமலை உண்டாக்கிய இந்த தெப்பம் தெய்வகாரியமாய் நிகழ்ந்திருக்கும் என தான் கண்ட கனவின் நினைவலைகளில் மிதக்க ஆரம்பித்தாள்.

மாலைப்பொழுது, இருட்டப்போவதை கண்ட பங்காரு அம்மாள் ராணியம்மா, வாருங்கள் மேலே சென்று மாநகர அழகை காண்போம், நேரம் ஆகிவிட்டது என அழைத்தாள்.

விஜய ரங்கன் காவலாளிகளோடு முன்னதாக மைய மண்டப கோபுர உள்வாயில் படிக்கட்டுகளில் ஏற ஆரம்பித்தான் அவன் வயது பதினைந்து இருக்கும் அவனுடைய உந்துதலில் ராணியாரையும் மறந்து காவலர்கள் அவனுடன் செல்ல பங்காரு அம்மாவும் ராணியும் கைகோத்தபடி படிகளில் ஏறினர்.

மேலே செல்ல செல்ல ஒவ்வொரு வளைவிலும் காணப்படும் இடைவெளிகளில் வெளியே காணும் காட்சிகளை பார்த்து பரவசப்பட்ட ராணி மங்கம்மாள் ஏதோ தேவலோகத்தில் இருப்பது போல் உணர்ந்தாள். பங்காரு அம்மாள் வயோதிக நிலையில் ராணியை தொடர முடியாமல் பின் தங்கி ஏற விஜயரங்கன் துடிப்பாய் மளமளவென ஏறி பாட்டி ராணி கையை பிடித்துக் கொண்டு முன்னேறினான். காவலர் பாதுகாப்பு பொருட்டு அவர்களுக்கு கீழ் படிகளில் ஏறியபடி இருந்தனர். மங்கம்மாளுக்கு மனதில் இருந்த சஞ்சலம் அனைத்தும் மறைய மகிழ்ச்சியோடு உச்சி கோபுரத்தின் உள் இருந்தபடி நாலாதிசைகளிலும் பார்வை ஓடவிட்டு பரவசப்பட்டார்.

என்னே அழகு, நிறைந்தோடும் வைகை நதி, மேகம் தொடும் நான்கு மீனாட்சி கோயில் கோபுரங்கள், திருப்பரங்குன்றம் யானைமலை, பசுமலை, நாகமலை என மதுரை மாநகருக்கு அரண்களாய் காட்சி தருகின்றனவே என வியப்பால் மெய் மறந்து ராணியை கைப்பிடித்து ராணியம்மா நீங்கள் நினைத்து பிரம்மித்து நிற்பதை நானும் கண்டேன். அந்த மலைகளுக்கு உண்டான தெய்வீக புராணம் ஒன்று இருக்கிறது. நான் உங்களுக்கு இரவில் மாளிகை சென்றவுடன் கூறுகிறேன். வாருங்கள் கீழே போகலாம் என பங்காரம்மாள் கீழே இறங்கலானார்.

காவலர்களும் முன்செல்ல மைய மண்டப கோபுர உச்சியின் உள் வட்டத்தின் இடைவெளியில் எட்டி பார்த்தபடி வண்டியூர் மாரியம்மனையும், மேற்கே அருள் பாலிக்கும் முத்தீஸ்வரரையும் மதுரை மக்களால் நான் வாழ்கிறேன் மக்களுக்காகவே நான் அரியணையில் அமர்ந்து குடிஉயர கோன் உயரும் எனும் ஔவையின் பொன்மொழி வழியில் ஆட்சி செய்கிறேன் என கண்கள் மூடி பிரார்த்தனை செய்தவள் திடீரென விஜய ரங்கன் அவளது முதுகுப்புறம் நின்று உச்சி கோபுரத்தில் இருந்து இருகரம் கொண்டு தள்ளி விடுகிறான்.

அய்யோ என அலறி கண் விழித்த ராணி பதறி துடித்து படுக்கையை விட்டு எழுந்து அமர்ந்தாள். அவளது உடம்பு லேசாக நடுங்கியது. கெட்ட கனவு என முனங்கியவள் எதிரில் படபடப்பாய் நிற்கும் பனிப் பெண்களை பார்த்து சற்று குழம்பியபடி ஒன்றுமில்லை கெட்டகனவு என்றவள் நீங்கள் உங்கள் பணிகளை பாருங்கள் என வண்டியூர் மாரியாத்தா, அருள்மிகு மீனாட்சி தாயே விடியும் நேரத்தில் கெட்ட கனவு. எதுவும் நடக்காமல் நீங்கள் அருள்புரிய வேண்டும் என கண்களில் நீர்கசிய வேண்டினாள்.

- - - - -

30

காலை பொழுது மீனாட்சி அம்மன் கோவில் அம்மன் சந்நிதி வீதியில் நகரா மண்டபத்தில் நகரா முரசு ஒலி அந்தப் பகுதி அனைத்து தெருக்களுக்கும் ஜனங்கள் திடீர் என நகரா ஒலி பரவ கேட்டு திரளத் தொடங்கினர். புரவியில் வந்த அரண்மனை வீரர்கள் கோயிலை அடுத்த முச்சந்தி முனையில் புரவிகளை நிறுத்தி கையில் வைத்திருந்த மடல் சுருளை விரித்து அதில் எழுதி இருப்பதை வாசிக்கலானான். உரத்த குரலில் அதில் - முக்கிய அறிவிப்பு நமது அமைச்சரின் உத்தரவு படி காட்டில் திரியும் புலி ஒன்று நம் நகருக்குள் நடமாடுவதாக செய்தி கிடைத்துள்ளது. மக்கள் தேவையில்லாமல் வீடுகளை விட்டு வெளியில் வராமல் சில தினங்களுக்கு பாதுகாப்பாய் இருக்க எச்சரிக்கப்படுகிறார்கள். இது ராணியின் கட்டளை என நிறுத்தி கிளம்ப கூடி நின்ற கூட்டம் பதறிப் போய் சிதற ஆரம்பித்தது.

அதே வேளையில், ஓர் வயோதிக கிழவன் கைத்தடி ஊன்றிய படி தாடியோடு தள்ளாடி நடக்க ஆரம்பித்தான் அவன் கால்கள் ஜீவாலா

மாளிகையை நெருங்கியது. அந்த பகுதியில் புலியின் நடமாட்டம் செய்தி அறிந்து தெருக்கள் வெறிச்சோடி கிடந்தன. ஜீவாலா மாளிகை வாசலில் மட்டும் சற்று அதிகமாகவே ஆயுதம் தாங்கிய காவலாளிகள் காணப்பட்டனர்.

வாயிலில் சாரட் வண்டி வெளியில் கிளம்ப தயாரான நிலையில் வண்டிக்காரனும் இரு காவலர்களும் சாரட் அருகில் காணப்பட்டனர்.

மாளிகையை நெருங்கிய அந்தக் கிழவன் தட்டுத் தடுமாறி சாரட்டை நெருங்கி அருகில் நின்ற காவலனிடம் காவலாளியே, ஜீவாலா வெளியில் கிளம்பப் போகிறார்களா என தழுதழுத்தக் குரலில் வினவினான்.

பெரியவரே, இளையராணி வரும் நேரம் கோபிப்பார்கள். அந்த மரத்தடிக்கு போ விரட்டினான் காவலாளி.

அடபோப்பா, ஜீவாலாவை பார்த்து எனது குறையை கூற வேண்டும். நான் இப்படியே நிற்கிறேன் என்றான் கிழவன் சற்று துணிவோடு.

அதற்குள் ஜீவாலா உள் இருந்து சாரட்டை நெருங்கியவள் சற்று சந்தேக பயத்துடன் யார் இந்த கிழவன் என காவலாளிதனை அதட்டினாள்.

ஆனால் அந்த கிழவனே, தள்ளாடி நடந்து வந்து ஜீவாலாவை நெருங்கியவன் சிரித்துக் கொண்டே ஜீவாலா, உன்னிடம் தனிமையில் பேச வேண்டும் என கேலியாகப் பார்த்தார்.

அளவுக்கு அதிகமாக கோபப்பட்டவள் கிழவா உனக்கு திமிர் அதிகம் நீ யாரிடம் பேசுகிறாய் சென்று விட மறுத்தால் பாதாளச் சிறையில் அடைக்கப்படுவாய் அநாதை கிழவா என சாரட்டில் ஏற முயன்றாள்

ஜீவாலா இதோ என் கைவிரலைப் பார் என்று வலது கரத்தை அவள் முகத்தில் படுவதுபோல நீட்டினான்.

காவலர்கள் பதறி போய் கிழவனை வெளியேற்ற முயற்சித்த வேளையில், அவனது கை விரலை நோக்கியவள், பயம் கவ்விக்கொள்ள அடப்பாவி, நீயா என முனங்கியவள் நகரமே புலி வருவது குறித்து அல்லாடி நடுங்கி கிடக்கும் வேளையில் இவன் எவ்வளவு துணிச்சலாய் என் மாளிகை வாசலில் நிற்பான் எனத் துடித்தவள் சாலையின் வெளியில் யாரேனும் கவனிக்கிறார்களா என எச்சரிக்கையோடு பார்த்துக் கொண்டே

காவலர்களே, பாவம் அந்த பெரியவர். ஏதோ குறை கண்டு என்னிடம் சொல்ல வந்திருக்கிறார். அவரை உள்ளே அனுமதியுங்கள் என கடுகடுப்புடன் மாளிகைக்குள் திரும்ப நடந்தாள்.

காவலர்களோ விழித்தபடி ஜீவாலாவின் மன மாற்றத்தை அறியாதவர்கள், வாருங்கள் பெரியவரே, உள்ளே செல்வோம் என அந்தக் கிழவனை கைந்தாங்கலாக படிகளில் ஏற்றி உள்ளே அழைத்துச் சென்றனர்.

தனது ஆலோசனை அறையில் சென்று அமர்ந்திருந்த ஜீவாலா காவலர்களே அந்த பெரியவரை என் அறைக்குள் விட்டுச் செல்லுங்கள் என கத்தினாள் கோபமாக.

பெரியவரை அறைக்குள் அனுப்பி விட்டு காவலர்கள் வாசலுக்கு செல்ல ஆரம்பித்தனர்.

அறைக்குள் நுழைந்த கிழவன் ஜீவாலா உனக்கு கற்பூரப் புத்தி என்னை உடனே அடையாளம் கண்டு பிடித்து விட்டாயே என கலகல வென சிரித்தான் கிழவன்

புலி ஊடுருவலில் நகரமே அச்சத்தில் உறைந்து கிடக்கும் போது எவ்வளவு துணிச்சலாய் மாமதுரைக்குள் நுழைந்து மாறு வேடத்தில் என் மாளிகைக்கு வருவாய் என படபடத்தாள் ஜீவாலா

புலி இன்று இரவுக்குள் நகரில் நுழைந்து விடும். வேறு யாரையும் அது தாக்காது. உன்னோட எதிரி அதாவது பாதுஷாவின் கணிப்பில் அவருடைய எதிரி ஆமாம் ராணி மங்கம்மாள் படை கொண்டு தாக்கி வெற்றி பெற முடியாது என்ற எண்ணத்தில் தான் உன்னையும் என்னையும் சதி வேலைக்கு நியமித்திருக்கிறார். வேலை முடிந்தவுடன் நீ ராணி ஆகி விடுவாய். நான் என இழுத்தான் கிழவன் உருவில் இருந்த ருத்ரபாலா.

உனக்கும் ஒரு பதவி கிடைக்கும். அது நடக்கும் போது பார்ப்போம். நெருக்கடியான வேலையில் நீ இங்கு வந்த காரணத்தை கூறு அவசரப்பட்டாள்.

ஜீவாலா, உன்னை பாதுஷா சதிவேலையில் கில்லாடி என புகழ்ந்திருக்கிறார். மேலும் துணிச்சல்காரி என்றும் புகழந்திருக்கிறார். ஆனால் நீ ஏன் பயப்படுகிறாய், என்று கிண்டலடித்தான்.

உனக்கு ஒரு வேலை நான் பல சிக்கலில். ராணி என் மேல் சந்தேகப்படும் அளவில் சிக்கித் தவிக்கிறேன் என தன் நிலையை கூறினாள்.

இன்னும் ஒரு முக்கியமான விஷயம். மங்கமாளுக்கும் உனக்கும் மிகவும் வேண்டியவன் பாதுஷாவின் வழிகாட்டுதலின் படி உங்களை சந்திக்க வருகிறான் என புதிர் போட்டான்.

மதுரைக்கு தமுக்கம் அரண்மனைக்கா வருகிறான் அவன் சந்தேகத்துடன் கேட்டாள்.

ஆமாம் என சிரித்தவன் அவனும் சதி வேலையில் வித்தகன் தெலுங்கு நாட்டின் வெங்கண்ணா தான் அவன் என புதிரை உடைத்தான்.

வெங்கண்ணாவாஅதிர்ச்சியுடன் சமாளித்தவள் வரட்டும் பார்த்துக் கொள்வோம் என பெரு மூச்சு விட்டாள்.

அவன் வரும் நாளை பற்றி தகவல் இல்லை. அதற்குள் புலி தன வேலையை முடித்தால் வெங்கண்ணாவுக்கு வேலை இல்லை என வேடம் கலைந்து இருந்ததை வேடத்தை சரி செய்து நான் கிளம்புகிறேன் உஷாராக இரு எதிலும் மாட்டிக் கொல்லாதே என்றபடி கதவை நெருங்கிய வேளையில் கதவைபலமாக தட்டும் ஒலி வேகமாக ஒலித்தது.

ஜீவாலாவும் கிழவனும் ஒருவரை ஒருவர் பார்த்து விழித்தபடி, ருத்ரா தைரியமாக ஜீவாலா கதவை திற நான் இருக்கிறேன் என அவளை தைரியப்படுத்தினான்.

மெல்ல மெல்ல கதவின் தாழ்ப்பாளை நீக்கியபடி கதவை திறந்தவுடனே காளிங்கன் விருட்டென உள்ளே நுழைந்தான் அவசர கதியில்.

அவனை பார்த்த ஜீவாலா படபடப்பு அடங்கியவளாய் முட்டாள். உயிர் போறது மாதிரி ஏன் கதவை உடைப்பது போல தட்டினாய் என கோபபட்டாள்.

ஆமா! அக்கா, நம்ம உயிர் போகப் போகிறது. எப்பிடின்னு கேட்கிறியா, ராயர் நம்மளை மோப்பம் பிடிச்ச நாய போல கண்காணித்து இருக்கான். போதாக் குறைக்கு மறவர் மாளிகை தலைவன் வீராவை ராணிக்கு மெய்காப்பாளராக நியமிச்சு இருக்கான். வீரா மறவர் நாட்டில கிழவன் சேதுபதிகிட்ட வேலைப் பார்த்து சிறுவயசுலேயே பாரட்டப்பட்டவனும் ஈட்டி எறிவதில் சூரனும் என பயந்து போய் உளறினான்.

அவனது வார்த்தைகளைக் கேட்டு மறைவில் நின்ற ருத்ரா,

ஜீவாலா யார் இவன், ஏன் பயந்து நடுங்குகிறான் என்றபடி வெளியில் வந்தான். அவனுக்கும் காளிங்கனின் வார்த்தைகளால் சற்று பயம் எழ ஆரம்பித்தது.

ஜீவாலாவோ, இவன் என் தம்பி. எனது செயலுக்கு வலது கரமாய் நின்று சாதிப்பவன். அவன் கூறிய வார்த்தைகளின் பின்னே ராயரும் மங்கம்மாளும் என் மீது சந்தேக பட ஆரம்பித்தது போல தெரிகிறது என்றவள். இவர் விராலி மலை சத்திரத்தில் வில்லாளிகள் பலரை தன்னுடன் இருக்கும் புலியைக் கொண்டு பழி தீர்த்தவர். எனக்கு மிகவும் வேண்டியவர் என ருத்ராவை தன தம்பிக்கு அறிமுகப்படுத்தினாள்.

காளிங்கன், கிழவனாய் நின்றவன் மாறுவேடம் கலைந்து ருத்ராவாக நிற்பதை பார்த்து அதிர்ச்சி அடைந்தான். காரணம் ருத்ராவின் உடையில் குருவாள் ஐந்துக்கு மேலாக காணப்பட்டது. இடையில் நீண்ட வாள். அவன் தோற்றமே காளிங்கனை பயமுறுத்தியது.

நேரம் நீடித்தால் உன் மாளிகைக்குள்ளேயே ராயரின் ஆட்கள் வேவு பார்ப்பவர்களாய் இருப்பார்கள். மீண்டும் வெற்றியோடு சந்திப்போம் என ருத்ரன் கிழவனாக மாறி அறையை விட்டு வெளியேறினான்.

காளிங்கனோ, ருத்ராவின் துணிச்சலையும் தைரியத்தையும் கண்டு திகைத்தபடி அந்த கிழவன் மாளிகையை விட்டு வெளியே செல்வதை கண் இமைக்காமல் நோக்கினான்.

காளிங்கா, ஏன அவனை வெறித்து காண்கிறாய். அவன் வடதேசத்து காரன், தமிழ் புலமை பெற்றவன் நீ கூறினாயே வீரா, அவனை போல பத்து மடங்கு பலசாலி என ருத்ரனை பற்றி விவரித்தாள்.

- - - - -

31

அதே வேளையில் ராணியின் மாளிகையில் சிம்மராயர் ராணி பாதுகாப்பு குறித்தும் மறவர் மாளிகை தலைவன் வீரவை அவளுக்கு மெயகாப்பாளாராக நியமித்தது பற்றியும் ருத்ராவின் புலி தாக்குதல் குறித்தும் ஜீவாலாவின் சதி குரித்தும் பேசிக் கொண்டிருந்தது நேரம் போனதே தெரியாமல் இரவு நடு சாமத்து கோட்டை மணி அடிப்பது

கண்டு தன்னிலை கண்டவர்கள் இருவரும் மனம் விட்டு சிரித்துக் கொண்டனர்.

நகருக்குள் புலி நடமாட்டம் என கருதுவதால் உங்களுக்கு மாளிகையின் கடைசி பகுதியில் உள்ள அறையில் தங்கி ஓய்வெடுத்து உறங்கி விட்டு காலை உங்கள் மாளிகைக்கு புறப்படுங்கள் என ராயரின் மேல் கொண்ட அக்கறையின் பேரில் கூறினாள்.

நல்லது ராணியாரே என கூறிவிட்டு கடைசிப் பகுதி அறை நோக்கி நடக்கலானார் ராயர்.

காலைப் பொழுது கதிரவன் கண் விழிக்க பணிப்பெண்கள் மாளிகையில் விறுவிறுப்புடன் பணியை தொடங்க ஆரம்பித்தனர்.

ராணியும் அதிகாலையில் எழுந்து உறக்கத்தை விரட்டியபடி பன்னீர் குளியலில் மனம் குளிர குளித்துவிட்டு பளிச்சென மாளிகையின் தெய்வ கடாட்சம் நிறைந்த மீனாட்சி சொக்கர் சிலைகள் தீப ஒளியில் பளிச்சிட உள்ள பூஜை அறைக்குள் நுழைந்து கரம் கூப்பி வேண்டினாள்.

விடிவதற்குள் புது இடம் என்பதால் தூக்கமின்றி புரண்டு புரண்டு படுத்த ராயர் விடியல் பொழுதினை எதிர்பார்த்து கொண்டிருந்தது போல விருட்டென எழுந்து அதிகாலை பொழுதில் உறங்கும் ராணிக்கு தொந்தரவு கொடுக்காது எழுப்ப மனமின்றி எதிரில் காணப்பட்ட பணிப்பெண்களை கண்டிராது வெளியேறி தம் இல்லம் நோக்கி புரவியில் கிளம்பினார். அதிகாலையில் ராணியார் குளித்து பளிச்சென தெரிவதையும் அதிகாலையில் அமைச்சர் ராயர் வெளியானதையும் இணைத்து பணிப்பெண்கள் கிசுகிசுக்கத் தொடங்கினர்.

அவரோ கட்டு மஸ்தான பிரம்மச்சாரி ராணியாரோ கணவன் இறந்தும் கண்ணியமாய் காட்சியளித்தாலும் பருவ மங்கை போல கட்டு குலையாது இருக்கிறார்கள். யானைக்கு அடிச் சறுக்கும் என தெரியாமலா சொன்னார்கள் என பூஜை அறையில் இருந்து வெளி வந்த ராணி தனது அறைக்கு செல்ல எத்தனித்த வேளையில் பணிப்பெண்கள் கேலியும் கிண்டலுமாய் என்ன பேசுகிறார்கள் என கவனித்தவள் பணிப்பெண்களின் வார்த்தைகள் கேட்டு திடுக்கிட்டாள். தெய்வமே, இது என்ன சோதனை. என் கணவர், மகன் மருமகள் அனைவரும் இறந்த பின்னர் என் பேரன் விஜய ரங்கன் அநாதை ஆகி விடுவானோ என்ற அச்சத்தில் உணர்ச்சிக்கு இடம் கொடுக்காமல் விஜய ரங்கனை வளர்த்து ஆளாக்கி அரியணை வேறு நபர்களுக்கு போய்விடாது

அரியணை ஏறி மக்களால் நான் மக்களுக்காகவே துரோகிகளை துவம்சம் செய்து பகைவர்களை பந்தாடி கொடியவர்களுக்கு சிம்ம சொப்பனமாக வாழ்ந்து வரும் எனக்கு இப்படி ஒரு இழிநிலை பேச ஏன் உருவாக்கினாய் என கொட்டும் கண்ணீரை துடைத்தபடி தன அறைக்கு விரைந்து நடந்தாள். என்றும் இல்லாமல் பயப்படும் பணிப்பெண்கள் புன்னகைத்தபடி அவளை நிமிர்ந்து பார்க்கலாயினர். காரணம் பணிப்பெண்கள் அனைவரும் ஜுவாலா நியமித்தவர்கள். தீப்பொறி போல இந்த செய்தி மாளிகையை விட்டு மெல்ல மெல்ல பரவ ஜீவாலா காதுக்கு போனதோடு பேரன் விஜயரங்கனுக்கு தெரிய கொந்தளித்து போனான். நாயக்கர் வம்சத்திற்கே இழுக்காகப் போய் விட்டாளே என அவனை சுற்றி இருந்த கும்பல் ராணி மேல் விஜயரங்கனுக்கு தீரா பகையை தீ மூட்டி விட்டது. ஆனாலும் அதை வெளிக்காட்டாது மாளிகைக்கு வந்த சிம்மராயரை வரவேற்றார். ராணி புன்னகையோடு சிம்மராயரோடு திடகாத்திரமாக ஒரு மனிதன் நிற்பதைக் கண்டு யோசித்தவள், இவன் வீராவாகத்தான் இருப்பான் என முடிவுக்கு வந்தவள், வாருங்கள் எனது ஆலோசனைக் கூடத்திற்கு செல்வோம் என நடந்தாள்.

அவளை ராயரும் அந்த புது மனிதனும் பின் தொடர ஆலோசனைக் கூடத்தை அடைந்தனர்.

வீரா, உன்னைப் பற்றி ராயர் விளக்கமாகக் கூறி இருக்கிறார். உனக்கு இந்த மாளிகையில் பணிபுரிய சம்மதமா என்றாள் சிரித்தபடி.

ராயர் வியப்போடு ராணியாரே, நான் வீரவைப் பற்றிக் கூறுவதற்குள் அடையாளம் கண்டுபிடித்து விட்டீர்களே என வீராவைப் பார்த்து சிரித்தார்.

அதற்குள், வீரா, தாயே நான் தங்களிடம் மெய்க்காப்பாளனாக வேலை செய்ய நான் தவம் செய்திருக்க வேண்டும். ருத்ரா மற்றும் அவனது புலிதாக்குதலில் இருந்து தங்களைக் காப்பாற்றி அவனை பழிவாங்குவதே எனது லட்சியம் என சூளுரைத்தான்.

நல்லது வீரா, உன் கடமை உணர்ச்சியை கனல் தெறிக்கும் கண்களில் பிரகாசிக்கும் ஒளியில் இருந்தும், உன் எழுச்சி மிகு வார்த்தைகளில் இருந்தும் கண்டு கொண்டேன். ராயரின் தேர்வும், நீ பிறந்த மண்ணும் எனக்கு புது வேகத்தைக் கொடுக்கிறது எனக் கூறி உணர்ச்சிவசப்பட்டாள்.

ராயரோ, வீரா உனக்கு ராணி அறைக்கு பக்கத்துக்கு அறை. எப்பொழுதும் ராணி அறை மேல் கண்காணிப்பு இருக்க வேண்டும். நான் ஏற்கனவே சொன்னது போல, பணிப்பெண்களும், இங்குள்ள காவலாளிகளும் ஜீவாலாவால் நியமிக்கப்பட்டவர்கள். நமக்கு பயப்படுவதுபோல வேலை செய்தாலும் விசுவாசம் பூராவும் அவளிடத்தில் தான் இருக்கும். இங்கு நடப்பதை அப்படியே ஜீவாலாவிடம் சொல்லி விடுவார்கள். ரகசியமாய் எச்சரிக்கையாய் கண்காணிக்க வேண்டும் என எச்சரித்தார்.

உங்களின் அறிவுரை எனக்கு என் மனதில் ஆழமாய் பதிந்துவிட்டது. நான் அனைத்தையும் பார்த்துக்கொள்கிறேன். பணிவாய் வீரா கூறினான்.

வீரா பற்றி கூறியும் ராணி முகத்தில் சலனமில்லா தோற்றம் கண்டு மனம் குழம்பியவர், ராணி ஏன் சுறுசுறுப்பு இல்லாமல் சோர்வாய் காணப்படுகிறீர்கள். உடல்நலம் சரியில்லை எனத் தொன்றுகிறது. ராயர் அக்கறை வெளிப்பட வினவினார்.

ஒன்றுமில்லை அமைச்சரே இரவில் காலதாமதப்பட்டு உறங்கியதால் உங்களுக்கு அப்படி தோன்றுகிறது வேறு ஒன்றுமிலை ராணி சமாளித்தாள்.

ராணி ஏதோ ஒன்றை நம்மிடம் மறைக்கின்றார் என உணர்ந்தவர், ருத்ரனை பற்றியோ அவன் ஏவி உள்ள கொடும்புலி குறித்தோ இம்மியும் கவலைப்படாதீர்கள், அதை வீராவிடம் விட்டு விடுங்கள் முக்கியமான செய்தியை கூற மறந்து விட்டேன் டெல்லி பாதுஷாவின் தூதனாக ஜீவாலாவோடு தெலுங்கு நாட்டின் வெங்கண்ணாவோடு கூடிய விரைவில் உங்களை சந்திக்க இருப்பதாய் நம் ஒற்றசர்கள் கூறியுள்ளனர். ஆகவே ஜீவாலாவிடம் சற்று எச்சரிக்கையோடு இருங்கள். எனது மாளிகைக்கு தளவாய் சுருதி குறித்த முக்கிய தகவலோடு சந்திப்பதாக கூறி இருந்தார் நான் செல்கிறேன் என கூறி கொண்டே வீரா கவனம் என எச்சரித்து விட்டு வேகமாக மாளிகை வாயில் நோக்கி விரைந்தார்.

ராணியின் மாளிகை ஒட்டி சிறிது தூரத்தில் மக்கள் குடியிருப்புகள் எபோதும் ஆள் நடமாட்டம் காணப்படும். புலி குறித்த எச்சரிக்கையால் தெருக்கள் வெறிச்சோடி காணப்பட்டது.

திடீர் என வீரர்கள் சிலர் புரவிகளில் விரைந்தபடி ராணி

மாளிகையை நெருங்கி புரவிகளை விட்டு இறங்கி அவசர செய்தி ராணியாரை காண வேண்டும், தகவல் கொடுங்கள் என பதறினார்கள். வாயில் காவலன் சிட்டாய் பறந்து திரும்பி வந்தான். ராணியார் வரச் சொன்னார்கள். உள்ளே செல்லுங்கள். அனுமதித்தான் காவலன்.

அரண்மனைக் காவலர்கள் படபடப்போடு ராணியார் அறைக்குச் சென்றவர்கள், வணக்கம். பதற்றமான சேதி, உங்களால் எச்சரிக்கை செய்த கொடும்புலி தமுக்கம் அரண்மனைக்குள் பாய்ந்து பல திசைகளிலும் ஓடி அரியணை மற்றும் தங்கள் அறைக்குள் சென்று அனைத்து பொருள்களையும் உருட்டி கலவரப்படுத்தியதோடு நம் காவலாளிகள் இருவரை கடித்து குதறி படுகாயப்படுத்தி விட்டு சாலைக்குள் ஓடியது. நமது புரவி வீரர்கள் பின் தொடர்ந்து தாக்குவதற்கு சென்றிருக்கிறார்கள். நமது அமைச்சர் மற்றும் தளவாய் அவர்களுக்கு வீரர்கள் தகவல் கூற சென்று இருக்கிறார்கள் என பயந்த நிலையில் தெரிவித்தனர்.

நகருக்குள், அதுவும் தமுக்கம் அரண்மனைக்குள் புலி வந்து விட்டதா, கடுமையாக ஒலித்தார் ராணி.

ஆமாம். ஏற்கனவே அமைச்சர் ஏதேனும் விபரீதம் நடந்தால் உடனே உங்களுக்குத் தகவல் சொல்ல உத்தரவிட்டுள்ளார் பணிவாகக் கூறினான். வீரன் நீங்கள் செல்லுங்கள் என்ற படி விரைந்து வந்த வீராவை நோக்கியவள் கோபமுற்றவளாய் நீ உடனே தமுக்கம் அரண்மனை சென்று நகருக்குள் ஓடி உள்ள புலியை பற்றிய விபரத்தை ஆராய்ந்து, அந்த கொடிய மிருகத்தை அழித்து வா, ஆணையிட்டாள் ராணி.

ராணியாரை வணங்கியபடி வீரா செல்ல முயன்றபோது மாளிகை வாயிலில் சாரட் வண்டி நிற்கும் ஒலி கேட்டு வெளிப்பாதையை ராணி நோக்கினாள்.

சாரட் வண்டியில் இருந்து ஜீவாலா அவசர கதியில் இறங்கி மாளிகைக்குள் வருவது கண்டு மனம் சஞ்சலப்பட இவள் ஏன் இங்கே வருகிறாள் ஒரு வேளை என முனங்கியவள் வீரா நீ சென்று வா என உத்தரவிட்டவள் ஜீவாலா அறைக்குள் நுழைய வீரா குத்தீட்டி கையில் பளபளக்க விரைவதை கண்டு திடுக்கிட்டவள் யார் இவன் கூர் ஈட்டியோடு செல்கிறானே என பதற்றப்பட்டு ராணியை புன்னகை வெளிப்பட வணங்கினாள்.

வா ஜீவாலா, இந்த வேளையில் வந்திருக்கிறாயே எதுவும் அவசரமா என புரியாதவள் போல ராணி கேட்டாள். அறைக்குள் நுழைந்து கதவை தாழிட்ட ஜீவாலா, புலி தாக்குதல் சென்ற வாரத்தில் இருந்து பேசப்படுகிறது. அதைவிட உங்களை பற்றிய மோசமான செய்தி அரண்மனையெல்லாம் பேசப்படுகிறதே அதுவும் உங்கள் பேரன் விஜய ரங்கனுக்கும் தெரிந்து கொந்தளித்து போய் இருக்கிறான் என்று எனது ஆட்கள் கூறினார்கள். ஆனால் நான் அதை ஒரு போதும் நம்பவில்லை என ஏளனப் புன்னகையினை காட்டி கூறியவள் ராணியின் கண்களில் நீர் கசிவது கண்டு மனதுக்குள் சிரித்தாள். என்னோட வயசு என்ன ராயரின் வயசு என்ன பல பிரச்னைகள் பற்றி பேசும்போது நேரம் போனதே தெரியவில்லை. நடுயாமம் வந்ததால், புலி பற்றிய அச்சுறுத்தல் காரணமாக ராயரை என் மாளிகையில் தங்கி காலையில் செல்லக் கூறினேன். அதை திரித்து தப்பாக கேவலமாக பரப்பி விட்டார்கள் என ஜீவாலாவை கட்டிப்பிடித்து ராணி அழுதாள்.

எதிர்பாராது நடந்த இந்த சம்பவம் ஜீவாலாவுக்கு அளவுக்கு அதிகமான மகிழ்ச்சி. அதை வெளிக்காட்டாது கண்கள் கலங்கியபடி, ராணி, நான் இருக்கிறேன். இதற்கு போய் என ராணியின் கண்ணீரை துடைத்தாள்.

சில நொடிகள் கழித்து, உங்கள் அறையில் புதிய மனிதன் ஒருவன் ஈட்டியோடு செல்கிறானே. அவன் யார் என குழம்பியபடி கேட்டாள்.

உனக்கு செய்தி வரவில்லையா, அந்தக் கொடியவன் ருத்ரா ஏவிய புலி நகருக்குள் வந்து தமுக்கம் அரண்மனையை கலைத்து, இரு வீரர்களை படுகாயப்படுத்தி நகருக்குள் ஓடி விட்டதாக கவலைப்படரத் தெரிவித்தார்கள். என்ன புலி தமுக்கம் அரண்மனைக்குள் வந்துவிட்டதா என கேட்டவள் ஆனந்தம் பளிச்சிட அய்யோ எனக்கு குலை நடுங்குகிறது. யாரை குதறப் போகிறது என தெரியவில்லையே என கபடமாய் கூறி நடிக்க ஆரம்பித்தால் ஜீவாலா.

பயப்படாதே, வீரா மறவர் மாளிகையில் தளபதியாய் சிம்மராயரின் தேர்ச்சியில் எனக்கு பாதுகாவலனாய் நியமித்து இருக்கிறார். ஈட்டி எறிவதில் அவனை யாரும் வெல்ல முடியாதாம் என வீராவை பற்றி கூறியதும் வெலவெலத்துப் போனாள் ஜீவாலா.

- - - - -

32

நகருக்குள் புகுந்த புலி, தமுக்கம் அரண்மனையில் ராணியைக் காணாது மேலும் வெறிப்பிடித்து அலையும். அடுத்து இங்கே வருவதற்குள் நாம் கிளம்ப வேண்டும் என யோசித்தவள், நமது அமைச்சரைக் காணோமே என நையாண்டியாய் கேட்டாள். அதை புரிந்துகொண்ட ராணி நேரம் அவளுக்கு ஆதரவாக இருப்பதால் கேலி செய்கிறாள். மனது மேலும் மேலும் சோர்வடைவதால் படபடப்பாய் வருகிறது என பட்டு மெத்தையில் சாய்ந்து இனமகள் மூட மயக்கமடைந்தாள்.

அதற்குள் ராணியை பற்றி மனதிற்குள், புலி ராணி மீது பாய்வதும், கடிப்பதும் போன்ற உணர்வு கிளம்ப ராணியாரே, நான் ஒரு அவசர வேலையாய் புறப்படுகிறேன் என ராணியின் பதிலை கூட கேட்காமல் விரைந்தாள்.

விழிகள் மூடிய நிலையில் ராணியின் உள் மனம் எங்கோ பறக்க ஆரம்பித்தது.

யானைகளோடும் கல்தச்சர்க்கள் கூட்டம் வண்டியூர் வழியாக செல்லும். காட்சி கண்டு கிராமத்து மக்கள் வேடிக்கையோடு புரவியில் செல்லும் தெய்வீக களை கொண்ட காவி உடையார் புரவியில் கம்பீரமாய் செல்வது கண்டும் வியந்தவர்கள் நமது திருமலை மன்னர் மாரியம்மன் கோயில் அடுத்த நீர்நிலை பகுதியில் தெப்பக்குளம் கட்ட எத்தனித்து இவ்வளவு வேலையும் நடக்குதாம் என பட்டும் படாமல் பேசிக்கொண்டார்கள்.

பல மைல்கள் கடந்து ஓங்கி உயர்ந்த பெரும் பாறைகள் கண்டு மகிழ்ந்த காவி உடையார் கல்தச்சர்களுக்கு வேலை விபரம் குறித்து விளக்கம் கூறி ஆரம்பித்து வைத்தார்.

ஒரு சில வாரங்களில் பாறைகள் உடைக்கப்பட்டு பெரிய தூண்களைப் போல பாறைக் கற்கள் செதுக்கப்பட்டு யானைகளை சங்கிலிகளால் பாறைக் கற்களை பிணைத்து இழுத்து வண்டியூர் வழியாக காணப்பட்ட பாலத்தில் ஒன்றன் பின் ஒன்றாக வர மளமளவென ஐந்நூறு கைதிகள் நீர் பரப்புகளை சுத்தம் செய்து வெளியேற்றி பல மாதங்கள் சீர்கேடாய் கிடந்த அந்த நீர் பகுதி சதுர வடிவில் கருங்கற்கள் கொண்டு பளிச்சிட மைய மண்டப வேலைகளுடன் மைய கோபுரம் எழ ஆரம்பித்தது. யானைகள் கருங்கற்களை இழுத்து வந்து

சேர்க்க காவி உடையார் மேற்பார்வையில் யானைகள் சுமையோடு செல்வதற்கு ஏற்ப மரப்பாலம் கருங்கற்களால் கல்பாலம் உருமானது. பாலம் நாளடைவில் யானைக்கல் பாலமாக பெயர் வைத்து அழைக்க ஆரம்பித்தனர் அந்தப் பகுதி மக்கள்.

மேலும் கைதிகளை கொண்டு நாயக்கர் மாளிகைக்கும் மீனாட்சி அம்மன் கோயிலுக்கும் சுரங்கப் பாதைகள் வேகமாய் வேலைகள் முடிய தெப்பக்குளத்துக்குள் கருங்கற்கள் பரப்பி நீர்வரத்து வர வைகை ஆற்றில் இருந்து வாய்க்கால் தடமும் உருவாக சீர் இல்லாது கிடந்த மண் பரப்பு பிரமிக்கத்தக்க ஆச்சரியப்படும் வகையில் கடல் போல நீர் நிறைந்து காணப்பட்டது.

திருமலை மன்னரும் ராமராயரும் ஆனந்தக் கடலில் மூழ்கி தாங்கள் எண்ணாத வகையில் பெரும் சிறப்பாக செய்து முடித்த காவி உடையாரை மாரியம்மன் கோயிலைச் சுற்றி வந்து தேடினார்கள்.

மன்னா, நான் வந்த வேலையும் முடிந்து விட்டது. உன் மன வேதனையும் தீர்ந்து நல்லாட்சி செய்வாய் என காவி உடையார் கூறிக்கொண்டே நிறைந்து காணப்பட்ட தெப்பத்து நீருக்குள் மறைந்தார்.

திருமலை மன்னர் தெப்பத்து படிக்கட்டில், சிவனே, மன்னனின் மனக்குறை அறிந்து காவி அடியார் தோற்றத்தில் அருள்புரிந்து என்னைக் காத்திட்ட ஈசனே என சிறு குழந்தை போல் கூத்தாடினார் மன்னர். ராமராயரோ மாரியம்மன் கோயில் கோபுரம் நோக்கி கரம் கூ:பபி ஆனந்தக் கண்ணீர் வடித்தார்.

- - - - -

33

இரவில் ராணி மங்கம்மாளுடன் தங்கி அந்த அறையிலேயே உறங்கும் பங்காரு அம்மாள் வெளி வேலையாக வெளியில் சென்றவள் அவசர அவசரமாக ராணி மாளிகைக்குள் நுழைந்த படி நேராக ராணியின் படுக்கையறைக்குள் சென்றவள் ராணி உறங்குவதை கண்டு அதிர்ச்சியாகி நம்மீது கோபப்படுவாளோ என்ற அச்சத்தில் ராணியம்மா, ராணியம்மா என அவள் எழுப்ப குரல் கொடுத்தாள்.

பணிப் பெண்களோ அரசி உறங்குவதால் எழுப்ப பயந்தார்கள் என பங்காரு அம்மாள் அறைக்குள் நுழையும் போதே முனங்கினார்கள்.

பங்காரு அம்மாளின் குரலில் படுக்கையில் புரண்டு படுத்து விழித்தவள், பங்காரு அம்மாள் எதிரில் நிற்பது கண்டு, நான் இதுவரை திருமலை மன்னர் நிறைந்த காட்சிகளை கண்டது கனவா என எழுந்து உட்கார்ந்தாள்.

ராணி விழிப்பதை பார்த்து சற்று திருப்தி அடைந்த பங்காரு அம்மாள் புன்னகையோடு ராணி அம்மா, கனவு ஏதும் கண்டீர்களா நல்லதா கெட்டதா என பாசத்துடன கேட்டாள்.

பங்காரு அம்மாள் வண்டியூர் மாரியம்மன் தெப்பம் உருவான கதையினை அப்படியே கனவில் கண்டேன். கயிலாய நாதர் மனித உருவில் வந்து மன்னரின் மனக்குறை அறிந்து அந்த தெப்பத்தை உருவாக்கி கொடுத்து இருக்கிறார். என் மனக்குறை அறிந்து சொக்கநாதர் எப்பொழுது வந்து தீர்த்து வைப்பாரோ என கவலையோடு அவர் பார்த்தாள்.

அவளது கவலை படர்ந்த வார்த்தைகளை உணர்ந்த பங்காரு ஏன் அம்மா கவலைப்படுகிறீர்கள் என வேதனைபட்டு அவளை நோக்கினாள்.

பங்காரு அம்மா, திருமலை மன்னரின் மனக்குறை கண்டு மனித உருவில் இந்த தெப்பத்தை உருவாக்கிய ஈசன் என் மனவேதனையை எப்பொழுது தீர்க்கபோகிறான்.

மேலும் சில தினங்களுக்கு முன்னர் கெட்ட கனவாக வண்டியூர் தெப்பகுளம் காண நீங்களும் நானும் விஜயரங்கனும் சென்று படகில் மைய மண்டபம் போய் மையக் கோபுரத்தில் ஏறி உச்சி கோபுரத்தில் இருந்து மாமதுரை கண்டு ரசித்த எனக்கு நடந்த கொடுங்செயல் நினைத்தாலே உடம்பு நடுங்குகிறது பயந்து போய் கூறினாள் ராணி.

கொடுஞ்செயலா, துடித்து போனாள் பங்காரு அம்மாள்.

ஆமாம் மேல் கோபுர உச்சியில் ரசித்தபடி படிகளை விட்டு வெளியிடத்தும் எட்டிப்பார்த்த என்னை விஜயரங்கன் இரு கரங்களை கொண்டு முதுகுபுறமாய் கீழே தள்ள அலறி துடித்து விழித்து, எழுந்து பதறிப் போனேன் என கண்கள் நீர் ததும்ப பங்காரு அம்மாவினை கட்டி அழுதாள் சிறிது நேரம்.

அவளை சமாதானப்படுத்தும் சூழலில் ராணியம்மா, கனவு கண்டு அஞ்சாமல் எப்பொழுதும் போல் பெண் சிங்கமாகவே இறுதி வரை இருங்கள் உங்களுக்கு ஜக்கம்மாவும், கந்தனும் நல்லதே செய்வார்கள்

என கூறிக்கொண்டு புலி நமது பகுதிக்குள் நடமாடுவதாக நான் வரும் வழியில் பகுதி மக்கள் அலறி அடித்து திரிவதைப் பார்த்தேன். சற்று நாம் கவனமாய் இருக்க வேண்டும் என பங்காரு அம்மாள் பயந்த நிலையில் கூறினாள்.

ராணியோ, நீண்ட வாளை எடுத்து படுக்கை மேல் கண்ணில் படும்படி இருக்க வைத்து அம்மா இரவு நாழிகை கூடிவிட்டது. நீங்கள் உறங்குங்கள், நான் கவனமாய் இருக்கிறேன் என பங்காரு அம்மாவை உறங்கச் சொன்னாள். அவளோ படுக்கையில் அமர்ந்தபடி யோசனையில் ஆழ்ந்தாள்.

- - - - -

ராணி மங்கம்மாளின் மாளிகைவிட்டு வெளியேறிய வீரா வாயிலில் நின்ற புரவியில் தாவி ஏறியவன் சிட்டாய் பறந்தான்.

தமுக்கம் அரண்மனையில் நின்ற புரவியை விட்டு இறங்கிய வீரா அரண்மனை காவலாளிகளிடம் முத்திரை மோதிரத்தைக் காட்டிவிட்டு சில நொடிகள் அவர்களிடம் பேசியவன் அரண்மனைக்குள் வேகமாய் சென்று அனைத்து பகுதிகளையும் ஆராய்ந்தபடி வெளிவாயிலுக்கு வந்து புலி எந்தச் சாலையில் ஓடியது என கூர்ஈட்டியை பிடித்துகொண்டு காவலாளிகளின் பதிலை கேட்டபடி புரவியில் ஏறி கிளம்பினர்.

அதே நேரத்தில் சிம்மராயர் தளவாயுடன் விபரங்களை அறிந்து கொண்டு இருவரும் ராணி மாளிகை நோக்கி கிளம்பினர்.

அதற்குள் மாளிகை ஒட்டிய பகுதிகளில் காணப்பட்ட வீடுகளில் இருநது அய்யோ புலி, அய்யோ புலி நுழைந்துவிட்டது என ஏகப்பட்ட பேர்கள் பயந்து கத்திகொண்டு அந்த பகுதியே அல்லோல்மாய் காட்சி அளித்தது.

இதை கண்ட மாளிகை காவலாளிகள் உள் இருந்த காவலாளிகளையும் அழைத்து ஆயுதங்களோடு புலி தாக்குதலை சமாளிக்க தயாராக நின்று கொண்டிருந்தனர்.

கண்சிமிட்டும் நேரத்தில் மாளிகை வாயிலில் உறுமியபடி புலி கொடூரமாய் உள்ளே பாய்வதற்கு எத்தனித்த வேளையில் எங்கிருந்தோ பறந்து வந்து குறுவாள் புலியின் வலது கண்ணில் பாய்ந்தது.

குறுவாள் பட்ட வேதனையில் துடித்தபடி மாளிகைக்குள் புகுந்த புலி அட்டகாசமாக ஒலி எழுப்பிக்கொண்டே எதிரில் கண்ட காவலாளிகளை உக்கிரமாக கடித்து குதறியது. பணிப்பெண்கள் குய்யோ

முறையோ என மறைவிடங்களில் பயந்த ஓடி ஒளிந்தனர்.

ராணியோ இந்த கலவரம் கண்டு நீள் வாளை பிடித்தபடி புலியை துவம்சம் பண்ண காளியாய் மாறி ஆக்ரோஷமாக அறையை விட்டு வெளியில் வந்தாள். பங்காரு அம்மாளும் நாடி நரம்பு நடுங்க அறையின் உள் இருந்தாள்.

புலி நடுப் பகுதிக்கு வந்த வேளையில் ராணியின் மோப்பம் மூலமாய் அறிந்துகொண்டு குறுவாள் பட்ட வேதனையில் வெறிப்பிடித்து ராணி அறையினை நெருங்க பதுங்கி பதுங்கிப் பாய்வதற்கு தயாரான சமயத்தில் பறந்து வந்த குத்தீட்டி புலியின் கழுத்தில் பாய்ந்து மறுபக்கம் காட்சி அளித்தது.

புலியோ, துடிதுடித்து உறுமிய ஒலி அந்த மாளிகையே அதிர்ந்தது.

ராணியோ, அதிர்ச்சியடைந்தவளாய் புலியின் கதறல் கேட்டு அச்சப்படாது அசைவற்றுக் கிடந்த அந்த புலியை கூர்ந்து நோக்கியவள் மாளிகையின் வெளி வாயிலைப் பார்த்து திகைப்போடு, வாருங்கள் அமைச்சரே என ராயரை மகிழ்வுடன் அழைத்தாள். வாயிலில் சிம்மராயர், தளவாய் நின்ற வண்ணம் எதிரில் ராணியை வணங்கி கொண்டே அருகில் வந்து குத்தீட்டிபட்டு அரைகுறை உயிர் ஓட்டத்தில் துடித்துக் கொண்டிருக்கும் புலியை காலால் உதைத்தார் அமைச்சர்.

பெரிய ஆபத்து ஓய்ந்தது. ஆமாம் ராயரே குத்தீட்டியும் குறுவாளும் பாய்ந்திருக்கிறதே இரண்டும் நீங்கள் எறிந்ததா பாராட்டினாள் ராணி.

ராணி அவசரப்படாதீர்கள் குறுவாள்தான் என்னுடையது மனிதனோ மிருகமோ தாக்க வரும்போது கண் பார்வை இழந்துவிட்டால் பாதி பலம் குறைந்துவிடும் நல்லவேளை சரியான நேரத்திற்கு எங்களுக்கு தகவல் கொடுத்துவிட்டு காற்றென கிளம்பி தங்கள் மாளிகைக்கு யாரும் அறியாமல் வீரா நுழைந்துவிட்டான்.

என்னுடைய தாக்குதலை அடுத்து எப்படி குத்தீட்டியை குறி வைத்து வீசினான் என்பது மாயமாக இருக்கிறது ஆச்சரியப்பட்டார் அமைச்சர் சிம்மராயர்.

தங்களது அனுமதி இல்லாமல் இந்தப் பொல்லாத புலி ராணியாரை தாக்குவதற்கு விரையும் பொழுது எனது கடமை உணர்ச்சி என்னை அடறியாமலேயே ராணியின் அறைக்குள் ஒளிந்து நின்ற நான் திடுக்கிட்டு குத்தீட்டியை குறி வைத்து எறிந்தேன் என்னை

மன்னித்துவிடுங்கள் என ராணியின் அறையில் இருந்து வெளிவந்த வீரா விளக்கினான்.

சபாஷ், மறவ நாட்டு சிங்கம் கிழவன் சேதுபதியின் தங்கம் என வீராவை கட்டி அணைத்து பாராட்டிய அமைச்சர் ராணியாரே, புலியைகொன்றுவிட்டோம். அதே வேளையில் அதை ஏவிவிட்டவனை விரைவில் கைது செய்து தண்டிக்க வேண்டும் உணர்ச்சி வசப்பட்டார் ராயர்.

- - - - -

34

புலி ராணியாரின் மாளிகையில் அமைச்சர் சிம்மராயரால் கொல்லப்பட்ட சேதி பொழுது விடியும் வேலையில் நகரமெங்கும் பரவி தொடங்கி மக்கள் மகிழ்ச்சி பெருமக்கில் சாலை வீதிகளில் ஆட்டம் பாட்டமுமாய் குதூகலிக்க ஆரம்பித்தனர்.

ஆனால் ஜீவாலாவின் மாளிகையில் அந்தரங்க அறையில் வெற்றி செய்திக்காக ஜீவாலாவும் ருத்ரபாலாவும் எதிர்கொண்ட வேளையில் முரசுகள் முழுங்கவும் கோயில்களில் ஆலயமணி ஒலிக்கவும் குழப்பத்தில் இருவரும் வாயிலை எதிர்நோக்கினர்.

எதிரில் ருத்ராவின் பணியாள் தட்டுத்தடுமாறி பதறிப்போய் வருவதை கண்டு அறையை விட்டு வெளிவந்த ருத்ரா அவனை நிறுத்தி என்னவாயிற்று ராணி கொல்லப்பட்டாளா என ஆர்வமாகக் கேட்டான்.

அவனோ கோவென அழுதபடி ராணி இறக்கவில்லை நமது புலியைத்தான் கொன்றுவிட்டனர் என புலம்பினான்.

என்ன புலியை கொன்றுவிட்டார்களா, யார் கொன்றது. எங்கே நடந்தது சற்று நிதானமாக சொல் என வெறிபிடித்தவன் போல ருத்ரா கத்தினான்.

ராணியின் மாளிகைக்குள் புலியைப் பின் தொடர்ந்து சென்ற நான் ராணியை புலி தாக்க முயன்ற வேளையில் விர்னெ எங்கிருந்தோ வந்த குறுவாள் புலியின் கண்ணில் பாய்ந்து வலி பொறுக்காது அலறியது. மேலும் குத்தீட்டி ஒன்று புலியின் கழுத்தில் பாய்ந்து மறுபக்கம் காண துடிதுடித்து சாய்ந்தது. சில நொடியில் சிம்மராயன் ராணியிடம் விரைந்து வந்து மகிழ்ச்சி தெரிவித்தான். படுபாவி என மூச்சிறைக்க கூறினான்.

ருத்ரபாலாவை அடுத்து ஜீவாலா வந்து நின்றவள் பணியாளின் வார்த்தைகளை கேட்டு பேதலித்தபடி மங்கம்மாள் சாகவில்லையா என புலம்பினாள்.

பணியாளின் வார்த்தைகளில் தாக்குண்ட ருத்ரபாலா, சினம் கொண்டவனாய், என் உயிரினும் மேலான, குழந்தை போல வளர்த்த புலியை கொன்ற அந்த கொடியவனின் சிரசை அறுத்தால்தான் என் மனம் ஆறும் என வெறிபிடித்த மிருகமாய் வேல் ஏந்த வெளியேற கிளம்பினான்.

ஆனால் அவனது கரத்தை பிடித்து நிறுத்திய ஜீவாலா, ருத்ரா ஆவேசப்படாதே, அந்த அமைச்சன் இருக்கும் வரை நம் திட்டம் எதுவும் நடக்காது. பொறுமையாக யோசிப்போம் அவனை இந்த நேரத்தில் ஏதாவது செய்து மாட்டிகொள்ளக் கூடாது. சில நாட்கள் ஆறவிட்டு அவனது செயல்பாடுகளை நோட்டமிட்டு கணக்கைத் தீர்க்கவேண்டும். உனக்கு உதவியாக என் தம்பி காளிங்கனையும் சேர்த்துகொள் என அவனது வெறியாட்டத்தை சில நிமிடங்களில் குறைத்தவள் மெதுவான குரலில் நான் மங்கம்மாளின் மாளிகை சென்று விபரங்கள் தெரிந்து வருகிறேன். மேலும் நமக்கு துணையாகப் பாதுஷாவின் ஆளாக தெலுங்கு நாட்டான் வெங்கண்ணா அடுத்த வாரம் இங்கு வந்து என்னை சந்தித்த பின் ராணியை காணப்போகிறான். புதையல் தோண்ட போனால் சில இழப்புகளை இழக்கத்தான் நேரும் ரகசிய அறையில் காட்டுவாசிகள் கொடுத்த பழரசம் இருக்கிறது. குடித்துவிட்டு அமைதியாய் இரு. வெளியில் யார் கண்களிலும் பட்டுவிடாதே என எச்சரித்த வண்ணம் புறப்பட்டாள்.

நகருக்குள் புலி ஊடுருவிய விவரம் தெரியாமல் ஏதோ காட்டில் இருந்து தப்பி வந்ததென எண்ணி அது கொல்லப்பட்ட நிகழ்ச்சியில் நகரமே விழாவாக கொண்டாடிக்கொண்டிருந்த வேளையில்

தமுக்கம் அரண்மனையில் ஆலோசனைக் கூடத்தில் ராணி, ராயர் மற்ற அமைச்சர்கள் மேலும் பெரும்பாலான பாளையக்காரர்கள், கோட்டை தளபதிகள் என அவசர ஆலோசனை கூட்டம் நிறைந்தபடி காணப்பட்டது. தென்பாண்டி நாட்டு பாதுகாப்பு, பக்கத்து பகைவர்களின் படையெடுப்பு டில்லி பாதுஷா குறித்த விளக்கம் மேலும் உளவாளியாக மதுரை நகருக்குள் பதுங்கி இருக்கும் ருத்ரபாலா அவன் ஏவிவிட்ட புலி கொல்லப்பட்டது குறித்து ராணி கோபமாகவும் கூட்டத்திற்குள் விளக்கி கொண்டிருந்தாள்.

கூட்டத்தினர் அக்கறையோடு கவனித்து கொண்டிருந்தாலும் பேரன் விஜயரங்கன் மற்றும் ஜீவாலா வராதது குறித்தும் ராணியை ராயரோடு இணைத்து பேசியதையும் ஒருத்தருக்கு ஒருத்தர் பரவலாக கேவலமாக பேசுவதை கவனித்த ராணி சற்று தளர்ந்தவளாய் காணப்பட்டாள்.

திடீரென ஆலோசனை அரங்கத்திற்குள் ஜீவாலா நுழைவது கண்டு புத்துணர்ச்சி பெற்றதுபோல அவளை கரம் கூப்பி அனைவரும் வணங்கியது கண்டு ராயரும் ராணியும் இந்த நிகழ்வை பிடிக்காது பார்த்துக் கொண்டனர். அதோடு ராணி தனி அறைக்குள் நுழைய பின் சென்ற ஜூவாலா உடல் நலம் சரியில்லாததால் நீண்டநேரம் உறங்கிவிட்டேன். ராணியார் மன்னிக்க வேண்டும் என பொய் சொல்லி சமாளித்தவள். உங்கள் மாளிகையில் புலி கொல்லபட்டதாக அறிந்தேன் தங்களுக்கு எந்த இடையூறும் ஏதுமில்லை என பரிதாபப்படுவது போல் கேட்டாள்.

எல்லாம் தெரிந்து கொண்டு நம்மிடம் நடிக்கிறாள் பசப்புக்காரி என்று மனதில் நினைத்தவள் ஜீவாலா அந்த புலி விராலிமலை ஒட்டிய மலைப்பகுதியில் இருந்து வழித் தவறி நம் நகருக்குள் வந்துவிட்டது. அதன் தலைவிதி அமைச்சரின் கையால் சாக வேண்டும் என எழுதியிருக்கும் போல என சிரித்தாள்.

அவளை மனம் நோகடிக்க முயன்ற ஜீவாலா ராணி, உங்கள் பேரன் விஜயரங்கன் தனது ஆதரவாளர்களோடும் மற்றும் உங்கள் துரோகிகளோடும் சதி ஆலோசனை நடத்தி அரியணையை கைப்பற்ற உங்கள் மேல் பரப்பபட்ட ராயரின் உறவை பெரிதாக பேசி களங்கத்தை கருவியாக்கி மகுடம் சூட தயாராகி கொண்டிருப்பதாய் எனது உளவாளிகள் தெரிவித்தார்கள் என ராணியின் முகத்தை பார்த்தாள் வினயமாக

அவனது நடவடிக்கைகளை நானும் கண்காணித்துதான் வருகிறேன். காலத்தின் கட்டாயம் நீ என்னுடைய ஏவலுக்குப் பணிந்து கிடந்தவள் நிமிர்ந்து என்னிடம் பேசுவது காலத்தின் கோலம் சரித்திரத்தை புரட்டி பார்த்தால் நம்பிக்கைத் துரோகிகளின வஞ் சகத்தால்தான் நல்லவர்களின் கதை முடிகிறது. இது இன்றல்ல மனிதன் தோன்றிய கால முதலாய் தொடர்ந்து வருவது அதில் நீ புதிதல்ல இறைவனின் ஆட்டத்தில் எது நடக்குமோ அது தானாக நடக்கும் என கொந்தளித்தாள்.

அவளது கோபம் கொடூரமானது என பலமுறை நிறைய பேர் தண்டிக்கபட்டதை நேரில் கண்டவள் சுதாரித்தபடி ராணியாரே, என் மேல் சந்தேகப்படுகிறீர்களா. நான் ஒரு போதும் உங்களுக்குத் துரோகம் செய்ய மாட்டேன் என அழாத குறையாக நடிக்க ஆரம்பித்தாள்.

ஜீவாலாவின் பாசாங்கு வார்த்தைகளை புரிந்துகொண்டவள் ஜீவாலா கோபத்தில் உன்னை பேசிவிட்டேன் வருத்தப்படாதே, வெங்கண்ணா என்னை சந்திக்க வருவதாய் செய்தியனுப்பி இருந்தார். அந்த மனிதர் டில்லி பாதுஷாவுக்கும் நெருக்கமானவர். ஏதோ திடீர் என வருவது எனக்கு சற்று மனஉறுத்தலாக உள்ளது. அவருடன் நீயும் வருவாய் அல்லவா என நையாண்டியாக கேட்டாள்.

வெங்கண்ணா எனது மாளிகைக்கு வந்து சிறிது நேரம் ஓய்வு எடுத்து வருவதாக செய்திச் சுருளை அவரது காவலாளி கொடுத்துள்ளான். மேலும் நமது அமைச்சர் சிம்ம ராயர் இருப்பார் அல்லவா அல்லது வேறு பணி எதுவும் உள்ளதா ராணி, குத்தலாக கேட்டாள் ஜீவாலா.

அதற்குள் அந்த அறைக்குள் நுழைந்த ராயர், மன்னிக்க வேண்டும் ராணி, ஆலோசனைக் கூடத்தில் உள்ளவர்களை அனுப்பலாமா என தங்களது அனுமதிக்காக வந்தேன். அதோடு நான் முக்கியமான நபரை அதாவது ருத்ரபாலா நகரின் மேல கோபுரவாசலில் உள்ள கடைவீதியில் ரத்தின மாளிகையில் பதுங்கி உள்ளதாக எனது உளவாளி தெரிவித்தார். நான் கூட்டத்தில் உள்ளவர்களை செல்ல கூறிவிட்டு வெற்றி செய்தியோடு தங்களை காணுகிறேன் என வீரசபதம் எடுத்தவராய் வெளியேறினார்.

அவருடைய வார்த்தைகளை கேட்ட ஜீவாலாவுக்கு படபடப்பு கிளம்பி மயக்கமுற பார்த்தவள் ராணியாரே, யார் அந்த ருத்ர பாலா அமைச்சர் ஆவேசமாகக் கிளம்புகிறாரே என பயந்தவள். நானும் செல்கிறேன் என ஆலோசனை கூடத்தினை விட்டு வெளியேறி அரண்மனையின் வாயிலில் நின்ற சாரட் வடண்டியில் தன் மாளிகை நோக்கி விரைந்தாள்.

அவள் உள் மனம் ராயரின் வார்த்தைகளால் துடித்தபடி அவசர புத்திக்காரன் இந்த ருத்ரா, ஒரு வேளை மாளிகை விட்டு வெளியேறி ராயரை பழி தீர்க்க அலைகிறானோ ராயர் கூறியபடி அங்கே இருந்தால் ராயர் அவனை கொன்று விடுவானே என தனது

மாளிகையை நெருங்கியவள் வண்டியில் இருந்து பதறிப் போய் உள்ளே விரைந்தவண்ணம் தனது அறையில் அவன் பதுங்கி இருந்த இடத்தில் அங்குமிங்குமாய் தேடினாள்.

அங்கே அவன் இல்லை. மனம் குழம்பியபடி அருகில்கிடந்த ஆசானத்தில் சோர்ந்து போய் உட்கார்ந்தாள்.

- - - - -

35

தமுக்கம் அரண்மனையை விட்டு புரவியில் விரைந்த ராயர், செல்லத்தம்மன் கோயிலில் வணங்கிவிட்டு புரவியில் ஏற எத்தனித்த வேளையில் வெகு வேகமாக புரவி ஒன்று ராயரை நோக்கி வருவதை உணர்ந்தவர் யாராய் இருக்கும், எதற்கும் பாதுகாப்புக்காக இடையில் இருந்து வாளை உருவியவர் எதிர்வந்த புரவி அருகில் வர அதில் அமர்ந்திருந்தவன் உருவிய வாளை கொண்டு தாக்க முயன்றான்.

முன்னெச்சரிக்கையாக ராயர் கையில் இருந்த வாள் அவனது வாளை தடுக்க மூர்க்கத்தனமாக அவரோடு மோதலானான்.

யார் இவன் ஏன் நம்மோடு மோதுகிறான் என ராயர் யோசித்த வேளையில் எதிர்பாராது முழக்கமிட்டான் அந்த புரவியில் இருந்தவன்.

கோழையே, குழந்தையாய் வளர்த்த எனது புலியை எதிர் நின்று தாக்க பயந்து போய் ஒளிந்துகொண்டு குத்தீட்டி வீசி தாக்கி இருக்கிறாயே, நீ ஒரு வீரனா இன்று உன்னை கொல்லாமல் விட மாட்டேன் என கத்திக் கொண்டே ராயரை வாளால் தாக்க ஆரம்பித்தான்.

ராயரோ அவனது வாள் வீச்சை சமாளித்தபடி இவன் கடுமையான வார்த்தைகளில் இருந்து புரிகிறது கொலைகாரன் ருத்ரன்தான் என முடிவுக்கு வந்தவர் வாளை வேகமாகச் சுழற்றியபடி அவன் உடலில் காயப்படுத்தினார்.

இவளைத் தேடி போய் அழிக்க நினைத்த வேளையில் தானாக வந்து மாட்டிகொணட்டான் என வீராவேசமாக வாளை வீசலானார்.

அந்த வேளையில் ருத்ராவின் வாள் வீச்சும் வேகமாக சுழல ராயாரின் வாள் உடைந்தது. கோப்பட்ட ராயர் புரவியில் இருந்து கீழே குதித்தபடி உடைந்த வாளை கொண்டு புரவியில் அமர்ந்தபடி தாக்கும் ருத்ரனை சமாளித்து கொண்டே நாலாபுறமும் வேறு ஏதும்

ஆயுதம் கிடைக்குமா என்று தேடிய வேளையில் கோயில் முற்றத்தில் காணப்பட்ட திரிசூலத்தை எடுக்க பாய்ந்தார்.

சில வினாடியில் ருத்ரன் இடையில் இருந்த குறுவாளை எடுத்து ராயரை நோக்கி வீசினான்.

எதிர்பாராத நிகழ்வாக குத்தீட்டி ஒன்று பறந்துவந்து ருத்ரனின் நெஞ்சில் ஆழமாய் பாய புரவியில் இருந்து கதறிக்கொண்டே கீழே விழுந்து துடித்தான்.

ஆனால் திரிசூலத்தை பிடுங்க முயன்ற ராயரின் முதுகில் ருத்ரன் வீசிய குறுவாள் முழுதும் இறங்கி கோயிலின் வாசலில் குப்புற விழுந்தார் மாவீரன் ராயர்.

எதிர்பாராது வந்த வீரா, ருத்ரன் குறுவாள் வீசுவதைப் பார்த்து குத்தீட்டியை வீசினான். அய்யோ, அமைச்சரே பார்த்து அவன் தாங்கள் இந்த கொடியவனிடம் வந்து தனியாக சிக்கி கொண்டீர்களே அரசியல் கொலைபுரிவதில் இவன் அசகாய சூரன் தப்பாட்டத்திலேயே தனது குறிக்கோளைச் சாதிப்பவன். நான் விசாரித்த அளவில் இவன் டில்லி பாதுஷாவின் நெருக்கமான உளவாளி. ஜீவாலாவின் வலது கை போல அவளுக்கு வேண்டியவன் நீங்கள் செல்லும் வேளையில் என்னை அழைத்திருந்தால் உங்களை இந்த நிலைக்கு ஆளாகவிட்டிருக்க மாட்டேனே.

அந்த கொடியவன் துடிதுடித்து சவமாகிவிட்டான். நெருக்கடியான இந்த் சமயத்தில் ராணியாருக்கு நீங்கள் உயிரோடு இருநது உதவ வேண்டும். வாருங்கள் நான் புரவியில் அரண்மனை வைத்தியரிடம் கொண்டு செல்கிறேன். அவசரப்பட்டான் வீரா அழுதபடி புலம்பினான்.

வீராவின் குரல் கேட்டு விழித்து திரும்பிய சிம்மராயர் அவனது கரங்கள் பற்றியபடி சரியான நேரத்தில் வந்து அவனை கொன்றாய் அதுவே எனக்கு கிடைத்த வெற்றி பெரிய ஆபத்தில் இருந்து ராணியை காப்பாற்றியதோடு நான் அழிந்தாலும் என்னுடைய இடத்தில் நீ இருந்து ராணியாரைப் பாதுகாப்பாய் என மனநிறைவுடன் ஆனந்தமாக உயிர் துறக்கிறேன் என கண்கள் சொருக இமைமூட சாய்ந்தார்.

அய்யகோ, என மார்பிலும் முகத்திலும் அடித்துகொண்ட வீரா, வீரத்திரு மகனே, அவசரபட்டுவிட்டாய். நான் உடன் வந்திருந்தால் உங்களை இழந்திருப்பேனா இச்செய்தி கேட்டு ராணியார் என்ன பாடுபடுவார்களோ செல்லத்தம்மா? நீ எப்படி இநத் நிகழ்வை பார்த்தபடி

இருந்தாய் என கோவிலுக்குள் சென்று கண்ணீர் வடித்து கதறி அழுதான். அதற்குள் அந்த பகுதி ஆட்கள் கூடி குய்யோ முறையோ என வேதனைப்பட்டு தரையில் புரண்டு அழ ஆரம்பித்தார்கள்.

நிலைமை தர்மசங்கடமாய் தெரிவது கண்டு ராயரின் உடலை மெதுவாக தூக்கி தன் புரவியில் கிடத்தி கண்ணீர் வடிய ருத்ரனின் உயிரற்ற உடலை வெறித்து பார்த்த வண்ணம் தமுக்கம் அரண்மனை நோக்கி கிளம்பினான் வீரா.

வானத்து வீதிகளில் சிம்ம ராயரின் உடலைக் காண நினைத்து கருமேகங்கள் நிறைந்து கூடி மதுரை மாநகரின் சூரிய ஒளியை மறைத்தால் போல நின்றதோடு கண்ணீர் விட்டழுவது போல மழை கொட்ட ஆரம்பித்தது. துக்கசெய்தி நகரெங்கும் காட்டு தீ போல பரவ தமுக்கம் அரண்மனைக்குள் இருந்த ராணிக்கும் செய்தி தெரிய இதயம் ஓட்டம் நின்றவளாய் திக்குமுக்காடி சிலையென காட்சியளித்தாள்.

போர்க்களங்களில் பகைவர்களை பந்தாடி யானைகளின் மத்தகங்கள் தெறிக்க இளைஞனை போல போர் பரணி பாடிய அந்த மாவீரன் கொல்லப்பட்டான் என்ற செய்தி ராணிக்கு பேரிழப்பாக கண்ணீர்விட்டு கதறினாள்.

சிம்மராயரை தாக்கியவன் ருத்ரன்தான் என்பது சரியாகப் புலப்படாது. அவருக்கு நகருக்குள் எதிரிகள் எனச் சொல்லிகொள்ளும்படி யாருமில்லையே ஒருவேளை சதிகாரி ஜீவாலாவின் வேலையாக இருக்குமோ என சந்தேகம் எழ எதிரில் திடீரென ஜீவாலா நிற்பது கண்டு துடித்தாள். ராணி மங்கம்மாள் மனவேதனையில்.

ராணியாரே, நாடு முழுதும் துக்கம் பீறிட அமைச்சர் சிம்மராயர் செல்லத்தம்மன் கோயில் அருகில் மர்மமாக கொல்லப்பட்டார் என்ற சேதி என்னை புரட்டிப் போட்டது. முட்டாள்கள் புரளி கிளப்புகிறார்கள் என சந்தேகப்பட்ட வேளையில் என் மெய்க்காப்பாளன் செய்தியினை உறுதிபடுத்தினான் என அவளது கரத்தை பற்றி ஓவென அழுதாள்.

திடீரென அரண்மனை வாயிலில் கூட்டம் கூட அழுகை சத்தமும் அழுகை ஒலியும் பெரிதாக ஒலிக்க ராணியும் ஜீவாலாவும் அரண்மனை வாயிலுக்கு ஓடி வந்தனர்.

அரண்மனை வாயிலில் கட்டுக்கடங்காத மக்கள் வெள்ளம்

அங்கே இருவரும் கண்ட காட்சி பதற வைத்தன.

வீரா தன் புரவியில் குருதி சொட்ட சொட்ட சிம்மராயரின்

உடல்புரவியின் மேல் காண ராணியோ கூக்குரல் இட்டவளாய் நின்று அவரது உடலை பார்த்து கதறி அழுதாள். ஜீவாலாவும் பின் தொடர்ந்து அழ ஆரம்பித்தாள்.

வீராவோ, தாயே தவறு செய்துவிட்டீர்கள் பகைவர்களைவிட துரோகிகளை அருகில் வைத்து வளர்த்ததன் விளைவு அஞ்சாத சிம்மம் குள்ளநரியின் இழிசெயலால் மாண்டுவிட்டது என புலம்பி அழுதான்.

தமுக்கம் அரண்மனையே அந்த நல்ல மனிதருக்காக கண்ணீர் சிந்தியது. மாநகரமே சோகத்தில் இருண்டது.

ராணியோ வீராவை தனியாக அழைத்து நடந்த விபரத்தை கேட்டாள். தாயே, எங்கிருந்தோ வந்த எமகாதகன் நேரில் போரிடப்பயந்து பின்புறமாய் தாக்கிவிட்டான் அந்த கோழை, வேறு யாருமில்லை. நம் நாட்டிற்குள் விராலிமலை சத்திரத்திரத்திற்கு வந்தானே அந்த கொலைகாரன் ருத்ராபாலா என கேவி அழுதான்.

அருகில் நின்று கொண்டிருந்த ஜீவாலா வீராவின் வார்த்தைகளை கேட்டு பெருமகிழ்வு கொண்டவள் தொலைந்தான் பரம எதிரி என முனகியபடி யார் ருத்ராபாலா, பகைநாட்டவனா, உளவாளியா என கேட்டு கோபப்பட்டவள் போல பேசினாள்.

அடி சண்டாளி, தென்பாண்டி நாட்டு மண்ணில் உன் போன்ற துரோகியை கண்டதே இல்லை. அவனுக்குத் தங்குவதற்கு உன்மாளிகையில் இடம் கொடுத்து சதித் திட்டம் திட்டியவளே நீதானே என பொங்கி எழுந்தான் வீரா.

அவனை அடக்க நினைத்த ராணி கையால் சைகை காட்டி அமைதிப்படுத்தியவள். கொடுஞ்கோபத்தை மறைத்து கொண்டு ஜீவாலா அவன் ஒரு கொலை வெறியன், நாளை உன்னைகூட கொல்ல தயங்கமாட்டான் நீ சற்று எச்சரிக்கையோடு இரு என கூறியபடி அறையை விட்டு வெளியில் வந்தாள். அமைச்சர்களே, அரசபை சான்றோர்களே, படைத்தளபதிகளே அத்துணை பாளையக்காரர்களே நமது அரசுக்கு விசுவாசமான அமைச்சரும் படைத்தளபதியுமாகிய சிம்ம ராயர் அகால மரணம் கொடியவனின் குறுக்கு தாக்குதலில் மாண்டுவிட்டார். மனிதன் இப்பூமியில் வாழும் காலத்தில் அவனது பெயர் மறையாது பெருமை படைத்து புகழ் பெற வாழும் அவர் வாழ்க்கையே சிறந்தது. அப்படி வாழ்ந்தவர்தான் நமது அமைச்சர் வழி நடக்க முயலுங்கள் உயிர் பிரிந்த இடத்தில் உருவச் சிலையும்

நிறுவப்படும் என ஆணையிட்டவள் வேதனையின் விளிம்பில் நின்றபடி வீரா, அந்த கொலைகாரன் தப்பிவிட்டானா என ஆத்திரம் பொங்க கேட்டாள்.

சில நிமிடங்கள் முன்னதாக அந்த இடத்திற்கு சென்றிருந்தால் ருத்ராவின் தாக்குதலை முறியடித்திருப்பேன். விதி விளையாடிவிட்டது. அவனை தாக்க அமைச்சர் செல்லத்தம்மன் கோயில் திரிசூலத்தை எடுக்க சென்ற வேளையில் புரவியில் அமர்ந்துள்ள ருத்ரனை பார்த்த நான் அவனை கொல்ல துடித்து குத்தீட்டி தனை வீசியபடி எதிரில் அமைச்சரை கண்டு கதிகலங்கி போனேன். குத்தீட்டி பாய்ந்த ருத்ரபாலா அலறி அனாதை பிணமாக தரையில் வீழ்ந்தான். நான் அவனை கொன்றுவிட்டேன் என்று ஆறுதலாய் ராணிக்கு கூறினான்.

வீராவின் வார்த்தைகள் ஜீவாலாவுக்கு இடி விழுந்தாற்போல துடித்து போய் ருத்ரபாலாவை கொன்றுவிட்டாயா என கோபமாய் குரல் எழுப்பியவள் சமாளித்தபடி தொலையட்டும் அந்த கொலைகாரன் என சமாளித்தாள்.

ராணிக்கு ஒருபுறம் ராயரின் இழப்பு ஈடுகட்ட முடியாத இழப்பாக இருந்தாலும் மறுபுறம் ருத்ரன் அழிந்தது சற்று ஆறுதலாகவே இருந்தது.

அமைச்சர் சிம்ம ராயரின் உடல் பலத்த பாதுகாப்புடன் அவர் உயிர் பிரிந்த செல்லத்தம்மன் கோயில் அருகில் மாநகர மக்களின் கண்ணீர் அஞ்சலியோடு உயர்மட்ட அரசாங்க அதிகாரிகளின் மரியாதை உடன்முரசுகளும் சங்கொலியுடன் முழங்க அடக்கம் செய்தாள் ஆழ்ந்த துக்கத்தோடு.

அதோடு நிற்காமல் சிம்ம ராயரின் உருவச்சிலை, அவரது பெயர் பொறித்த நடுகல்லும் அதில் உயிர் பிரிந்த நாளும் விவரமும் பொறிக்கப்பட்டு அந்த இடத்தில் நிறுவப்பட்டது. அன்றிலிருந்து அந்த பகுதி சிம்ம ராயர் நினைவுகல் என பெருமையோடு அழைக்கப்பட்டு நாளடைவில் குறுகி சிம்மக்கல்லாக மாறியது. ஒளியிழந்த மாநகரம் மறுபடியும் களைகட்ட தொடங்கி மக்கள் முகம் மாறி செயல்பட ஆரம்பித்தனர்.

- - - - -

36

தமுக்கம் அரண்மனையில் பணிப்பெண்கள் எப்பவும் போல பணியில் ஈடுபட சாரட் வண்டியில் இறுகிய முகமாய் வந்திறங்கினாள் ராணிமங்கமம்மாள். அவளது வருகையை எதிர்பார்த்து அமைச்சர்கள், அரசுப் பிரதிநிதிகள் அரசபை சான்றோர்கள் எல்லாரும் ஆலோசனை கூட்டத்தில் அமர்ந்திருந்தவர்கள் எழுந்து தென்பாண்டி பெண் சிங்கம் ராணிமங்கம்மாள் வாழ்க என வாழ்த்தொலி முழங்கினர்.

வாழ்த்தொலி முழங்கும் வேளையில் கூடத்தின் வாயிலில் ஜீவாலாவும் தெலுங்கு நாட்டான் வெங்கண்ணாவும் புன்னகை தவழ நின்றவண்ணம் நாங்கள் வரலாமா என கேட்டுக் கொண்டே கூடத்து மேடையில் அமர்ந்திருந்த ராணி மங்கம்மாளை நெருங்கியபடி ராணியார் அவர்களுக்கு வணக்கம். தங்களை சந்தித்து நெடுநாள் ஆகிறது என வெங்கண்ணா கரம் கூப்பி தலைகவிழ்ந்து வணங்கினான்.

ராணியும் புன்னகைத்துக் கொண்டே வாருங்கள், அமருங்கள் இருவரும் என அருகில் கிடந்த ஆசனங்களைக் காட்டினாள்.

இருவரும் அமர்ந்து எதிரில் காணும் கூட்டத்தை பார்வையிட்டபடி ராணியாரே, ஏதேனும் விசேஷம் உள்ளதா தென் பாண்டி நாட்டின் முக்கியஸ்தர்கள் குழுமியிருக்கிறார்களே என்றான் வெங்கண்ணா

ஆமாம், நீங்கள் எனது அரண்மனைக்கு வந்ததே விசேஷம்தான். அதுவும் தாங்கள் ஜீவாலாவின் மாளிகை சென்று ஓய்வெடுத்து இருவரும் சேர்ந்து வந்திருக்கிறீர்கள் என்ன திட்டம் தீட்டியிருக்கிறீர்கள். மேலும் தாங்கள் டில்லிக்குச் சென்று சில நாட்கள் பாதுஷாவுடன் இருந்ததாக கேள்விப்பட்டேன் என்றாள் ராணி கிண்டலாக.

டில்லி சென்ற நான் பாதுஷாவுடன் சில நாட்கள் இருந்த வேளையில் தங்களின் அரசியல் சாணக்கியத்தையும் தைரியத்தையும் தென் நாடுகளில் உள்ள அரசரெல்லாம் அடங்கி கிடக்கும் வேளையில் தாங்கள் மட்டும் துணிச்சலாக மக்களின் ஏகோபித்த ஆதரவோடு தங்கள் நாட்டுக்கு பகைவர்கள் நுழைய முடியாத அரணாக நிற்பதை மிகவும் பாராட்டினார். மேலும் நட்புமுறையில் தங்கள் சந்திக்க சொன்னார் என புகழாரம் அணிவித்தான்.

மிகவும் நன்றி,. தங்களுக்கு ஜீவாலாவும் நானும் பெரிய விருந்து கொடுக்கலாம் என நினைக்கிறோம். எங்களது படைத்தளபதியும், எனது ஆசானும் அமைச்சருமாகிய சிம்மராயர் கொடியவனால் கொல்லப்பட்டது. நீங்கள் அறிந்திருப்பீர்கள். அதன் தாக்கம் எனது

உடல்நல குறைவும் மனவேதனையும் என்னை ஆட்டிவைத்து படாய் படுத்துகிறது. இருப்பினும் மக்கள் நலம் கருதி இக்கூட்டம் கூட்டப்பட்டு நீங்கள் வருவதற்கு முன்னால் உரிய அறிவுரைகள் வழங்கி செயல்பட கூறி இருக்கிறேன் என நிறுத்தியவள் ராயரால் தேர்வு செய்யப்பட்டு எனக்கு மெய்காப்பாளனாக இதோ வீரா பெரிய பாதுகாப்பாய் நியமித்து போய்விட்டார் என கண்கள் கலங்க வீராவை முன்னே வரவைத்து வெங்கண்ணாவுக்கு அறிமுகம் செய்து வைத்தாள்.

வீராவும் வெங்கண்ணாவை ஏறிட்டு நோக்கியவன் பணிவுடன் வணங்கி நின்றான். வீரா உச்சரிப்புக்கு வீரம் கலந்த பெயர். ஆளும் அதற்கேற்றால் போல மகாபாரதத்தில் சொல்லும் அர்ஜினன் போல் இருக்கிறாய் ராணியாரை பாதுகாப்பாக பார்த்து கொள் என ஆதரவாக கூறினான். ஜீவாலா வீராவை வெறுப்புடன் பார்த்தாள். வேட்டைக்காரன் ருத்ராவை கொடூரமாக கொன்ற உன்னை கூடிய சீக்கிரத்தில் கொல்லாமல் விட மாட்டேன் என முனங்கினாள்.

நாளை மறுநாள் திருச்சிக்கு நாம் செல்கிறோம் அங்கு உங்களுக்கு தடபுடலாக விருந்தளிக்க ஏற்பாடு செய்ய ஆள் அனுப்பி உள்ளேன். இன்று எனது மாளிகையில் நீங்கள் தங்கலாம். விருந்து முடிந்தவுடன் அங்கிருந்து உங்கள் நாட்டிற்கு செல்லலாம் என்றவள் ஜீவாலா நீயும் விருந்துக்கு வருகிறாயா என வினவினாள்.

ராணியார் தரும் விருந்தில் கலந்துகொள்ள ஆவல்தான் இருப்பினும் எனக்கு முக்கியமான வேலை இருப்பதால் தாங்கள் மன்னிக்க வேண்டும் என பாசாங்கு செய்தாள் ஜீவாலா.

- - - - -

37

ராணியாரின் மாளிகையில் இருந்து காலைப் பொழுதில் முன்னே மெய்க்காப்பாளர்கள் வீரர்கள் புரவிகளில் தொடர வீரா உடன் ராணி பின்னே ஒரு சாரட்டிலும் வெங்கண்ணா மற்றொரு சாரட்டிலும் பயணிக்க ஆரம்பித்தனர்.

வழிநெடுக கிராம நகரங்களின் விழியாக சாரட் வண்டிகள் புரவிகள் சகிதம் செல்லுவதை கூட்டம் கூட்டமாய் வாழ்த்தொலி எழுப்பி ராணியை மக்கள் வாழ்த்தி மகிழ்வுடன் வணங்கினர். ராணியின்பால் மக்கள் கொண்டிருக்கும் அளவில்லா பாசமும் மதிப்பும்

கண்டு பிரமித்து போன வெங்கண்ணா அவனுக்குள் இனம் அறியாத பயம் உருவானது.

தென் தமிழகத்தில் திருச்சியிலும் மதுரையிலும் அரண்மனைகளை உருவாக்கி எழுபத்து இரணடு பாளையங்களை தன் கட்டுக்குள் நிறுவகித்த திருமலை மன்னர் காட்டிய பாதையில் தன் நாட்டுக்கும் மக்களுக்கும் பகைவர் களினாலோ உள்நாட்டுத் துரோகிகளினாலோ எள்ளளவு துன்பம் உருவாகதவாறு எட்டு திசைகளிலும் சாலைகள் பாலங்கள், அன்ன சத்திரங்கள் சாலையோரங்களில் இரு புறமும் பலன் தரும், நிழல் தரும் புளி, மா, புங்கை போன்ற மரங்கள் உருவாக்கி சாலையெங்கும் பாதசாரிகளின் சுமைகளை இறக்கி இளைப்பாற எண்ணிலடங்கா சுமைதாங்கிகள் அமைத்து பெண்களின் வாழ்க்கைதரம், கல்வி பாதுகாப்பு நலன் என பெண் வர்க்கத்துக்காக உழைத்த பெண்ணரசி எனப் போற்றி வாழ்ந்த ராணி மங்கம்மாள். அவளது மக்கள் ஆழமாக அவளை நேசிக்கிறார்கள். ஆனால் என தனக்குள் எதையோ நினைத்தும் அதனால் ஏற்படும் விளைவுகளையும் கற்பனையாய் யோசித்து கலங்கினான் தெலுங்கு நாட்டான் வெங்கண்ணா.

முன்னால் சென்ற சாரட் வண்டியில் அமைதியே உருவாய் அமர்ந்திருந்த ராணி சிம்ம ராயரின் கோர முடிவை நினைத்து கண்கலங்கியவள் ராயர் மறைவிற்குபின் சதிகாரி ஜீவாலாவின் செயல்களை முறியடிக்க தெய்வம்தான் துணையாய் இருக்க வேண்டும் என தன்னைத்தானே சமதானப்படுத்தி கொண்டாள். மதுரையில் விஜயரங்கனை கொம்பு சீவி விட்டு தன்னை ஒழிக்க ஜீவாலா சதி திட்டம் தீட்டி திருச்சி வரமறுத்துவிட்டாள் என ராணியின் மனம் நினைத்தது.

திருச்சி அரண்மனையில் ராணி உத்தரவுப்படி அமைச்சர் நல்லமநாயக்கர் விசேடமான விருந்தாக வெங்கண்ணாவினை வரவேற்று உபசரிக்கும் விதத்தில் ஏற்பாடு செய்துகொண்டு அரண்மனை வாயிலில் அரண்மனை ஆட்கள் நிறைந்து தயாராக இருநத்தார்.

இரண்டு சாரட் வண்டிகளும் அரண்மனைக் கோட்டத்திற்குள் நுழைய மரியாதை நிமித்தம் ராணிக்கும் வெங்கண்ணாவுக்கு மலர் மாலைகள் அணிவித்து மங்களவாத்தியம் ஒலிக்க அரண்மனை படை வீரர்கள் அணிவகுப்பு மரியாதை அளித்து நல்லமநாயக்கர் அரண்மனைக்குள் அழைத்து சென்றார்.

அமைச்சரின் அன்பான உபசரிப்பு வெங்கண்ணாவுக்கு அளவுக்கதிகமான மகிழ்ச்சியைத் தந்தது.

நீண்ட நாட்களுக்குப் பின் திருச்சி வந்த ராணியின் மனம் அரங்கநாதனையும் மலைக்கோட்டை உச்சிப் பிள்ளையாரையும் மனத்தளவில் உருகி வணங்கியது.

அன்றலர்ந்த மலர் போல பிரகாசமாய் ஒளிவீசும் ராணியின் முகம் வாடி காண்பது நல்லமநாயக்கருக்கு வேதனைமளித்தது. ராயர் திருச்சி வந்திருநது கடைசியாக அவருடன் சில மணித்துளிகள் இருந்து அளவளாவியதும் அவருக்கு தைரியம் கூறியதும் இப்பொழுது கூட கணீர் கணீரென ஒலிப்பது போன்ற பிரமை உருவானது.

ஆண்டவனே, பரந்த காட்டில் கொடூரமான குணம்கொண்ட சிங்கம், புலி, கரடி வாழும் அதே மண்ணில் மான், வரிகுதிரை, முயல் என அப்பாவி குணம் கொண்டவற்றைப் படைக்கிறாய். கொடியவன் கூட்டம் நிறைந்த உலகில் அப்பாவிகள் வேதனை பட வைப்பது என்ன தர்மம். இன்றைய சூழல் மனிதன் வாழும் பூமி ஒரு சூதாட்டகளமாய் எடுத்தவன் சிரிக்கிறான் கொடுத்தவன் அழுகிறான் என நினைத்து வேதனைப்பட்ட நாயக்கர் ராணியாருக்கும் வெங்கண்ணாவுக்கும் விதவிதமான உணவு வகைகள் பரிமாறப்பட்டு உபசரித்தார். அவரது அன்பான செயல்பாடுகள் இருவரையும் கவர்ந்தது. மகிழ்வோடு உணவருந்தினர்.

பல வாரங்களுக்கு பிறகு ராணியாரின் முகத்தில் புன்னகை கூடிய மலர்ச்சியை கண்ட வீரா சற்று தள்ளி உணவருந்திக்கொண்டே இறைவா ராயரின் தாங்க முடியாத இழப்பால் இருண்ட ராணியார் முகம் சற்று ஒளிபடர காண்பது பெரும் மாற்றத்தை உருவாக்கி உள்ளது. இது தொடர்ந்து மீண்டும் அவர்கள் வெற்றி களையுடன் வலம் வந்து துரோகிகளை குறிப்பாக விஜயரங்கன் ஜீவாலா இணைந்து செயல்படும் சதிகளை முறியடிக்க உதவ வேண்டும் என விசுவாச ஊழியனாக வேண்டிக்கொண்டான்.

இறைவன் நடத்தும் நாடகத்தில் நாம் நடிகர்கள் ஆடுவது நமது தொழில் ஆட்டுவிப்பது அவனது செயல் நாம் நினைப்பது எல்லாம் நடந்தால் பிறகு அவன் எதற்கு - ராணி மங்கம்மாளின் படைபலம் நிறைந்த பாண்டியன் கோட்டை முப்படைத் தளபதிகளின் நேர் பார்வை பராமரிக்கப்பட்டு வந்தது. திருமலை மன்னர் காலத்தில் பிற

காலப்பாண்டிய மன்னன் ஒருவனால் வைகை வடகரையை ஒட்டி பாறைகளும் மரம் சொடி கொடிகள் நிறைந்த உயர் மலைகளும் அரனாய் இருக்க பெருங்கோட்டை ஒன்றை நானூறு ஏக்கர் பரப்பளவுக்கு மேலாக அரணாக கோட்டையை சுற்றி உயரமான சுவர்களும், முதலைகள் பாம்புகள் நிறைந்த ஆழமான அகழிகள் பல உருவாக்கப்பட்டு அகழிகளுக்கான நீர்வரத்து வைகை நதியில் இருந்து ரகசிய வழியாக நீர் நிரப்பி கோட்டையை பலபடுத்திய விதமே அலாதி கால சுழற்சியிலும் பகைவர்களின் படையெடுப்புகளினாலும் சிதிலமடைந்த அக்கோட்டையை அமைச்சர் ராமராயரின் அறிவுறுத்தலின் கீழ் திருமலை மன்னர் பல படையெடுப்புகளில் திரட்டப்பட்ட பொன் பொருளை கொண்டு பாண்டியன் கோட்டை சீரமைத்து மறவர் நாட்டு வீரர்களை வீரத்துக்கு அடையாளமாக பெரும் பதவிகள் தந்து பெருமை கண்ட அவரது வழியில் ராணிமங்கம்மாள் சீரும் சிறப்புமாகத்தான் ஆண்டு வந்தாள். தென்பாண்டி நாட்டை சுற்றி இருந்த பகைவர்களை ஓடஓட விரட்டி வீரகாளியாக பெண் சிங்கமாக மதிக்கப்பட்டு பாராட்டப்பட்டாள்.

ஆனால் அவளது துணிவும் வீரமும் வயோதிகத்தின் விளைவில் பின்னடைவைத் தந்ததோடு அரசு கட்டிலில் ஆசை கொண்ட அற்ப பிறவிகளின் தப்பாட்டத்தால் ராயர் போன்ற வீரப் படைத் தலைவர்களை இழந்தாள். துரோகிகளின் துணிச்சலான குற்றச்சாட்டுகளை மக்களிடையே பரப்பிவிட்டு தனது பேரன் விஜயரங்கனையே மோதுவதற்கு பாண்டியன் கோட்டை அடுத்து பாண்டி முனிகோட்டத்தில் சதி ஆலோசனையில் ஈடுபட்டாள் சதிகாரி ஜீவாலா. ராணி திருச்சியில் இருந்து மதுரை வர உள்ள இரு நாட்களில் பெரிய பூகம்பத்தை கூடல் மாநகரில் உருவாக்க அடர்த்தியான மரங்களும் பெரும் பாறைகளும் நிறைந்த அப்பகுதிக்குள் வெளி ஆட்கள் உள்நுழைய முடியாது. தப்பி தவறி நுழைந்தவர்கள் உயிரோடு வெளியில் வரமுடியாது.

அப்படிப்பட்ட விசித்திரமான இடத்தில் குகை மாளிகையில் மங்கம்மாவின் எதிர்ப்பாளர்களும் விஜயரங்கனின் விசுவாசிகளும் ஜீவாலாவின் அடியாட்கள் கொண்ட அவளது தம்பி காளிங்கனும் விஜயரங்கனும் அருகில் அமர்ந்திருக்க அந்த சதிக்கூட்டத்தின் தலைவியாக ஜீவாலா கம்பீரமாகக் காட்சியளித்தாள். மேலும் அவளுக்கு ஆதரவான பாளையக்காரர்கள், கோட்டை தளபதிகளாக

அவளால் நியமிக்கபட்ட நபர்களும் காணப்பட்ட வேளையில் பலத்த பாதுகாப்பாக அரசாங்க படைகளில் ஒரு சாரார் இவளுக்கு ஆதரவாக செயல்படும் நியில் படைவீரர்களில் ஐம்பதுக்கும் மேற்பட்டோர் அந்த கோட்டத்தின் பாதுகாவலாக வலம் வந்தனர்.

பாண்டி முனி கோட்டம் பாண்டிய மன்னர் காலத்தில் பழமையான கோயிலில் உள்ள ஆவேசமான தெய்வமாக பலிகள் கொடுக்கப்பட்டு காவல் தெய்வமாக வணங்கி கொண்டாடப்பட்டது படையெடுப்புக்கு செல்லும் முன்னர் பகைவர்களை வென்று வெற்றி கொடி நாட்டி வர களப்பலியாக அஞ்சாத ஒரு மாபெரும் வீரனை பலிகொடுத்து அவனை முனியாக பாவித்து ஆடு, கோழி என பலியிட்டு போர் பரணி பாடி இளம்பியதாக சொல்வார்கள்.

அவ்வளவு சக்தி படைத்த அந்த மண்ணில் மகாபாரதத்தில் வரும் துரியோதனக் கூட்டமாக குழுமி இருந்தனர் ஜீவாலாவின் விசுவாசிகள்.

கூட்டத்தின் கதாநாயகனாக ராணியாரின் பேரன் விஜயரங்கன் வெறி கொண்ட வேங்கையை போல சினம் கொணடு அமர்ந்திருந்தான்.

ஜீவாலா டில்லி பாதுஷாவின் கனவு நனவாகிதான் அரியணையில் அமர்ந்தவளாய் போதை உடம்பெங்கும் ஏற கர்வமாக காணப்பட்டாள்.

காளிங்கனோ அவனது இடையில் வாள் பளபளக்க சேனாதிபதி அதாவது சிம்மராயரை போல படைத் தளபதியாய் உடையணிந்து சுருதியின் கொலைப் பழியில் இருந்து ராணியின் தூக்கு தண்டனையில் அகப்படாமல் காப்பாற்றிய ஜீவாலாவுக்கு வாழ்நாள் பூராவும் காவல்காரனாய் இருக்க நன்றி உள்ள பிராணியாக காட்சியளித்தான்.

ராணி மங்கம்மாள் பரந்த பழுத்த மரமாய் தன்னுடைய கிளைகளில் கூடு கட்டி குலாவி மகிழும் இன்னிசை குரல் எழுப்பும் பறவைகளாய் தனது நிழலில் ஒதுங்கும் மனிதர்கள்களை இளப்பாறி உண்டு. மகிழ்ந்து காய் கனிகள் பறித்து ருசித்து மகிழ்வார்கள் என பெரு மரமாய் எண்ணிய அந்த மகாராணி மங்கம்மாள் மகிழ்ந்து பரவசப்ட்டாள். ஆரம்பத்தில் மரத்தில் கூடு கட்டிவாழ்ந்தவை இன்னிசைக் குரல் எழுப்பிய குயில்கள்அல்ல பிணந்தின்னும் கழுகுகள், கோட்டான்கள் ஆந்தைகள் என இப்பொழுதுதான் மரமாய் வாழ்ந்த மகாராணிக்கு புரிகிறது.

மரத்தின் அடியில் ஆழ ஊன்றிய பெரு வேர்கள் என

எண்ணியவன் மனிதனையே விழுங்கும் மனித மலைப்பாம்புகளாய் புரிந்து கொண்டாள்.

மனிதர்களே இப்படித்தானா கேவலம் சாகும் நிலையில்லா வாழ்வு கண்ட மனிதன் கோடி கோடியாய் பொன்னும் பொருளும் சேர்த்தாலும் அவன் விட்டு செல்வது அழியா புகழ் உடம்பு, அப்படி வாழ்பவன் தான் மனிதன் உருவில் லட்சக்கணக்கான உள்ளங்களில் அழிக்க முடியா சித்திரமாய் நிலைத்திருப்பதே அப்படிப்பட்ட மனிதர்கள் வாழ்க்கை வகையில் ராணிமங்கம்மாளும் உண்டு.

இதற்கெல்லாம் அருகதையில்லாத நன்றி கெட்ட அற்ப கூட்டம் ராணி மங்கம்மாளை பழி கொடுக்க சதி திட்டம் தீட்டுவதில் மும்முரமாக இறங்கியது.

ரகசியமான அந்த சதித்திட்டம் அந்த நள்ளிரவில் அங்கிருந்த ஐவருக்கு மட்டுமே தெரியும்படி விவாதித்து கொண்டனர். ஜீவாலா விஜயரங்கனை பழி கடாவாக்கி ராணி மங்கம்மாளை அழித்து விஜயரங்கனை அரியணையில் உட்கார வைத்த சில மாதங்களில் டில்லி பாதுஷாவோடு பேசி பாதுஷா கொடுத்த உத்தரவாதத்தின் பேரில் ராணி மங்கம்மாளின் மறைவை தனக்கு பயன்படுத்தி விஜயரங்கனை அழித்துவிட்டு அரியணையேற தனது மனதுக்குள் பெரிய திட்டத்தை உருவாக்கினாள். உதவிக்கு தன்னுடைய தம்பி காளிங்கனை அருகிலேயே வைத்துக்கொண்டாள். காளிங்கனோ தளபதியாக ஆசைப்பட்டவன் அரியணையில் அமர நேரம் கனிந்து வந்தது காலத்தின் கட்டாயம்.

- - - - -

38

திருச்சி அரண்மனையில் தங்கி விசேஷ விருந்தினராக வெங்கண்ணாவை அழைத்துவந்து டில்லி பாதுஷாவின் தூதராக ராணியிடம் அவர் சார்பாக பல்வேறு பிரச்சினைகளை மனம் விட்டு பேசி அறுவகை உயரிய விருந்தோம்பலில் கலந்துகொண்டு பரிசு பொருட்களும் வழங்கி தனிசாரட் வண்டியில் தெலுங்கு நாட்டுக்கு பாதுகாவலருடன் வெங்கண்ணாவை வழி அனுப்பிவைத்தாள் ராணி, வெங்கண்ணாவை அரசியலிலும் திறமையிலும் தேர்ச்சி பெற்ற நல்ல மனிதனாக ராணி எண்ணி நல்லுறவு கொண்டிருந்தாள்

ஆனால் அவன் கொடிய எண்ணம் கொண்ட விஷப்பாம்பாக டில்லி பாதுஷாவின் கைக்கூலியாய் செயல்பட்டு கொண்டிருக்கிறான் என்பது எள்ளளவும் சந்தேகப்படாது. அவனிடம் உரையாடிக் கொண்டிருக்கும் ராணியின் உயர்ந்த கள்ளங்கபடமில்லாத மனதை கண்டு வியந்த வீரா தனக்குள் தெய்வமே, எத்தனையோ சோதனைகளையும் வேதனைகளையும் கடந்து கோலோச்சும் ராணிக்கு கெடுதல் எதுவும் நடக்காமல் ஆயுளை கொடுத்து சிறப்பிக்க வேண்டும். ராணிக்கு ஆதரவாக இருந்த ராயரையும் காவு கொடுத்துவிட்டு துரோக கூட்டத்தில் இருப்பது கொடும்புலிகள் நடுவே சிக்கிய புள்ளி மானாய் தன் நம்பிக்கையும் தைரியத்தையும் துணையாய் கொண்டு நடைபோடும் ராணி என மனதளவில் நினைத்த வேளையில் மறந்துவிட்டேனே ராணியாரிடம் ராயர் சொல்ல வந்த முக்கியமான சேதியை என்னிடம் தெரிவித்தவர் ராணியை சந்தித்து சொல்ல சந்தர்ப்பம் கிடைக்காது இறந்து போனார். அதே வேளையில் என்னிடம் கூறாமல் இருந்திருந்தால் அந்த கொடிய சம்பவம் ராயரோடு மக்கி போய் மறைந்து போயிருக்கும். ராணியால் மதுரை புறப்பட்டு சாரட்டில் செல்லும் வழியில் கண்டிப்பாய் கூறி விடவேண்டும் என துடித்தவேளையில் ராணியார் எதிரில் புறப்பட்டு வருவதையும், தொடர்ந்து நல்லம நாயக்கரையும் கண்டு பயணத்திற்குத் தயாரானான் வீரா.

வீரா, ராயர் எப்படி மதுரை அரண்மனையில் எனக்கு துணையாய் இருந்தாரோ அதேபோல் திருச்சி அரண்மனை மற்றும் நிர்வாகத்திலும் ராயருக்கு ஈடான நல்ல மனிதர் என நாயக்கரை விமர்சித்தாள்.

வெங்கண்ணாவையும் நல்ல மனிதராகத்தான் பழகுகிறேன். ஆனால் இதயத்தில் மனிதன் என்ன நினைக்கிறான், என்ன செய்வான் என்பதை யாரும் அறிய முடியாத வகையில் அமைத்துவிட்டான் ஆண்டவன்.

அவருடைய தோற்றமும் அளித்த விருந்தோம்பலும் தங்கள் மேல் வைத்திருக்கும் அலாதியான அன்பு கொண்ட மரியாதையும் எனக்கு புரிகிறது ராணியாரே! நான் கொஞ்ச நேரம் தங்களிடம் ராயர் கூற வேண்டிய கொடூரமான நிகழ்வு குறித்து பேச வேண்டி உள்ளது. அது சம்பந்தமான தகவலை கூறிய நமது அமைச்சர் தங்களிடம் தெரிவிக்க துடித்த வேளையில் காலன் உருவில் ருத்ரனைச் சந்திக்கச் சென்று மாண்டுவிட்டார், அவனது கண்கள் கலங்கின.

குறிப்பறிந்த நல்லமநாயக்கர் அங்கிருந்து வெளியேற சிம்மராயர் கூறிய செய்தியினை ஆவேசத்தோடும் ஆக்ரோஷமாக கூற ஆரம்பித்தான் வீரா.

வீரா, வார்த்தைகள் ஒவ்வொன்றும் ஈட்டி பாய்வது போல துடித்தபடி கேட்டுக் கொண்டிருந்த ராணி திருச்சிக்கு வந்து மனம் சற்று அமைதி மகிழ்ச்சி கண்ட வேளையில் மீண்டும் கொதிக்க ஆரம்பித்தவள் கொடிய விலங்கினும் கீழான மதி படைத்தவளாய் ரத்த காட்டேரியாக அலைகிறாள் என கூறியவள் மூச்சுவிட சிரமப்பட்டபடி ஆசனத்தில் அமர்ந்தாள். அவருடைய உடலும் மனமும் சில வருடங்களாகவே நலிவுற்ற நிலையில் மனவேதனை வெளிக்காட்டாது இருந்தாள். அதற்கான காரணம் அவளாலேயே அறிந்துகொள்ள முடியாது தவித்தாள்.

தற்போது வீரா கூறிய செய்தி அவளுக்கு இடிவிழ்ந்தது போல இது போன்ற செயல்கள் எவ்வளவு நடந்திருக்குமோ அதன் விளைவு என் மேல் கொண்ட மக்களின் நம்பிக்கை குடம்பாலில் கலந்த துளி விஷமாக என்னை தூற்றுவார்களோ என அஞ்சி நடுங்கினாள்.

அவளது நிலை கண்டு தடுமாறிய வீரா, வேதனைபட்டவனாய் ராணியாரே, துணைக்கு நான் இருக்கிறேன். மேலும் நீங்கள் வணங்கும் தெய்வங்கள் உங்களை என்றும் விசுவாசிக்கும் நம் மக்கள் இருக்கின்றார்கள். வாருங்கள். மதுரை சென்று தீர்வு காண்போம் என ஆறுதல் கூறினான்.

சிறிது நேரத்தில் அரண்மனை வாயிலில் நின்ற சாரட் வண்டிக்கு சென்ற ராணி திரும்ப வந்தவள் அன்போடு அடக்கமாய் வழியனுப்ப நின்று கொண்டிருந்த நல்லமநாயக்கரை கரம் கூப்பி வணங்கியவள் போகிறோன் அமைச்சரே என்றபடி சாரட் வண்டிக்கு சென்று உள்ளே ஏறி அமர்ந்தாள்.

நல்லமநாயக்கர் துடித்தபடி அய்யோ, ராணியின் வாயில் இருந்து அவச்சொல்லாய் ஏன் வருகிறது. புரியவில்லையே என கண்கள் கசிய வேறு வார்த்தை பேச முடியாமல் இறுகிப் போய் கரம் கூப்பி வணங்கினார்.

அதே வேளையில் ராணியின் வார்த்தைகளை பின்னால் வந்த வீராவும் கேட்டு திடுக்கிட்ட பின் ராணிக்கு என்ன வந்தது ஏன் அப்படி அவச்சொல்லாய் கூறினார். இது ஆண்டவனின் செயலா

என பதறியவன் சாரட் வண்டிக்கு முன்னும் பின்னும் பத்துக்கும் மேற்பட்ட குதிரை வீரர்கள் மெய் காப்பாளர்களாய் புறப்பட சாரட் வண்டிக்கு பின்னால் வீரா ஒரே குழப்பத்தில் புரவியில் ஏறி பின் தொடர்ந்தான். ராணியின் சாரட் வண்டி மதுரை நோக்கி விரைய குழப்பத்தின் விளிம்பில் பல்வேறு சிந்தனையில் மூழ்கியபடி சாரட்டில் அமர்ந்திருப்பதையே மறந்து சாலையின் இருபுறங்களை பார்த்துக் கொண்டிருந்தாள்.

அவள் காலத்தில் நடப்பட்ட மரங்கள் பலன் தரும் வகையில் பூவாக காயாக பழமாக பாதசாரிகளுக்கு பசிதீர்த்து நிழலாக ஓய்வெடுக்க உதவுவதை கண்டு மனம் பூரித்தாள். சாலைகளில் மக்கள் நடந்து செல்வததையும் புரவிகள், வண்டிகள் எந்தவித இடையூரின்றி செல்வதை கண்டு மகிழ்ந்தாள். சாலைகளில் திருடர்களால் கொள்ளையரால் எவ்வித அச்சுறுத்தலும் எழாதபடி கண்காணிக்க புரவி வீரர்கள் சாலைகளில் தெரிவது கண்டு பூரித்து போனாள். வழியில் கிராம நகரங்களில் வெளியூர் ஆட்கள் தங்கி செல்ல சத்திரங்கள் பளிச்சிடுவதையும் பசியாறுவதற்கு ஏழை மக்களுக்கு அன்னதானம் வழங்குதலும், கோயில்களில் வெளியூர் பக்தர்கள் உள்ளூர் ஏழை மக்கள் பசியாற மதியத்தில் அன்னதானம் வழங்குதலையும் பயணத்தில் அமர்ந்தபடியே கவனிக்க தவறவில்லை. துரோகிகளும் பகைவர்களும் எவ்வாறு இடையூறு அளித்தாலும் அனைத்தையும் நான் வணங்கும் தெய்வங்கள் சிதறடிக்கும் என்று மனதிற்குள் பிரார்த்தித்தவள். சாலைகளின் ஊடே கிராமங்கள் நகரங்கள் தாண்டி உயரமான பாறைகளும், அடர்த்தியான மரங்களும் நிறைந்த ஏழெட்டு வளைவுகள் வழியாக சாரட் வந்து கொண்டிருந்த வேளையில்–

திடீர் தாக்குதல்போல ஒவ்வொரு வளைவிலும் ஏதோ ஓர் மாற்றம். வண்டியில் சிந்தனையில் கண்கள் மூடிய நிலையில் இருந்த ராணி கவனிக்கவில்லை.

சில மணித்துளிகளில் மெய்க்காப்பாளர் புரவிகள் சகிதம் பாதுகாப்பாக ராணிமங்கம்மாள் அரண்மனை செல்லாது தனது மாளிகை வாயிலில் சாரட் வண்டி நிற்பதை உணர்ந்தாள். இருப்பினும் எதுவும் கூறாமல் வண்டியில் இருந்து இறங்கியவள் தன்னோடு திருச்சியில் இருந்து பாதுகாப்பாக தொடர்ந்து வந்த மெய்க்காப்பாளர்களை காணாது திகைத்து நின்றவள் சாரட் செலுத்தி வந்த நபரிடம் எங்கே வீரா என அச்சத்துடன் கேட்டாள்.

சாரதியோ சற்றும் புரியாது விழித்தபடி அம்மா அவர் விராலிமலை வரும்போதே காணவில்லை. அவர் என்னிடம் எதுவும் கூறவில்லை என பணிவுடன் கூறினான்.

வரும் வழியில் ஏதோ தப்பு நடந்திருக்கும் போல தெரிகிறது. இதுவும் ஜீவாலாவின் வேலையாகத்தான் இருக்கும். மாவீரன் விராவை என்ன செய்தாளோ என்றபடி சற்று அச்சம்படர தனது மாளிகைக்குள் நடக்க ஆரம்பித்தாள்.

- - - - -

39

வெளி சென்ற ராணி மாளிகைக்குள் நுழைந்தால் அவருடைய காலணிகள் கழற்றி காலை கழுவுவதும், அவளது கைகளில் பரிசு பொரு;டகள், மலர் கொத்துகள் போன்று ஏதேனும் இருந்தால் ஓடி சென்று கரம் கூப்பி வணங்கி அவற்றை வாங்குவதும் அவள் அறைக்கு சென்றவுடன் களைப்பு மாற அருந்துவதற்கு பழச்சாறு கொடுப்பதும் அங்கிருந்த பணிப்பெண்கள் வேலை. ஆனால் எல்லாமே புது மாற்றம் போல ஒருத்தி கூட வணங்கி வரவேற்கவில்லை.

பிரயாணக்களைப்பில் அவளது அறைக்குள் நுழைந்தவள் திடுக்கிட்டு வாசலிலேயே நின்றபடி நீயா என கேட்டு கொண்டே சற்று தடுமாறினாள் ராணி.

எதிரே ஆசனத்தில் கால்மேல் கால் போட்டபடி ஆணவம் தொனிக்க வாருங்கள், தென்பாண்டி நாட்டு மகாராணியாரே பயணக்களைப்பில் சோர்ந்து போய் காணப்படுகிறீர்களா அல்லது உங்களின் ஆசை நாயகன் ராயர் இறந்த துயரம் இன்னும் மனதை விட்டு நீங்கவில்லையா என்றபடி கேலி படர கரம் தட்டி அறையே குலுங்குவது போன்று உரக்கச் சிரித்தான் பேரன் விஜயரங்கன்.

அவனது வார்த்தைகளை கேட்டு ஆடிப்போன ராணியார் உடல் நலம் வேறு பாதிக்கப்பட்ட நிலையில் கொதிக்கும் நீரை தன்மீது வாரி இறைத்தாற்போல துடித்தாள்.

அவனுக்கு பின்னால் திரைமறைவில் இருந்து அவனது கூட்டாளிகள் பலர் வெளியில் வந்தனர். அவர்கள் அனைவரும்

அரியணையைப் பறிக்க குறுக்கு வழியில் முயற்சித்து ராணியிடம் எதிரில் நிற்க பயந்து ஓடி ஒளிந்த அரண்மனை திருடர்கள்.

அப்பேர்ப்பட்ட நபர்களை கண்டவுடன் ராணி மேலும் கொதிக்கலானாள்.

விஜயரங்கா, இது நாள் வரை மூன்று வயதில் இருந்து உன் தாய் தந்தை அதாவது என் மகன் இருவரும் இறந்த பின்னர் உன்னை கண்டு சொந்தம் என்று சொல்ல நீதானே ஒருவன் எனக்கு அதுவும் இந்த நாட்டின் அரியணை வாரிசு என பொறுப்போடு வளர்த்து வாலிபன் ஆக்க கஷ்டப்பட்டிருக்கிறேன் கூடா நட்பு கேடாய் முடியும் என்பது போல உன் பின்னால் நிற்கம் துரோக கும்பலின் ஆசை வார்த்தைகளால் தீய பழக்கங்களுக்கு ஆளாகி மன்னனுக்கு உண்டான குணாதிசயங்களில் இருநது வழி தவறிப் போய் கொண்டிருக்கிறாய்.

போதாக்குறைக்கு எங்கிருந்தோ வந்த உளவுக்காரியாக உலவும் சதிகாரியின் சொல் அலங்காரத்தில் சொக்கிப் போய் சாவி கொடுக்கும் உயிரில்லா பொம்மையாய் நடமாடுகிறாய். நீ நல்லவனாய் மக்கள் ஏற்றுக்கொள்ளக்கூடிய பண்பாளனாக திருந்தி வா நானே மணிமகுடம் சூட்டி அரசபையில் மன்னனாக அமர்த்துகிறேன் அதுவரை நான் இந்த மன்னனின் ராணியாய் இருப்பேன் என அறிவுரை கூறினாள் பொறுமையாக.

சபாஷ் மங்கம்மா என பெண்ணின் குரல் கேட்டு திரும்பிய ராணி அதிர்ச்சியடைந்தாள்.

மிடுக்கு நடைபோட்டு ராணி போல உடையணிந்து கலகலவென சிரித்துகொண்டு ராணி அருகில் வந்து நின்ற ஜீவாலா புன்னகை தவழ நான் உனக்கு சதிகாரியாகவும் உளவுக்காரியாகவும் இப்பொழுதுதான் தெரிகிறேன். உன் சொல்படியே வைத்துக்கொள். ஆனால் பதவிக்கேற்ற குணம் உன்னிடம் இல்லையே. இந்த நாடே துதித்து மதிக்கிறது. பெண் குலமே உன்னை மாதரசியாக போற்றுகிறது.

ஆனால் உன் நடத்தை ஒருபுறம் ஊரே சிரிக்கிறது கட்டை பிரம்மசாரியாக இருந்த நல்ல மனிதனை அமைச்சர் சிம்மராயரை உன் பசப்பு வார்த்தைகளினால் மயக்கி அவனை ஒரு நாள் இரவு உன் மாளிகைக்குள் தங்கவைத்து கும்மாளம் அடித்திருக்கிறாய் என கிண்டலாக கூறி கலகலவென சிரித்தாள்.

ஆனால் யாரும் எதிர்பாராத நிலையில் பளார் என ஓர் அறை ஓங்கி கொடுத்தாள் ராணி.

வலி தாங்காமல் துடித்துக் கதறினாள். ஜீவாலா அவளது கரம் பூப்போன்றது என மற்றவர்கள் நினைத்தாலும் இரும்பு போன்று வலிமை வாள் சுழற்றியும் சிலம்பம் ஆடியும் என பல்வேறு பயிற்சிகளைக் கற்றது அவளது மனம் போலவே உடலும் இருந்தது. ஆனால் வயோதிகத்தினாலோ உயிர் குடிக்கும் மருந்தினாலோ கூடா நட்பினால் உடல் தளர நோய்கள் புக ஆரம்பித்தது.

என்னைப் பற்றிய நடத்தை குறித்து பேச உனக்கு தகுதி கிடையாது. என்னோடு தங்கியிருப்பதை உனக்கு சாதகமாகக் கொண்டு பங்காரம்மாள் உட்பட எனக்குப் பாசமான குடும்ப உறவுகள் போல பல வருடங்களாய் கட்டிக் காத்த அத்தனை பணியாட்கள், வீரர்கள் காவலாளிகள் அனைவரையும் கஷ்டப்படுத்தி வெளியேற்றிவிட்டு உனக்கு நம்பகமானவர்கள் சேர்ந்ததும் என் மாளிகையை உன் கட்டுக்குள் வைத்து கொண்டாய் என ராணி ஆத்திரபட்டு உண்மையை வெளிப்படுத்தினாள்.

ராணி பளார் அறையில் சில நொடிகள் கதிகலங்கி போய் விழித்தவள் சுதாரித்தபடி மங்கம்மா இன்னும் சில நாட்கள்தான் ராணி ஆட்டம் பிறகு நீ ஒரு சிறைவாசி ஆம் வீட்டோடு காவலில் அடைக்கப் போகிறேன் என மீண்டும் கொக்கரித்தாள்.

ஆமாம் ராணியாரே அந்த வேலையை தங்களின் நீண்ட நாள் விசுவாசி செய்ய போகிறேன் என முன்னால் வந்து நின்றான் தளவாய், மீசையை தடவி கொண்டு நிமிர்ந்து நின்றபடி

என்ன நடக்கிறது தனது மாளிகைக்குள் என்று குழப்பமானவள் காலால் இட்ட வேலையை தலைவணங்கி செய்த முட்டாளே என்றவள் என் மாளிகை வாசலில் எனது இரக்க பார்வை படாதா என்று பிரிதவித்து நான் போட்ட பிச்சையில் உயிர் வாழும் கேவலமான பிறவிகளில் நீயும் ஒருவன். நாய்க்கு இருக்கும் விசுவாசமும் நன்றியும் மனிதனிடம் காண்பது மிக அரிது கொஞ்சம் பொறு அமைச்சர் சிம்மராயர் மறைவுக்குப்பின் உன் அதிகார ஆட்டம் அதிகரித்துவிட்டதாக எனது உளவாளிகள் சொன்னார்கள். ஆனால் நான் அதை நம்பவில்லை. காரணம் என் மாளிகை உப்பை தின்று வளர்ந்தவன் துரோகம் செய்ய மாட்டான் என்ற தப்பு கணக்கு இப்பொழுது நேரடியாக உணர

வைத்துவிட்டாய். கேவலம் உன் உடைமைகளையும் உயிரையும் பாதுகாக்க அயலவன் கூட்டத்தில் சேர்ந்து கூனி குறுகி வாழ்விதை விட போர்க்களத்தில் மார்பில் விழுப்புண் ஏந்தி சாகலாம். மனிதனின் உயிர் நிரந்தரமில்லாதது மாற்றான் கூடாரத்துக்குள் புகுந்து மானம் இழந்து பிழைத்துக்கொள் என அவன் முகத்தில் காரி உமிழ்ந்தாள்.

ராயர்மறைந்தவுடன் ராணிக்குத் தெரியாமல் தளவாய்க்கு ஜீவாலா அமைச்சர் பதவி கொடுத்ததோடு கொளளையடித்த செல்வத்தில் பெருந்தொகையாய் வேறு நீட்டிவிட்டாள். அது செய்நன்றி மறந்து சொறிநாயாக அவளது கால்களே தஞ்சமென படுத்து கொண்டான் தளவாய்.

அளவுக்கு அதிகமாக கோபப்பட்ட ஜீவாலா ராணி என ஆவேசமாக அருகில் சென்றவள் ஓங்கி அறைய கையை உயர்த்தியபடி நெருங்கியவளை,

ஒரு கரம் அவளை தடுத்து நிறுத்தி அவளது கன்னத்தில் அறை கொடுத்தது.

துடித்துப் போனாள் ஜீவாலா தளவாயோ அச்சம் படர நீ இன்னும் சாகவில்லையா என வாளை உருவினான்.

விஜயரங்கனோ வேடிக்கை பார்த்துபடியே அமைதியாய் இருந்தான்.

சபாஷ் வீரா என அவனை பாராட்டியபடி அவன் அருகில் சென்றவள் மேலும் கீழுமாய் பார்த்து வீரா இது என்ன உடம்பு எல்லாம் ரத்தகாயங்கள் என்ன நடந்தது என பரபரப்பாக கேட்டாள்.

திருச்சியில் இருந்து நாம் புறப்படும் போதே திருச்சி அரண்மனைக்கு ஏகப்பட்ட புரவிகளில் ஒரு கூட்டம் இருளில் வந்து ஒதுங்கியதை கண்ட நான் ஏதோ தப்பு நடக்கப்போகிறதோ என மனம் குழம்பினேன். தங்களிடம் கூறினால் வேதனைபபடுவீர்கள் என்று நமது பாதுகாப்பு வீரர்களிடம் விபரத்தைக் கூறி எச்சரிக்கையுடன் ராணியை பாதுகாப்பாக மதுரைக்கு அழைத்துச்செல்ல வேண்டும் என உத்தரவிட்ட நான் விழிப்போடு சாரட் வண்டியை தொடர்ந்தேன். துவரங்குறிச்சி நெருங்க பல மைல் இருக்கும் வேளையில் சாலை ஏகப்பட்ட வளைவுகளும் அடர்த்தியான மரங்கள், பெரும்பாறைகள் காணப்பட்டது.

அந்தச் சூழ்நிலையை பயன்படுத்தி நமது மெய்க்காவலர்களை மரக்கிளைகளில் இருந்து வலைகளை வீசி அப்புறப்படுத்திவிட்டு ஜீவாலாவின் ஆட்கள் சாரட் வண்டியை தொடர்ந்தனர். அதேபோல என்னை வலை வீசி தூக்கியவர்கள் வலையை போட்டு பின்னி வெள்ளிமலைக்கு கொண்டுபோய் கடுமையாக தாக்கினான். இந்த தளவாய் நான் மயக்கமடைந்து வீழ்ந்ததை இறந்ததாக எண்ணி அப்படியே விட்டுவிட்டு கிளம்பினான். இந்தக் கொடியவன் அவனது ஆட்களுடன்.

இறைவனே வந்ததுபோல அந்த வழியாய் இரண்டு காட்டுவாசிகள் வந்து என்னை காப்பாற்றி அனுப்பி வைத்தனர் என கூறினான் வீரா.

நல்லவர் பக்கம் எப்பொழுதும் ஆண்டவன் இருப்பான் வீரா என கூறிய சமயத்தில் வீராவை தாக்குவதற்கு வாளுடன் தளவாய் ஓடிவந்தான்.

அதற்குள் வீராவுடன் வந்த மெய்க்காப்பாளனின் வாளை பிடுங்கிய ராணி தளவாய் தாக்குதலை தடுத்ததோடு அவனது மார்பில் வாளை பாய்ச்சினாள். கோபமாக நன்றி கெட்ட நாயே என்னிடமே சேவகம் செய்து வளர்ந்து துரோகம் நினைக்கும் துரோகிகள் யாரும் பூமியில் வாழக்கூடாது என உரக்க முழங்கினாள்.

அந்த சூழ்நிலையில் எல்லை மீறி போவதை அறிந்த ஜீவாலா விஜயரங்கனுக்கு சாடை காட்ட திடீர் என ஆயுதம் தாங்கிய வீரர்கள். நிறைய பேர் ராணி அறைக்குள் நுழைந்தனர்.

ஆனால் ராணியோ சற்று மன ஆறுதல் கொண்டவளாய் நல்ல நேரத்தில் இங்கு வந்தீர்கள் நம்பிக்கைத் துரோகிகள் ஜீவாலாவையும் விஜயரங்கனையும் வீரர்களே கைது செய்து பாதாளச் சிறையில் அடையுங்கள். ஆவேசப்பட்டாள் ராணி.

ஆனால் அந்த வீரர்கள் எதுவும் செய்யாமல் சிலைகளாய் நின்று கொண்டிருந்தனர்.

யாரும் எதிர்பாராத நிலையில் கரவொலி எழுப்பியபடி ஜீவாலா தம்பி காளிங்கன் வந்து கொண்டிருந்தான். குழப்பத்தில் மறந்து போனதை நினைவுக்கு கொண்டு வந்த ராணி சூழ்நிலையை புரிந்துகொண்டவள் வா காளிங்கா, பூனையை கண்ட எலிபோல பயந்து ஒளிந்து என்னை பார்க்க பயந்தவன் இப்பொழுது கை தட்டி

கரவொலி எழுப்பி நிமிர்ந்தபடி வருகிறாய் என்ன தைரியம் உனக்கு என கோபமாய் கேட்டாள்.

பழைய காளிங்கன் இல்லை மாஜி ராணி, நான் இப்பொழுது இந்த நாட்டின் படைத் தளபதி இந்த வீரர்கள் என் ஆணைக்கு கட்டுப்பட்டவர்கள் புரிகிறதா என கேலியாக பேசினான்.

கேலியாக சிரித்த ராணி கொலை செய்தவன் எல்லாம் நாட்டின் படைத் தளபதியானால் இந்த நாடு என்னவாகும் வீரா இவனைப் பிடித்து கைது செய்யுங்கள் ஆணையிட்டாள் ராணி ஆவேசமாக.

ஆமாம் ராணியாரே இந்த மாநகரத்தின் வணிகர் தலைவர் மகள் சுருதியை அவமானப்படுத்தி அவளிடம் கூட்டத்தின் நடுவே காலணியால் அடிபட்டு அசிங்கப்பட்ட இந்த காளிங்கன் ஜீவாலாவால் ஓர் அப்பாவியை விலை பேசி பட்டப்பகலில் கொடூரமாய் சுருதியை கொலை செய்த இந்த கொடியவனை நானே தண்டிக்கிறேன் என காளிங்கன் மேல் பாயந்தான் வீரா.

காளிங்கனும் எதிர் தாக்குதலுக்கு தயாராகி உடைவாளை எடுத்து வீசலானான். இருவருக்கும் வாள் சண்டை கடுமையாகி ஒரு கட்டத்தில் காளிங்கன் ரத்தகாயங்கள் உண்டாகி வீராவின் வாளுக்கு இரையாகப் போகும் நிலையில் தனக்கு ஆதரவாக தன் தம்பி காளிங்கன் ஒருவன்தானே இருக்கிறான் என யோசித்த ஜீவாலா அவனை காப்பாற்ற முனைந்தவள் குறுவாள் ஒன்றை குறி வைத்து வீரா மேல் வீசினாள். காளிங்கனை அழிக்க போகிறான் வீரா என ஆனந்தப்பட்ட ராணி வீராவின் அலறல் கேட்டு அதிர்ச்சியுற்றாள்.

குறுவாள் மார்பில் பாய்ந்து தரையில் சாய்ந்த வீரா ராணி, ஜீவாலா பிணந்தின்னும் காட்டேரி மதி படைத்தவள். உங்களை கூட கொல்லத் தயங்க மாட்டாள் உறுதியோடு வெல்லுங்கள் என ர்ாணியை நோக்கி கரம் கூப்பி வணங்கியபடி தலை சாய்ந்தான் அந்த மாவீரன்.

பயத்தில் வெடவெடத்த காளிங்கன் வீராவின் வீரவாளால் வெட்டுண்டு சாகப்போகிறோம் என கண்ணை முடியவன் சில நொடிகள் கழித்து திறந்து பார்த்தபடி உயிரற்ற உடலாய் கிடக்கும் வீராவை பார்த்து திடுக்கிட்டவன் அவன் மார்பில் குறுவாள் பாய்ந்து குருதி ஓடுவதை கண்டு பயந்து போய் ஜீவாலாவை பார்த்தபடி ஓடிப்போய் அவள் கால்களில் விழுந்து கதறி அழுதான்.

அக்கா உன்னால்தான் நான் உயிரோடு இருக்கிறேன் உண்மையிலேயே வீரா ஒரு மாவீரன் அவனது வாளால்தான் சாகப்போகிறோம் என அச்சமுற்றேன். எனது உயிர் இனி உனக்குத்தான் நீ என்ன சொன்னாலும் கண்ணை மூடிக்கொண்டு செய்வேன் என்றபடி கால்களை பிடித்து அழுதான்.

காளிங்கா, உன்னோடு ரத்தமும் என் ரத்தமும் ஒன்று. அடுத்தவனால் அழிவதை நான் பார்த்துக்கொண்டிருப்பேனா நீ இப்பொழுது இந்த நாட்டு படைத்தளபதி சிறிது காலம் போன பின்னர் மங்கம்மாளுக்கு பின்னால் இந்த நாட்டு ராஜாவானாலும் ஆகலாம். அதிர்ஷ்டம் ஓங்கி வீசும் போது எச்சி இலைகூட கோபுர உச்சியில் போய் நிற்கும் அப்பொழுது கோபுரத்தை நிமிர்ந்து கும்பிடும் ஜனங்கள் எச்சிலையையும் சேர்த்து தான் கும்பிடும்.

இந்த இரு உடல்களையும் அப்புறப்படுத்து என காளிங்கனுக்கு உத்தரவிட்டவள். அமைதியாய் நடப்பதை வேடிக்கை பார்த்த விஜயரங்கனை குழப்பத்தில் மறந்து போனதை நினைவுக்கு கொண்டு வந்தவள் தென்பாண்டி நாட்டு வருங்கால ராஜாவே என புன்னகைத்தபடி அவனை நெருங்கி சென்றாள்.

விஜயரங்கன் நடப்பது ஒன்றும் புரியாதவனாய் ஜீவாலா, வீராவை ஏன் கொன்றாய். உன் செயல்கள் எனக்கு அச்சத்தை உண்டாக்குகிறது.

நாம் அரசியல் வாழ்க்கையில் உச்சத்தை அடையவேண்டுமானால் பல உயிர்பலிகள் கொடுத்துதான் ஆகவேண்டும். வரலாற்றை புரட்டி பார்த்தால் உனக்கு தெரியும் இந்த பாண்டிய மண்ணை ஆண்ட குலசேகரபாண்டிய மன்னன் அவன் மகன் உடன்பிறந்தவனை விரட்டியடித்து அரியணையை கைப்பற்ற தன் தந்தையை கொலை செய்தது உலகமறியும். ஆகவே நீ அரியணை ஏறவேண்டும் என்றால் நான் செய்யும் செயல்களை கண்டு பயப்படாது துணிந்து நிற்க வேண்டும் என அவனுக்கு தைரியம் ஊட்டுவது போல சமாளித்தாள்.

நல்லது ஜீவாலா என்றைக்கு தமுக்கம் அரண்மனையில் அனைத்துப் பகுதிகளிலும் எனது ஆட்களை அமர்த்தி ஜீவாலாவின் கட்டளை என கூறி எனது பாட்டியின் விசுவாசிகளை பிடித்து பாதாள சிறைகளில் அடைத்ததுடன் உணவில் நஞ்சு கலந்து அவர்களை மேலோகம் அனுப்ப ஏற்பாடு செய்துவிட்டேன் என கடகடவென வெறித்தனமாக சிரித்தான்.

மங்கம்மாளோ அவன் பேசியதை கேட்டு நடுங்கியபடி வெளுத்ததெல்லாம் பால் என நம்பி நமது மக்களே நமக்கு பலம் என எண்ணி ஏமாந்துபோய்விட்டேனே. என்னைச் சுற்றி இருந்த நல்லவர்களை வேஷக்காரியின் தவறான வழிகாட்டுதலை நம்பி இழந்துவிட்டேனே. பங்காரு அம்மாள், சிம்மராயர் போன்ற உண்மைக்கு உயிரோட்டமாய் இருந்தவர்களை வெறுத்து விரக்தியாய் என்னை சுற்றி பெரிய வெற்றிடத்தை உருவாக்கிக் கொண்டேனே என புலம்பி அழ ஆரம்பித்தவள் ஜீவாலாவையும் விஜயரங்கனையும் பார்த்து வெறி பிடித்தவளாய் கத்தினாள்.

அவளது நிலை கண்டு அரண்மனைக் காவலர்கள் சூழ வெற்றி பெற்றவர்களாய் இருவரும் ஆனந்தக் களிப்பில் சிரித்தனர்.

கொடியவளே, நான் வணங்கும் தெயவ்ங்கள் எல்லாம் எனக்கு துணை நின்று உதவினால் உன் முடிவு மிகவும் கேவலமாகவும் ஊரே உன் மீதும் காரி உமிழும். நம்பிக்கைத் துரோகி என கோபம் மிகுதியில் கன்னங்கள் சிவக்க பளார் பளார் என மாறி மாறி அறைந்தவள். மயக்கமுற்று சரிந்து கீழே விழுந்தாள்.

திடீரென ராணியின் தாக்குதலில் தடுமாறி துடித்த ஜீவாலா தன் கண்முன்னே அவள் மயங்கி விழுந்ததை கண்டு சற்று நிதானமடைந்தவளாய் திருச்சி அரண்மனைக்கு விருந்துக்காக உடன் சென்ற தெலுங்கு நாட்டான் வெங்கண்ணா கச்சிதமாக இட்ட வேலையை தட்டாமல் செய்து முடித்திருக்கிறானென மனத்தளவில் மகிழ்ந்தபடி விஜயரங்கா, உன் பாட்டி ஏனோ மயக்க முற்றுவிழுந்து கிடக்கிறாள். இதுதான் சரியான தருணம். அவள் ஏதோ நோயால் தாக்கப்பட்டுள்ளாள் என செய்தியினை பரப்பி நமது கண்காணிப்பில் மீனாட்சி அம்மன் கோயில் வடக்கு கோபுரத்தை ஒட்டிய அவளது புதுமாளிகையில் வீட்டுக்காவலில் பலத்த பாதுகாப்போடு ரகசியமாக அவளைக் கொஞ்சம் கொஞ்சமாக சாகடிப்போம் என கொக்கரித்தாள்.

விஜயரங்கனோ அரியணை ஏறி அமர வேண்டும் என்ற வெறியில் சம்பந்தமில்லாத யாரோ ஒருத்தி ரத்த உறவான தன் பாட்டிதன்னை கொல்ல திட்டம் தீட்டுகிறாளே என்ற சிந்தனையே தோன்றாமல் கோயில் மாடு போல ஜீவாலாவின் வார்த்தைகளுக்கு அவனும் அவனை சுற்றி இருந்தோரும் தலையாட்டலாயினர்.

- - - - -

40

இதன் ஊடே மங்கம்மாளுக்கு உயிர் இருக்கிறதா என சோதிக்க ஜீவாலா காவலாளியினை அனுப்பி அரண்மனை மருத்துவரை அழைத்துவர ஆணையிட்டாள்.

அரண்மனை வைத்தியர்கள் ஐந்துக்கும் மேற்பட்டோர் மருத்துவப் பெட்டிகளோடு பரக்க பரக்க மாளிகைக்குள் நுழைந்து சரிந்து கிடக்கும் ராணி மங்கம்மாளை கண்டு கண் கலங்கியபடி அவளது கரத்தை பிடித்து நாடி பார்த்த ஒருவர் ராணிக்கு வெறும் மயக்கம்தான் பயண அலுப்பு வேறு என கூறியவர் சற்று திகைத்தபடி ராணியார். இப்படி மயக்கமடைந்து தரையில் கிடக்கிறாரே என்னவென்று நான் அறியலாமா என கேள்வி எழுப்பினார்.

நான் உங்களை கூப்பிட்டு அனுப்பினேன். வந்தீர்கள் மங்கம்மாளை சோதித்தீர்கள் அதற்குண்டான வெகுமதியை பெற்று கொண்டு அவளைப் பற்றிய செய்தியை எங்கள் இருவர் அனுமதியின்றி வெளியில் கசியவிடக்கூடாது. தவறினால் உங்களுக்கு மேலோகத்தில் இடம் தயாராகிவிடும். புரிகிறதா இந்த பட்டு முடிச்சில் தங்கநாணயங்கள் உள்ளன. நீங்கள் அனைவரும் பிரித்து கொண்டு நகரெங்கும் ராணிக்கு உடல்நலம் சீராக இல்லை சிகிச்சை அளித்து வருவதாய் கூறவேண்டும் மற்றவற்றை நாங்கள் கவனித்து கொள்வோம் என கனமான பட்டு துணி முடிச்சை வைத்தியருக்கு தூக்கி எறிந்தாள்.

அரண்மனை வைத்தியர் ஜீவாலா எறிந்த பட்டுத்துணி முடிச்சை தாவி பிடித்தவர் அதன் கணம் தாங்காதது கண்டு குனிந்தபடி அவளை விசுவாசத்துடன் பார்த்தார். அதனைப் புரிந்துகொண்ட ஜீவாலா, இந்தச் செய்தியினை எட்டு திக்கும் ராணி மேல் அனுதாபம் உருவாகும் வகையில் செயல்படுங்கள். நாளை முதல் மங்கம்மாள் வெளியிலோ, அரச சபைக்கோ அரண்மனைக்கோ வெளியில் வரமாட்டாள்.

நீங்கள் வடக்கு கோபுர மங்கம்மாள் மாளிகைக்கு வந்து அவளுக்குச் சிகிச்சை தருவது அவள் உடல் நிலை பாதிக்கப்பட்டு சிகிச்சை அளிப்பதாகவே எல்லாருக்கும் கூறவேண்டும். புரிகிறதா தவறு ஏதேனும் நடந்தால் பாதாளச் சிறையில் ஆயுள் பூராவும் கழிக்க வேண்டியதுதான் என ஜீவாலா அவர்களை பயமுறுத்தி எச்சரிக்கை செய்து அனுப்பினாள்.

திகைத்து போன வைத்தியர்கள் பயந்து போய் வெளியேறினார்கள்.

என்ன விஜயரங்கா, எனது அதிரடி நடவடிக்கை ஆச்சரியமாய் தெரிகிறதா. உனது வீரர்களை அழைத்துக்கொண்டு காளிங்கராயன் உன்கூட வர மங்கம்மாளை மயக்க நிலையிலேயே வடக்கு கோபுர மாளிகைக்கு சாரட் வண்டியில் அழைத்துச்செல். சில தினங்கள் கழித்து தற்காலிகமாக தென்பாண்டி நாட்டு அரியணையை என் தம்பி காளிங்கன் ராஜாவாக அலங்கரிக்கட்டும்.

அந்த நேரம் மக்கள் கொந்தளிப்பார்கள். போராட்டங்கள், கலகங்கள், கலவரங்கள் என ஆட்டு மந்தை ஜனங்கள் மங்கம்மாள் மேல் உள்ள அனுதாபத்தில் பொங்கி எழுவார்கள்.

அதற்குள் ஒரு சில வாரங்களில் நான் செய்த காரியம் அவளது உடலுக்குள் ரத்தத்துடன் கலந்து அவளது உருவமே மாற ஆரம்பித்துவிடும் வாரம் என்பது நாளாகி பிறகு மணித்துளிகளாய் மாறி அவளது உயிர் பிரிந்துவிடும் என தான் செய்த சதித்திட்டத்தை விஜயரங்கனிடம் ஓரளவு வெளிப்படுத்தினாள்.

விஜயரங்கனோ அச்சம் கலந்த குரலில் ஜீவாலா பாட்டிக்கு அந்த மாதிரி நிலைமை வருவதற்கு உண்டான சாத்திய கூறு இல்லையே எப்படி அவ்வளவு உறுதியாக கூறுகிறாய்.

பைத்தியக்காரா கொம்பேறிமூக்கன் என்ற பாம்பை பற்றி கேள்விபட்டிருக்கிறாயா. அது ஒரு மனிதனை தீண்டி விஷத்தை கக்கிவிட்டு காட்டிற்குள் போய் ஓடி மறையாது. அந்த மனிதன் இறந்துவிட்டானா என அவனது வீட்டிற்குச் சென்று பார்த்துவிட்டு அவனை சுடுகாட்டிற்கு கொண்டு போய் எரிக்கும் வரை கொம்பில் யாரும் அறியாது நின்று பார்த்துவிட்டு செல்லும்.

நானும் கொம்பேறிமூக்கன் தான் இப்பொழுது நடக்கும் நிகழ்வுகள் அனைத்தும் என் மனதில் ஆழப்பதிந்து உருவான ஆசை. இந்த மங்கம்மா என்னை கேவலப்படுத்தி எப்படியெல்லாம் நடத்தி இருப்பாள். அதிகார வெறி அவளை அகங்காரமாக ஆட்டி வைத்தது. அது என் மனதில் நிரந்தர வடுவாய் மாறி அதற்கு ஏற்றார் போல என் நினைவுகளை செயலாக்க மேலே இருந்து பக்கபலமாய் ஆண்டவனைபோல நிற்கிறான் ஒருவன்.

அடுத்து அரியணையை அலங்கரிக்க போகிறவன் நீதான் மேலும் உனக்கு ஓர் உண்மையைச் சொல்கிறேன். அப்பொழுதாவது நான் சொல்வதை நம்பு என்றவள் காளிங்கராயன் ராணியை

மயக்கதோடு வாசலில் நின்ற சாரட் வண்டியில் பத்துக்கும் மேற்பட்ட புரவி வீரர்களோடு விரைவதை பார்த்து பெருமூச்சு விட்ட ஜீவாலா அனைத்தும் ஒரு வகையாக முடிந்தது என்ற படி விஜயரங்கா அருகில் வந்து அந்த ஆசனத்தில் அமர்ந்து நான் சொல்லபோகும் உண்மையை கேள் என அவளும் எதிர் ஆசனத்தில் அமர்ந்து ஆரம்பித்தாள்.

சிறப்பு விருந்தினராக தமுக்கம் அரண்மனை வந்த வெங்கண்ணாவை எப்பொழுதும் போல அவனை நம்பி சிறப்பாக வரவேற்று உபசரித்தாள் ராணி. ஆனால் அவன் வந்திருக்கும் நோக்கம் மற்றும் செயலும் என் ஒருத்திக்கு மட்டும்தான் தெரியும்.

ஆளுமையும், நேர்மையும் கொண்ட மங்கம்மாள் தென்பாண்டி நாட்டைச் சுற்றி இருக்கும் பகை அரசர்களை ஓடஓட விரட்டி தன் மக்களுக்கு ஓர் அரணாகவே செயல்பட்டாள். ஆனால் டெல்லி பாதுஷா தன்னுடைய படையெடுப்பில் எதிர்கொண்ட தென்னாட்டு மன்னர்களை தோற்கடித்து அவர்களை தன் கட்டுப்பாட்டில் கொண்டு வந்து அனைவரிடமும் அடிமை சாசனம் எழுதி மாதம் தோறும் வரி, கப்பம் என வசூலித்த வேளையில் தென்பாண்டி நாட்டிற்குள் நுழைந்த அவனது ஆட்கள் தமுக்கம் அரண்மனையில் அரசபை கூட்டத்தில் அசிங்கப்பட்டு ஓடினார்கள். அதிலிருந்து ராணி மங்கம்மாள் அதிகாரத்தால் அடக்கமுடியாத டெல்லி பாதுஷா உறவாடி கெடுக்க முயன்று வெற்றியும் அடைய போகிறான் சதிகாரி ஜீவாலா ருத்ரா போன்ற உளவாளிகள் மூலமாக வாரிசாக இருக்கும் ராணியிடம் பேரன் விஜயரங்கன் வயது கூடியும் திறமையற்ற பேரனாக பாட்டி ராணியை சாகடிக்கும் சதியில் தீவிரமாக செயல்பட்டுக் கொண்டிருந்தான்.

வெங்கண்ணாவை பற்றி கூற ஆரம்பித்தவள் சிலையாக அமர்ந்து கேட்டுக்கொண்டிருந்த விஜயரங்கன் தன்னையே வெறித்து பார்க்கும் ஜீவாலாவை ஆர்வத்துடன் கண்டவன் மேலே சொல் என துடிப்புடன் கேட்டான்.

ஜீவாலா சற்று சிரித்தபடி சொல்கிறேன் என ஆரம்பித்தவள் வெங்கண்ணா என் மாளிகைக்கு வந்தவன் டில்லி பாதுஷா சொன்ன சதித் திட்டத்தை என்னிடம் விவரித்தான். எனக்கே சற்று பயமாகத்தான் தோன்றியது. அவனும் பயந்தான். இருப்பினும் மனிதனுக்கு பேராசை! அடுத்த நாள் ராணி மாளிகைக்கு வந்து நல்லவன் போல நடித்து திருச்சி மாளிகைக்கு விருந்துக்கு கிளம்பலாயினர் ராணிக்குத் தெரியாமல் விருந்து உணவில் யாரும் கண்டுபிடிக்க முடியாத விஷத்தை

கலக்க சொல்லி கொடுத்து நல்ல நாயக்கரையும் அழித்து அங்கும் நமது ஆட்களை அமர்த்தி வர அவர்களை தொடர்ந்து செல்ல காளிங்கராயனையும் படைவீரர்களோடு அனுப்பினேன்.

நான் கொடுத்த விஷத்தை பேசிக் கொண்டே விருந்து உணவில் நேரம் பார்த்து கலந்து அவளை உண்ண வைத்துவிட்டான் வெங்கண்ணா. திருச்சி அரண்மனையை விட்டு வெங்கண்ணாவும் ராணியும் கிளம்பிய வேளையில் காளிங்கன் அரண்மனைக்குள் புகுந்து நல்ல நாயக்கனை கொன்றுவிட்டு எனது ஆட்களை பணியமர்த்தி வேகமாய் ராணியின் சாரட் வண்டியை குறுக்கு வழியில் துவரங்குறிச்சி அருகில் நெருங்கி வளைவு சாலைகளில் பாதுகாப்புக்காக முன்னும் பின்னும் வந்த மெய்க்காப்பாளர்களை அப்புறப்படுத்திவிட்டு ராணிக்கு துணையாக வந்த வீராவையும் வலை வீசி பிடித்து வெள்ளி மலை காட்டிற்குள் அடித்து போட்டு வந்தான் என் தம்பி காளிங்கன் என்ற ஜீவாலாவின் சதிதிட்டம் அறிந்து வெலவெலத்து போனான் விஜயரங்கன்.

இவள் மகாபாரதத்தில் வரும் சகுனியா அல்லது ராமாயணத்தில் வரும் கூனியா அவர்களை காட்டிலும் சதிராடுவதில் பெரிய வில்லியாக இருக்கிறாளே பெரிய ஆட்களைப் பூராவும் அழிக்கும் இவள் நம்மையும் தாக்கிவிடுவாளோ என மனதிற்கு பயந்தவன் சற்று எச்சரிக்கையோடு நமது செயலை இவளை வைத்து முடித்துவிட்டு பாதாளச் சிறையில் அடைத்துவிட வேண்டியதுதான் என நிலைவலையில் மிதந்தபடி ஜீவாலாவை வெறித்துப் பார்த்தான்.

- - - - -

41

தமுக்கம் அரண்மனையே கோலாகலமாக அலங்கரிக்கப்பட்டு பட்டத்துயானை தேவேந்திரனின் ஐராவதம் போல பளீர் என பளிச்சிட பகலவனின் வரவால் மாநகரம் புதிய நகரமாய் கோயில்களில் சிறப்பு ஆராதனைகள் வழிபாடுகள் முக்கிய தெருக்களில் இசை, நாடகம், நாட்டியம் நிகழ்ச்சிகள் அமர்க்களமாய் பெரிய மக்கள் கூட்டம் கூட்டமாக ஆனந்தமாய் கண்டுகளித்துக் கொண்டிருந்தனர்.

அந்தக் கூட்டத்திற்குள் புதிதாக வந்த நபர் ஒருவர் ஒரு பெரியவரிடம் ஐயா நான் வெளியூர் இன்று மாமதுரை நகரமே

விழாக்கோலமாய் மக்கள் ஆனந்த பூரிப்பில் தெரிகிறார்கள் ஏதேனும் விசேஷமா என வினவினார்.

பெரியவரோ சற்று அச்சப்பட்டவராய், தம்பி இங்கு நடக்கும் நிகழ்வுகள் இந்த ஜனங்கள் புரியாமல் சாய்ந்த பக்கம் சாயுற செம்மறியாடுகள் போல இங்கு நடக்கும் நிகழ்வுக்கு அரைகுறை விவரம் அறிந்து ஆடுகிறார்கள்.

புதிய நபருக்கோ பெரியவரின் வார்த்தைகளில் மறைந்து கிடக்கும் உண்மை எது என அறிய துடித்தவர் ஐயா நீங்கள் அனைத்தும் அறிந்தவர் ஏதேனும் காரணம் தெரிந்தால் கூறுங்கள். அவரை உற்சாகப்படுத்தினான் ஆவலோடு அந்த புதிய மனிதன்!

தம்பி, உனக்கு விஷயத்தை சொல்ல ஆரம்பித்தால் ஒருநாள் ஆகும். இருந்தாலும் ஆவலோடு கேட்கிறாய் சொல்கிறேன் என ஆரம்பித்தார் அந்த பெரியவர்.

இந்த மாமதுரை தலைநகராய் கொண்ட தென்பாண்டி நாட்டின் அரியணையை அலங்கரித்தவர் ராணி மங்கம்மாள். அந்தப் பெயரை கேட்டாலே புறமுதுகு காட்டி ஓடுவார்கள், அண்டை நாட்டு பகைவர்கள் உள்நாட்டு துரோகிகள். அந்த ராணி விட்டெறியும் எச்சில் உணவை உண்டு உயிர் வாழ்வதுடன் உடன்பிறந்தே கொல்லும் வியாதி போல் ராணியின் நிம்மதியை கெடுத்து அழிக்க துடிக்கின்றனர். ராணி ஒரு பெண் சிங்கமாய் வலம் வந்தாலும் வயதாகிவிட்டதாலும் ஒரு சில நோய்கள் உருவாகி தடுமாற்றம் கண்டு தவிக்கின்றார்கள் இருந்தாலும் தைரியத்தையும் வீரத்தையும் இழக்கவில்லை.

சில நாட்களுக்கு முன் ராணியார் சுகவீனம் ஆகி வடக்கு கோபுர மாளிகையில் சிகிச்சையில் ஓய்வெடுப்பதாக அரண்மனை வைத்தியர்நகர் எங்கும் செய்திகளைப் பரப்பினார்.

அது மக்களிடையே பெரும் சோகத்தை உண்டு பண்ணியது. மக்களின் காவல் தெய்வமாய் எண்ணி போற்றப்பட்ட ராணியை பற்றிய செய்தி கேட்டு பகைவர்களும் காலைச் சுற்றிய பாம்புகளாய் திரிந்த துரோகிகளும் அரியணையை கைப்பற்ற சதிவேலைகள் புரிந்த பங்காளிகளும் குருடனுக்கு ஒரே மதியாய் கொண்ட ராணியின் பேரன் விஜயரங்கனும் ஆனந்த கூத்தாட ஆரம்பித்தனர் என்றபடி சாலையின் எதிர்புறத்தைப் பார்த்து அமைதியானார்.

பெரியவர் பேச்சை நிறுத்தி எதிரே நோக்குவதை கண்ட புதிய

மனிதர் சற்று பயந்தபடி எதிரில் பார்த்தார்.

எதிரில் பல புரவிகளில் முரட்டுத் தனமான அரண்மனை வீரர்கள் வந்து கொண்டிருந்தனர். அவர்களது கைகளில் நீளமான சவுக்குகள் காண சாலைகளில் கூடும் கூட்டத்தை அச்சுறுத்தி விரட்டியபடி விஜயரங்கன் மகராஜா வாழ்க காளிங்க மகாராஜா வாழ்க என முழங்கியபடி நிறைந்து காணும் கூட்டத்தினரை குரல் கொடுக்க கட்டாயப்படுத்தினர்.

கூட்டத்தில் ஒருவன் துணிச்சலாக காவலரே, நம் நாட்டு காவல் தெய்வம் ராணியார் இருக்கும்பொழுது நீங்கள் குரல் எழுப்பும் இந்த இருவர். எப்போது ராஜாவாக பட்டம் சூட்டினார்கள் என கேலியாக கிண்டல் தொனிக்க சிரித்தான்.

புரவியில் இருந்த வீரர்களுக்கு கோபம் சுளீர் என கிளம்ப அந்த கேள்வி கேட்ட நபரை சவுக்கால் பின்னி எடுத்துவிட்டு யாராவது இவனை போல உளறினால் உங்கள் உயிர் உங்களுக்கு சொந்தமில்லை என வாழ்த்து முழக்கங்களை முழங்கியபடி சாலையில் புரவிகளை விரட்டிக்கொண்டு பறந்தனர்.

இந்தக் கூத்து சில நாட்களாக நாடு பூராவும் நடக்கிறது. அமைதி நிலவி வந்த நாட்டில் கொலை, கொள்ளை, கற்பழிப்பு, சிலைகள் கடத்தல், உணவுப் பொருள்கள் கடத்தல் என எல்லாவித அநியாயமும் பல வருடங்களாக காணாமல் நிம்மதியாய் வாழ்ந்தவர்கள் ராணியை போற்றி துதித்து வாழ்ந்தனர்.

ராணிக்கு உடல் நலம் இல்லையென மாளிகைக்குள் மறைத்து பொய்யான தகவல்களை அதாவது மர்ம வியாதி பீடிக்கப்பட்டு வைத்தியர்களை மட்டும் அனுமதிக்கிறார்கள். அவர்களோ சில மணித்துளிகள் மாளிகைக்குள் இருந்து வெளியில் வந்து ராணியார் நலமாக இருக்கிறார் நோய்க்கு உண்டான சிகிச்சை ஒரு சில வாரங்கள் நீடிக்கும் என கூடியிருக்கும் கூட்டத்தினரிடம் ராணியை பற்றி தெளிவில்லாமல் கூறுகிறார்கள் என கவலைபடர கூறிய பெரியவர் நீ எந்த ஊர் காரன் நானும் ஆத்திரத்தில் கூறி கொண்டிருக்கிறேன் என பதட்டமடைந்தார்.

ஆனால் புதிய மனிதன் பெரியவரை விடாது ஐயா நான் ஒன்றும் உளவாளியோ வேறு நாட்டு சதிகாரனோ அல்ல. நான் கிழக்குச் சீமைக்காரன். ராணியாரின் பெருமை அறிந்து என் தங்கையை

மதுரை அடுத்த கிராமத்தில் விவசாய குடும்பத்தில் திருமணம் செய்து கொடுத்திருக்கிறேன். அதனால்தான் உங்களிடம் உரிமையோடு விவரம் கேட்கிறேன். என்றான்.

பெரியவர் எழுச்சி கண்டவராய் சேது நாட்டுக்காரனா, உன் உருவமும் மீசையும் உன்னைப் பற்றி எடை போட்டேன் சரியாய் போய்விட்டது என நகைத்தவர், புரவிகளில் வந்து அப்பாவி கேள்வி கேட்டதற்கு சவுக்கால் அடித்தார்களே இதுபோல நிறைய இடங்களில் கொடுமை நடக்கிறது. அரியணை ஏறும் அரசனைப் பொறுத்துதான் விவசாயம் மக்கள் நலம் சிறப்பாய் இருக்கும். லஞ்சப் பேய் பிடித்தவன் காமவெறியன், அரசு சொத்தை அபகரிப்பவன் போன்று பிணம் தின்னும் கழுகுகளாய் மனித உயிர் குடிக்கும் காட்டேரிகளாய் இருப்பவர்கள் அரியணையில் அமர்ந்தால் மக்கள் கொடுமைகளுக்கு ஆளாவார்கள் மக்களை பற்றி சிந்திக்காத அரசனை மழை வெயில் என ஐம்பெரும் பூதங்களுக்கும் இரை கிடைத்தாற்போல மக்கள் கண்ணீர் வடித்து வேதனைக்கு ஆளாவார்கள்.

அப்பேர்பட்டவர்களில் ஒருவன்தான் விஜயரங்கன். ராணியின் பேரன் மூன்று வயதில் இருந்து பெற்றோர் இழந்த அவனை பாதுகாப்பாக கண்ணும் கருத்துமாய் வளர்த்து ஆளாக்கினார்கள் ராணி மங்கம்மாள்.

வாலிப வயது வந்தவுடன் ராணியின் துரோகப் புள்ளிகள் விஜயரங்கனை ராணியிடம் இருந்து விலக்கி தனிகூட்டமாக மது மங்கை என சபலத்திற்கு ஆளாக்கி ராணியின் மீது குற்றசாட்டுகளை அடுக்கி வெறுப்புறதூபம் ஏற்றி அரியணைக்கு சொந்தக்காரன் என அவனது மனதில் அழிக்க முடியாத குற்றசாட்டுகளை உருவாக்கினர்.

மேலும் பிரம்மச்சாரியாக நாட்டுப் பற்று கொண்டவீரத்திருமகன் அமைச்சராகவும் படையெடுப்பில் வீரத்தளபதியாய் ராணிக்கும் இந்த நாட்டுக்கும் அரணாய் திகழ்ந்த சிம்மராயரை ராணியோடு சேர்த்து அவதூறு செய்திகளைப் பரப்பினர். அந்த செய்தி விஜயரங்கனுக்கு ராணி மேல் கோபமும் அதிருப்தியை உருவாக்கியது.

இதற்கெல்லாம் மூளையாக செயல்பட்ட ஜீவாலா டில்லி பாதுஷாவின் உளவாளியாக ராணி மாளிகைக்குள் நுழைந்து அவளது மனதில் ஆழமாக பதிந்துவிட்டாள். அதன் விளைவு விஜயரங்கனின் அரியணை ஆசைக்கு அவளும் ஓர் காரணியாக

செயல்பட ஆரம்பித்தாள். அதன் விளைவு ராணியார் உடல் நலம் குன்றியதாக விளம்பரப்படுத்தி தன் தம்பியான காளிங்கனை அரசபையில் பொறுப்பில் உள்ள முப்படை தளபதிகள் புலவர் என அத்தனை பேர் ஒப்புதலுடன், சிறப்பு விருந்தினராக தெலுங்கு நாட்டான் வெங்கண்ணாவையும் வரவழைத்து விஜயரங்கனை சில மாதங்கள் கழித்து நிரந்தர மன்னானக முடிசூட்டுவதாய் வாக்களித்து காளிங்கராயனுக்கு அரசபை கூட்டி மணிமகுடம் சூட்டி அமரவைத்தாள்.

இதுதானப்பா இதுவரை தென்பாண்டி நாட்டில் நடந்த நிகழ்வுகள் என முடித்தார் பெரியவர். அரியணை ஏற எத்தனை கொலைகள், எத்தனை பொய்கள் மக்கள் தூங்குவார்களா?

- - - - -

42

ராணி மங்கம்மாள் ஆட்சி செய்த அரசபையில் அடைப்பகாரனாக, , அடிவருடியாய் திரிந்த காளிங்கராயன் தென்பாண்டி நாட்டின் அரசனாக மக்கள் ஏற்க மறுத்து போராட்டம், தீவைப்பு கொள்ளை என நாடெங்கும் கிளம்பியது.

மறுபுறம் மக்களில் பெரும்பான்மையினர் உடல் நலம் பாதிக்கப்பட்ட ராணி மீண்டு வர அனைத்து கோயில்களிலும் சிறப்பு ஆராதனை செய்து வேண்டுதல் நடத்தினர்.

வடக்கு கோபுர ராணி மாளிகை காலை பொழுதில் பரபரப்பாக காணப்பட்டது மணிமகுடம் சூடி அரியணையில் அமர்ந்த காளிங்கராயன் ராணியாரிடம் தன்னை காட்டிக்கொள்ள ராணியார் மாளிகைக்கு வருகிறார் என்ற செய்தி நகர் முழுக்க பரவியதோடு பலத்த காவல் போடப்பட்டு நான்கு மாசி வீதிகளிலும் வேடிக்கை பார்க்க நிறைந்திருந்த மக்கள் மத்தியில் அரசு காவலாளிகள் ஆயுதங்கள் ஏந்தியவாறு கண்காணிப்பில் காணப்பட்டது.

மீனாட்சி அம்மன் கோயில் பட்டர்கள் வேதம் ஓத மங்கல வாத்தியங்கள் முழங்க அலங்காரத்தில் கோயில் பளிச்சிட்டது.

தமுக்கம் அரண்மனையில் இருந்து காளிங்கராயன் சாரட் வண்டியில் மெய்காப்பாளர்களுடன் கிளம்ப அரண்மனை வைத்தியர் குழு மற்றொரு சாரட் வண்டியில்பின் தொடர கோமாளிகளும்,

கூத்தாடிகளும் சாலையில் சென்றால் குவிந்து நின்று வேடிக்கை பார்க்கும் அது போல இவனை வேடிக்கைப் பார்த்தனர். வேதனையோடு.

காளிங்கனோ தனக்கு மக்கள் ஆதரவு இருப்பதாக எண்ணியபடி இருமருங்கிலும் சாலைகளில் வேடிக்கை பார்க்கும் கூட்டத்தை பார்த்து வணங்கிய கைகளை ஆட்டிக்கொண்டு சிம்மராயர் சிலை கல்மண்டபத்தை ராணி மாளிகை வாசலை சாரட் வண்டி நெருங்க வண்டியில் இருந்து தோரணையாக காளிங்கன் காவலாளிகள் இருவர் இறங்கி உள்ளே நடக்க, அவர்களை தொடர்ந்து அரண்மனை வைத்தியர்கள் குழு பதட்டத்துடன் சென்றது.

ராணிக்காக கட்டப்பட்ட அந்த சிறிய அரண்மனைக்குள் தனியறையில் பணிப்பெண்கள் யாரும் இல்லாது பூட்டப்பட்ட சிறையாக காட்சி தந்த வேளையில் உள்ளே பன்னீரில் குளித்து, பட்டாடை உடுத்தி பளிங்கு மாளிகையில் தேவதையாக இருந்த ராணியார் சில வாரங்களாக இந்த அறைக்குள் சிறை கைதியாக உணவு, நீர் எடுத்துகொள்ளாமல் மெலிந்து உறக்கம் இன்றி வேதனையில் கிடந்தார்.

அந்த நிலையில் காளிங்கன் வைத்தியர் குழு சூழ ராணியாரின் அறை வாயிலுக்கு வெளியில் நின்றபடி கேலி சிரிப்பாய் கைகொட்டி சிரித்தான்.

அறைக்குள் இருந்த ராணி மங்கம்மாள் ஆசனத்தில் அமர்ந்து வாயிலை ஏறிட்டு நோக்கியவள் அந்தச் சூழலிலும் சிரித்தபடி காளிங்கா இது என்ன கோமாளி வேஷம் சர்க்கஸ் கூண்டில் சிங்கத்தை அடைத்துவிட்டு வீரனை போல துள்ளி குதிக்கும் பேடியே, உன் அக்காவும் நீயும் என் மாளிகைக்குள் நுழையும் போது நாடு விட்டு நாடு போகும் அகதிகள் போல உண்ண உணவும் உடுத்த துணியும் இல்லாமல் அனாதை நாய்களாய் வந்து என்னை அனுதாப வலைக்குள் வர நடித்து உன் கூட்டத்தையே என் நாட்டிற்குள் கொண்டு வந்து கூத்தாடுகிறீர்கள்.

இந்த பூமி தெய்விக பூமி எத்தனையோ வகையான படையெடுப்புகள் என எடுக்கப்பட்ட சோதனைகள் கடந்து இங்கு குடி இருக்கும் மக்கள் தன் பிள்ளைகளாய் காத்து மகிழகிறாளே மீனாட்சி அவள் குடிகொண்டிருக்கும் வானுயிர் கோபுரங்கள், பொற்றாமரைக் குளம் பல ஆயிரம் ஆண்டுகள் ஆகியும் நிறை ஆயுளோடு நிமிர்ந்து காட்சியளிக்கிறது. நீ என்னை அழித்து வாழ கனவு கொணடு

இருக்கிறாய். நானோ உன் சூதால் அழிந்தாலும் சூது மனம் கொண்ட நீ வாழ் முடியாது என வெடித்தாள் ராணி.

உன் நிலை கண்டு உனக்காக பரிதாபபடுகிறேன் மங்கம்மாள் நீ அடிபட்ட புலி, சிறைபட்ட கிழச் சிங்கம் நீ சொல்லும் மக்கள் சிறிது காலம் சிறுவர் போல அழுவார்கள். துடிப்பார்கள். அவர்கள் எப்படி தெரியுமா நேற்றைய நிகழ்வை இன்று மறந்துவிடுவார்கள் இன்றைய நிகழ்வை நாளை மறந்து விடுவார்கள். இதுதான் இன்றைய மக்களின் நிலைப்பாடு நீ அழியப்போகும் மெழுகுவர்த்தி இன்னும் சில வாரங்கள் பேசி பேசி சாகப் போகிறாய் எனக் கூவியபடி அறைக்கதவுகள் அருகே வந்து நான் அனைவரின் அமோக ஆதரவோடும் ஆசியோடும். இந்த தென் பாண்டி நாட்டு மதுரை அரியணையில் அரசனாக பதவி ஏற்று உன்னிடம் வாழ்த்து பெற வந்தேன் மேலும் உன் வாரிசு விஜயரங்கன், பெண்பித்து கொண்ட கோமாளி அவனும் பாதாள சிறையில் அடைக்கப்படுவான். அதன்பின் நானும் என் அக்கா ஜீவாலவும் இந்த நாட்டை ஆளுவோம் என அவனது வெற்றி சிரிப்பு அந்த பகுதியே குலுங்க வைத்தது. அவனுடைய சிரிப்பின் அர்த்தம் தெரியாமல் எல்லையில்லா ஆனந்தத்தில் திக்குமுக்காடி காணும் காளிங்கன் கண்டு பரிதாபபட்ட ராணி, முட்டாளே, உனக்கு ஆனந்தம் சொற்ப நாள்தான் ஒரு கதை சொல்கிறேன் கேள் பட்டினியும் பசியுமாய் உன்னை போல ஊர் சுற்றியாய் திரிந்த ஒரு பெண்ணும் ஆணும் அளவுக்கதிகமாக தன்னை நினைப்பதை கண்ட கடவுள் அவர்கள் வேஷதாரிகள் என அறியாமல் வழிப்போக்கனாக வந்து வாத்து ஒன்றை கொடுத்து அது தங்க முட்டை இடும் அதை எடுத்து விற்று பிழைத்துக்கொள்ளுங்கள் என கூறி மறைந்தார்.

வயிறாரச் சாப்பிட்ட இருவரும் வாத்தை வீட்டுக்குள்ளேயே வைத்து குளிப்பாட்டி பொட்டு வைத்து தீபாரதனை காட்டி பணிவோடும் கனிவோடும் பராமரித்து தினமும் தங்க முட்டை இடுவதை கண்டு பூரித்து வாத்தை அக்கம் பக்கமாக பெருமையாக பேச ஆரம்பித்து உறவுகள் நெருக்கமாக கூத்தாட ஆரம்பித்தனர்.

தங்க வாத்தோ, நாம் தங்க முட்டை இடுகிறோம் என்ற நினைவில் தன்னைப் பார்த்து பெருமை பேசும் பெருங்கூட்டத்தை கண்டு பூரித்தது.

திடீரென ஒரு நாள் சொந்தங்களோடு கூடி பேசிய அந்த ஆணும் பெண்ணும் வாத்து முட்டையை தினம் வித்து அதற்கு

அடங்கி திரிவதை விட பேசாமல் எடை கூடிய இந்த வேளையில் கழுத்தை அறுத்து கறியாக விற்றால் அதிக செல்வம் கிடைக்கும் நாம் நிம்மதியாகவும் வாழலாம் என பேராசைப்பட்டு கழுத்தை அறுத்து கொன்றுவிட்டனர். வாத்தும் இறந்து போச்சு முட்டையும் இல்லாமல் போச்சு.

இந்த விவரம் வீதிக்கு வந்து வெளியெல்லாம் கிளம்பி அந்த பகுதி மக்கள் அந்த பெண்ணையும் ஆணையும் கல்லால் அடித்து அந்தப் பகுதியை விட்டு விரட்டியடித்ததோடு அந்த தங்க வாத்தை நினைத்து கண்ணீர் வடித்து சிலை வடித்து வணங்கலாயினர்.

பேராசைக்காரா, இந்த கதை உனக்குப் புரிகிறதா ஒரு வேளை நீயும், அவளும் மக்களிடம் இருந்து பிரித்து என்னை அழித்தாலும் எனக்கு சிலை வைத்து வணங்குவர். ஆனால் நீயும் அவளும் கல்லால் அடிப்பட்டு, வார்த்தைகளால் கேவலப்பட்டு இழிபிறவிகளாக அழிவீர்கள். இது இந்த மண்ணை ஆண்ட திருமலை நாயக்கர் மேல் ஆணை என ஆவேசமாய் ராணி சாபமிட்டாள்.

அனைத்தையும் கேட்டு சிரித்து கொண்டே அருகில் இருந்த வைத்தியர் குழுவிடம் ராணி மனம் கலங்கி பைத்தியக்கார நிலையில், யாரும் பார்க்க கூடாத நிலையில் இருக்கிறாள் என நகரெங்கும் பறை சாற்றுங்கள் என கோபத்தில் கூறியவனாய் அந்த அறை கதவினை உதைத்தபடி கிளம்பலானான்.

- - - - -

43

மனிதன் பிறப்பதும் இறப்பதும் ஓர் நிகழ்வு. அந்த நிகழ்வு உலகம் உள்ளவும் நிலைக்க ஓர் அடையாளத்தை உருவாக்குதல் உன்னதமானது.

ஆதவன் எழுவதும் மாலையில் மறைவதும் இறைவனின் சிருஷ்டி அது போல்தான் ஆணும் பெண்ணும் இனக்கத்தில் அணுவாய் தோன்றி ஆலாய் வளர்ந்து முதிர்ச்சியின் இறுதியில் பூமிக்குள்ளேயே அழிவது போல் ஆறறிவு படைத்த மனிதனை நடமாடுவதற்கு வடிவமைத்து ஆடும் வரை அரசனாய் ஆண்டியாய், அழகியாய் அரும்பியாய், வீரனாய், கோழையாய் நடமாட விட்டு இறுதி கணக்கை அந்த மனிதனே அறியாத வகையில் முடிக்கிறான் படைத்தவன்.

அதே நிலைதான் ராணி மங்கம்மாளின் வாழ்க்கையில் நடந்தது. நடப்பதெல்லாம் அவளுக்குத் தெரியும். இனிமேல் நடக்கப் போவது அறியாத நிலையில் சிறைக் கைதியாய் வெளி உலகிற்கு நோய்க்கு சிகிச்சையளிப்பதாய் புரளிகளை பரப்பி நீலிக் கண்ணீர் வடித்து கொண்டு மனதிற்குள் அளவிட முடியாத ஆனந்த வெள்ளத்தில் மிதந்தாள். ஜீவாலா பெயரளவில் காளிங்கன் மணி மகுடம் சூட்டி அரியணையில் அமர்ந்து மது மாது போதையில் அரண்மனை சுகத்தை அனுபவிக்க உண்மையான வாரிசுக்காரன் தன் சொந்தப் பாட்டியின் மேல் ஆவேசப்பட்டு ஜீவாலா, காளிங்கராயன் நடத்தும் நாடகத்தை நம்பி களியாட்டத்தில் மூழ்கி அரியணை கனவு கண்டவன்.

திடீரென ராணியின் நினைவு கொண்டவனாய் தன்னுடைய தளபதிகளாய் சூழ்ந்திருந்த ராணியின் உப்பை தின்று வளர்ந்த துரோக கும்பலுடன் ராணி இருக்கும் மாளிகை நோக்கி கிளம்பினான்.

மக்களுக்கோ அந்த கூட்டத்தினரைச் சாலைகளில் நின்று வேடிக்கை பொருளாய் பார்த்தபடி பொறுமையாக இருந்து நல்லவனாய் உருவாகி இருந்தால் இந்த கிறுக்கனுக்கு பாட்டியான ராணியாரே மகுடம் சூட்டி அரியணையில் அமர்த்தி அழகு பார்த்திருப்பாள். ஆனால் ஒண்ட வந்த பிடாரியாய் நுழைந்து ஜீவாலா தன் தம்பி காளிங்கனை பொம்மை அரசனாக்கி திரைமறைவு மகாராணியாய் ராணியாரை மறைத்து வைத்து தர்பார் நடத்துகிறாள். இதை கேட்க ராணியை சுற்றி வாலாட்டி பிழைத்த பிறவிகளுக்கு அவளை எதிர்த்து கேள்வி கேட்க திராணி இல்லை மக்கள், மக்கள் என உழைத்து உருகிய ராணியாரின் நிலை கேட்டு கேள்வி கேட்க ஒருவருமில்லை விதியும் சதியும் இணைந்து ராணியாரோடு விளையாடிக்கொண்டிருக்கிறது காலதேவன் ஆட்சியில் அவனது சட்டதிட்டங்கள் பற்றி வழக்காட எவரும் இல்லை.

மதுரை வடக்கு கோபுர வாயில் அமைந்த சாலையில் பெருங்கூட்டமாய் அலைமோதிய மக்கள் ராணியாருக்காக விதவிதமாய் பிரார்த்தனைகள், நேர்த்தி கடன்கள் மும்மத வழிபாடுகள் என முழக்கமிட்டு அழுது கண்ணீர் வடித்தபடி ராணியை மறுபடியும் பார்க்க துடித்தனர். ஆனால் ராணி அந்த மாளிகைக்குள் சிறை கைதியாய் உணவின்றி கிடக்கிறாள் என்பது யாருக்கும் தெரியாது. வழக்கம் போல அரண்மனை வைத்தியர்கள் குழுவோடு வெளி நாட்டு மருத்துவர்கள் வந்து ராணி மாளிகைக்குள் சென்று ராணிக்கு வைத்தியம் பார்ப்பது போல அரை நாள் உள் இருந்து மாளிகைமுன் நிற்கும் அடங்காத

மக்கள் கூட்டத்திற்கு அகமகிழ ஆறுதல் வார்த்தைகளை கூடை கணக்கில் கூறி சுமக்க முடியாத தங்க நாயணங்களை வெகுமதியாய் பெற்று வெளியே செல்வது வாடிக்கையாய் தொடர தெய்வங்கள் எல்லாம் கல்லாய் காட்சி அளித்தனர்.

மாளிகைக்குள் அடைப்பட்டு சிறை வாசியாய் அறையில் காணப்பட்ட ராணியோ தன் நிலை நாட்டு மக்களுக்கோ தன்னை சுற்றி வட்டமிட்டு துதிபாடிய பிறவிகளுக்கோ தெரியவில்லையா அல்லது கொடியவள் ஜீவாலா தவறான செய்திகளை பரப்பி தன்னை காட்டி அனுதாபம் அடைகிறாளா என குழம்பியபடி இருந்தவள் அறைக்குள் காணப்பட்ட ஓவியத்தை கூர்ந்து பார்த்தவள். ஓவியத்தில் கண்ட புரவிகளையும் அதனை கயிற்றால் இழுத்துப் பிடிக்கும் முகம்மதிய வீரனையும் கூர்ந்து நோக்கி அப்துல்லா மரைக்காயர் நினைவு வந்தவளாய், மரைக்காயரே நீங்கள் என் மீது பாசமும் மரியாதையும் கொண்டு எந்த நாட்டிலோ நடந்த நிகழ்வு தன்னை குறிக்கும் வகையில் பாபிலோனிய ராணியின் முடிவை சொல்லி என்னை எச்சரித்த வேளையில் நான் அதைப் பெரிதாக எடுத்து கொள்ளாமல் விட்டதன் விளைவு இன்று தனி அறைக்குள் அன்ன ஆகாரம் இன்றி சிறை கைதியாய் கிடக்கிறேன். நீங்கள் தந்த பாபிலோனிய ராணியினை பற்றிய நூல் முழுதும் படித்தும் நான் மதியிழந்துவிட்டேன். அந்த ராணியின் முடிவுதான் எனக்கும் ஏற்படப்போகிறது. என்னை மன்னித்துவிடுங்கள். அப்துல்லா என கண்ணீர் வடித்தாள்.

அதே வேளையில் அந்த மாளிகைக்குள் நிறைய காலடி ஓசைகள் ஒலிக்க தரையில் படுத்திருந்தவள் திடுக்கிட்டபடி எழுந்து அமர்ந்து அறையின் வாயில் நோக்கினாள்.

காலடிகள் ஓசை ஓங்கி ஒலிக்க ராணி இருந்த அறைக் கதவை நெருங்கிய விஜயரங்கன் அவனது ஆட்களும் அறையை உற்று நோக்கியபடி அமைதி கண்டவர்களாய் காட்சியளித்தனர்.

பல நாட்கள் பட்டினி கிடந்த ராணி கண்கள் சுருங்கிய வண்ணம் உடல் மெலிந்த நிலையில் அறைக் கதவினை ஏறிட்டவள் பார்வை தெளிவாக தெரியாததால் கண்களை கரங்கள் கொண்டு கசக்கி ஏறிட்டு பார்த்தவள் அறை வாயிலுக்கு வெளியே குழந்தையில் இருந்துதான் வளர்த்து வாலிபன் விஜயரங்கனை கண்டு பூரித்தவளாய் தன்னுடைய ரத்தத்தின் வாரிசு என மகிழ்ந்தபடி விஜயரங்கா, நலமாக இருக்கிறாயா எங்கே நீ ஆசைபட்ட மணிமகுடம் எங்கிருந்தோ வந்தவனுக்கு தாரை

வார்த்துவிட்டு மதி கெட்டு நிற்கிறாயோ இதோ போர் சிங்கமாக கர்ஜித்த நானே சிறைக்குள் மதி கெட்டு கிடக்கிறேன். நீயோ ஓர் எடுப்பார் கைப்பிள்ளை அந்த சண்டாளி சில காலம் உன்னை நடமாட விட்டு சீரழித்து வம்ச விளக்கான உன்னை சிதைத்துவிடுவாள். உஷாராக இருந்து அவளிடம் உயிரைக் காப்பாற்றி இந்த நாட்டை ஆள முயற்சி செய். இதோ உன் பின்னால் நிற்கும் கூட்டம் ரத்தத்தை உறிஞ்சும் நரி கூட்டம் உன் ஓட்டம் இருக்கும் வரை உன்னை சுற்றும் குறைந்தவுடன் குருதி குடிக்க காட்டு பன்றி ஒத்த கூட்டத்தோடு இணைந்துவிடும் என்றவள். பாசம் மிளிர கண்ணீர் வடித்தாள்.

ஆனால் விஜயரங்கனோ ஜீவாலா வார்த்தைகளில் சொக்கி மகுடி ஓசைக்கு கட்டுபட்ட கருநாகம் போல ஏய்! வம்சம் கெடுக்க வந்த சண்டாளி ஜீவாலா பற்றிப் பேச உனக்கு என்ன தகுதி இருக்கிறது. அரண்மனைக்குள் அமர்ந்து கொண்டு அரியணைக்கு கேவலத்தை உண்டாக்கிய காமப் பேயே உன் தகுதி நடத்தையை பற்றி இந்த நாடே சிரிக்கிறது. உனக்கு சரியான தண்டனை கொடுத்த ஜீவாலா பாராட்டுக்குரியவள். ஒரு சில வாரங்களில் நீ செத்து முடியும் நாளில் திட்டமிட்டபடி முப்படை கோட்டை தளபதிகள் பாளையக்காரர்கள் ஆசியும் ஒப்புதலும் பெற்று நெடு நாளைக்கு மன்னாதி மன்னனாக உருவெடுப்பேன். இது மறைந்த என் தாய் மேல் சத்தியம் என கோபம் தலைக்கேற ஒழிந்து போகுலம் கெடுக்க வந்த கோடாரிகாம்பே என கர்ஜித்த படி அவனது கூட்டம் பின் தொடர மாளிகையின் வெளி வாசல் நோக்கி நடந்தான்.

சிறையாய் அறைக்குள் அடைக்கப்பட்ட ராணி மங்கம்மாள் விஜயரங்கனின் கொப்பளிக்கும் சுடர் வார்த்தைகளால் தீமித்தவள் போல் துடித்தவள், மதுரை மீனாட்சியே, நான் என்ன தவறு செய்தேன் கடைசிக் காலத்தில் என்னை இப்படி சூழ்ச்சி வலைக்குள் சிக்க வைத்து அன்ன ஆகாரம், தூக்கமின்றி துக்கமான சூழலில் தவிக்க வைக்கிறாயே தாயே வாழ வேண்டிய காலத்தில் கணவனை இழந்தேன் கணவனை இழந்த வேளையில் வாரிசாக ஒரு வயது குழந்தையை வளர்ந்து ஆளாக்கி அரச வம்சப் பெண்ணை மருமகளாய் ஆக்கி ஆனந்தபட்ட வேளையில் ஓராண்டு நிலைக்கவில்லை. ஓர் ஆண் குழந்தையை உருவாக்கி பெரிய அம்மை நோக்க்கு பலியானான் ஆசை மகன். அரசபையில் டில்லி பாதுஷா கப்பம் வாங்க மரியாதை பெற அனுப்பிய அவரது ஒத்தை மிதியடியை காலில் மாட்டி

கொண்டு ருத்ரதாண்டவமாடி அரசபையில் அமர்ந்திருந்த அத்தனை பேரும் அரண்டு போன நிகழ்வு கண்களில் நிழலாட அதையும் தாங்கிவள் மருமகளையும் பேரக்குழந்தையையும் கண்டு மனதை தேற்றி சில வாரங்களில் கணவன் இழந்த, துக்கம் தாளாது கலங்கிய மருமகள் உடலில் ஜன்னியை உருவாக்கி தற்கொலை போல இறந்தாளே பாவி பாழும் ஒரு வயது குழந்தையை விட்டு சூனியமான வாழ்க்கையில் கடலில் தத்தளித்தவனுக்கு சிறு துரும்பு கிடைத்தது போல பேரக்குழந்தையை அனாதையாக்க மனமில்லாது மட்டுமல்லாது அரசு கட்டில் ஏற பகைவர்களின் சூழ்ச்சியில் மக்கள் வேதனையுறாமல் இருக்கவும் சபையினர் ஒப்புதலுடன் பேரனை வளர்த்து மணிமகுடம் சூட்டும் வரை தான் அரியணையில் அமர்ந்து பத்துது வருடங்களுக்கு மேல் தென்பாண்டி நாட்டு மக்களின் பேராதரவுடன் நல்லாட்சி வழங்கியது தப்பா செல்வந்தன் மக்களாய் சீரும்சிறப்பாய் வளர்ந்து செல்வ செழிப்பான குடும்பத்தில் பிறந்த கோவலனை மணமுடித்து இடையில் மாதவி வர திருமண வாழ்க்கை நீண்ட காலம் இழந்து தன் சொத்துகள் அனைத்தும் அழிந்து மீண்டு கண்ணகியிடை வந்த கோவலன் வாழ வழி தேடி விதி கொண்டு போய் மதுரையை இருவரும் சேர வண்டியூரில் வாழ்ந்த பொற்கொல்லன் வஞ்சி பித்தன் கோவலன் மேல் திருட்டு பட்டம் கட்டி மன்னனின் ஒரு சொல்லால் வெட்டுண்டு வீழ்ந்த கணவன் கோவலன் செய்தி கேட்டு வெகுண்டு மன்னனிடம் நீதி வேண்டி பாண்டியனுடன் போராடி கோபமுற்று மதுரையை எரித்து சாம்பலாக்கினாளே கண்ணகி இதுவும் ஒரு வரலாறு. இது போன்று மதுரைக்கு நிறைய உண்டு. அந்த வரிசையில் என நிகழ்வும் சேரட்டும் எல்லாம் கால தேவனின் மேடையில் நடக்கும் நாடகங்கள் என தானாகவே புலம்பியபடி தரையில் கண்களில் நீர் கசிய படுத்து மயங்கினாள்.

ராணி மயங்கி தரையில் சரிந்தது கண்டு அறையில் வெளியில் கதவருகே பாதுகாப்புக்காக நின்ற அரண்மனை காவலாளி பயந்தவனாய் திடுக்கிட்டபடி ராணியாரே பல வாரங்களாய் அன்ன ஆகாரம் கொள்ளாமல் வெட்டுண்ட பச்சை மரமாய் மயங்கி கிடக்கும் என் நாட்டு மகாராணியே உன் நிலை மகாபாரதத்தில் போர்களத்தில் அர்சுனனால் மார்பு நிறைய அம்புகளை பாய்ந்து தேர்காலில் சரிந்த கர்ணன் நினைவுக்கு வருகிறது.

உலகை சிருஷ்டித்து ஆட்டி வைக்கும் பெருமாளே

மங்கிய குரலில் எனக்கு ஆணையிட்டார்கள். சீக்கிரமாக விரைந்து வாருங்கள் என துடிப்போடு மாளிகைக்குள் ராணி இருக்கும் அறை நோக்கி விரைந்தான். அவனைத் தொடர்ந்து பதறிப்போய் ரத்த பாசம் பீறிட ராணி இருந்த அறைக்குள் வெட்டிய வாழைகன்றாய் தரையில் கண்கள் திறந்த நிலையில் காணப்பட்ட ராணியை கண்டு துடித்தவன் கரத்தை பற்றிய படிநாடி பார்த்துக் கதறி அழுதான். அவனது கரம் குத்தி நின்ற விழிகளை மூடச் செய்தது. காவலாளி கதறி ஒரு புறம் சுருண்டு விழுந்தான்.

தென்பாண்டி நாட்டு பெண் சிங்கம் தன் நிலை தாளாமை தாழும் கால் வாழாமை என லட்சக்கணக்கான உள்ளங்களில் ஒளி விளக்காய் தோன்றி ஊழ்வினையின் காரணமாய் மண்ணுலகை விட்டு பிரியா விடை பெற்றாள். அவள் அழிந்தாலும் அவளால் உருவாக்கப்பட்ட மனிதர்களும் நல்ல உள்ளங்களும் நினைத்துக் கொண்டுதான் இருக்கும். அவளது புகழ் இந்த மண் உள்ளளவும் உயிரோடுதான் இருக்கும்.

காவியத் தலைவி ராணி மங்கம்மாள் தென்பாண்டி நாட்டு காற்றில் வலம் வந்து கொண்டிருக்கிறாள்.

- - - - -

அலறினர். ஆனால் இன்று உங்கள் நிலை கண்டு கண்ணீர் வடித்து துடிக்கிறேன் என உடல் நடுங்கி உருகினான் ஒப்பற்ற மனம் கொண்ட காவலன்.

காவலா, உன் உயிரோட்டமான வார்த்தைகள் அணையப்போகும் விளக்கு பிரகாசமாய் ஒளிவிடுவது போல என்னை மேலும் உற்சாகப்படுத்துகிறது. கோடிக்கணக்கில் நடமாடும் மக்களின் நடுவே என்னை போன்ற வீரமங்கைகள் மக்களால் மக்களுக்காகவே போராடி அநீதியை அழிக்க எனக்கு முன்னேயும் தோன்றி மறைந்திருக்கிறார்கள். இனிவரும் காலங்களிலும் ஒவ்வொரு நூற்றாண்டிலும் தோன்றிக் கொண்டே இருப்பார்கள். காலதேவனின் கணக்கில் என் கணக்கு இப்படித்தான் முடிய வேண்டும் என இருந்தால் அதை அந்த ஆண்டவனே ஆனாலும் மாற்ற முடியாது இருப்பினும் எனத நிலை ஊமை கண்ட கனவாய் முடங்கி போனதற்கு இந்த மக்களையும் இந்த மண்ணையும் வெறுத்து பழிவாங்குவேன்.

எனக்குத் துரோக செய்த கும்பலை சின்னாபின்னமாக்கி சீரழித்து இந்த நாடே அவர்களை வெறுத்து ஒதுக்கி துடிப்பதை அமானுஷ்யமாக இந்த நாட்டிற்குள் போயே திரிந்து வேடிக்கை பார்ப்பேன் என மனம் குமுறி அழுதவள் காவலா, எனக்கு எத்தனை பேர் இரக்கப்பட்டு அழுதாலும் விஜயரங்கனை சிறு வயதில் அனாதையாக என் மருமகள் என்னிடம் ஒப்படைத்தும் அவனை ஆளாக்கி அரியணையில் அமர்த்த கஷ்டப்பட்டேன். விதி நான் வளர்த்த பிறவிகளே என் முடிவுக்கு எமனாய் ஆகிவிட்டது. இருப்பினும் என் ரத்த வாரிசு நாயக்க வம்சத்தின் கடைசி வாரிசை நான் பார்க்க ஆசைப்படுகிறேன். தயவு செய்து என் பேரன் விஜயரங்கனை அழைத்து வருகிறாயா என ஏக்கப் பார்வை தனை ஓடவிட்டு வானத்து வீதியில் கருமேகங்களுக்கு நடுவே ஒளி வெள்ளமாய் கண் சிமிட்டு நேரத்தில் பளிச்சிடும், நீண்ட மின்னலாய் தென்பாண்டி நாட்டு சிங்கமென திகழ்ந்தவள் பூமாதேவியின் மடியில் கண்மூடி சாய்ந்தாள் ராணிமங்கம்மாள்.

அவளது நிலை கண்டு துடித்து போன காவலன் அதிர்வலையில் தாக்குண்டு நெஞ்சிலும் வயிற்றிலும் கரங்களால் அடித்தபடி அய்யோ ராணியாரே என அந்த மாளிகை குலுங்க குய்யோ முறையோ என அலறிக்கொண்டு வாயிலுக்கு ஓடினான்.

எதிர்பாராத விதமாக விஜயரங்கன் புரவியில் வந்து இறங்க, அய்யகோ மகாராசா, ராணியார் இறுதி ஆசையாய் உங்களை பார்க்க

முகமும் கலங்கியபடி கண்ணீர் மல்க வளைந்து கரங்கூப்பி நிற்கும் நிலை கண்டு வேதனைபட்டவள் காவலனே, ஏன் என் நிலை கண்டு கண்ணீர் வடிக்கிறாய். நான் ராணியாய் இருந்த போது உன்னை நான் பார்த்ததும் இல்லை, படியளந்ததும் இல்லை ஆனால் உன் மனதிற்குள் ஓடுகிறதே ராஜவிசுவாசம் அது உன் உதிரத்தில் ஊறிப்போனதால் என் நிலை கண்டு உருகிப் போய் தடுமாறி நிற்கிறாய், காவலனை சமாதானப்படுத்த முயன்றாள் ராணி.

ஆனால் அவனோ, தாயே, அந்த நாட்டின் ராணியான உங்களது நிலை என் போன்ற லட்சக்கணக்கான நம் நாட்டு குடிமக்களை உங்களை காணாது உண்மை அறியாது கண்ணீர் சிந்த வைத்து கொண்டிருக்கிறது. பட்டு மெத்தையில் படுத்து பணிப்பெண்கள் சூழ பன்னீரில் குளித்து பளிங்கு சிலையாக மாசி வீதிகளில் பல்லக்கில் பவனி வரும் அங்கயற்கன்னியாய் வரமாகாளியாய மக்கள் கண்குளிர கண்டு வாழ்த்திய உங்களின் நிலை வெளி உலகிற்கு வேறு மாதிரியாய் செய்தி பரப்பி இங்கே சிதைந்த சிலையாக கால சுழற்சியில் காணும் எனக்கு மனம் பொறுக்காது. தினமும் குமுறி கண்ணீர் வடிக்கிறேன் என புலம்பினான் விசுவாச ஊழியனாக அந்த காவலாளி.

மேலும், தாயே பல வாரங்களாய் ஊன், உறக்கமின்றி உருகி போன சிலையாய் ஒரு வாய் தண்ணீர் அருந்தாது உங்களை வருத்திகொள்கிறீர்களே தயவு கூர்ந்து எனக்காக இந்த பழ ரசத்தை அருந்துங்கள் என பணிவுடன் ஒரு குவளையை நீட்டினான் காவலாளி.

அவனை ஏறிட்டு நோக்கிய ராணி, புன்சிரிப்பை வெளிக்காட்டியவள் நன்றி காவலா, உன்னுடைய உள்ளம் நிறைந்து ஒருவாய் பழரசம் பருகச் சொல்கிறாய். அதுவே எனக்கு ஆயுளை சில வாரம் நீடிக்க செய்யும். என் அரண்மனைக்குள் எடுபிடியாய் திரிந்து நடித்து பெருவாழ்வாக உயர்பதவியில் அமர்ந்து பூரித்து போய் செல்வம் சேர்த்த கேவலமான மனிதர்கள், எதிரிகளுக்கு விசுவாசிகளாய், பெற்ற தாயையும், பிறந்த நாட்டையும் காட்டி கொடுத்து நன்றி கெட்டுவலம் வரும் அவர்களைவிட பதவியில் கீழ் இருந்தாலும் என் நிலை கண்டு கண்ணீர் வடிக்கிறாயே நீ அவர்களை விட எத்தனை ஆயிரம் மடங்கு உள்ளத்தால் உயர்ந்தவன் என கூறி அவனை பாராட்டினாள்.

ஆனால் அவனோ ராணியாரே உங்கள் வீரமிகு வார்த்தைகளால் கட்டுண்டு இந்த நாடே கம்பீரமாய் காட்சியளித்தது. பகைவர்களோ, தடம் தெரியாமல் தலைதெறிக்க ஓடி ஒ்ளிந்தனர். துரோகிகள் துடித்து

அர்ச்சுனனுக்கு தேரோட்டியாக அமர்ந்து போர்க்களத்தில் நடக்கும் அத்தனை நிகழ்வுகளை புன்னகைத்தபடி பார்த்து அமர்ந்திருந்த உன்னைப் போல நான் காவலாளி இந்த மகாராணிக்கு பாதுகாப்பாக இருந்தாலும், இங்கு நடக்கும் அத்தனை அக்கிரமச் செயலையும் கண்டு எதுவும் செய்ய முடியாமல் தவிக்கிறேன். அதுவும் உனக்குத் தெரியும்.

உடலோடு ஒட்டிய மார்புக் கவசங்கங்களையும் காதுகளில் பளிச்சிட்ட குண்டலங்களையும் தனக்குத் தெரிந்தும் தர்மமாக அறுத்தெறிந்து கொடுத்தானே மகாவள்ளல் கர்ணன், உயிர் போக முடியாது தவித்த வேளையில் அவனது தான தர்மங்கள் அவன் உடலில் இருந்து உயிர் பிரிய தடையாக இருப்பது அறிந்து அந்தணன் வடிவில் வந்து கர்ணனிடம் படுகளத்தில் யாசகம் பெற்றாயே.

நீ நினைத்திருந்தால் கர்ணனின் தாய் குந்திதேவியிடம் கர்ணனை உயிர்ப் பித்து பாண்டவர்களோடு இணைத்து புகழ் அடைந்திருக்கலாம். ஆனால் அப்படி நீ செய்திருந்தால் கர்ணனுக்கும் இழுக்கு பரந்தாமா, உனக்கும் இழுக்கு கர்ணனின் அந்த சூழ்நிலை இறப்பு, அவன் பிறக்கும் போதே நீ எழுதிய எழுத்து அதை மறுக்கவோ மாற்றவோ யாராலும் முடியாது என தேம்பி அழுத காவலாளி ராணி நிலை கண்டு வடியும் கண்ணீரை இருகரங்களால் துடைத்தபடி, ராணியாரே இந்த தென்பாண்டி நாட்டின் பெண் சிங்கமாய் பீடு நடைபோட்டு மாளிகையில் இருந்து மக்களை பார்க்காமல் மக்களோடு இணைந்து மாளிகையை கண்காணித்த மகராசியே, பெண்கள் பாதுகாப்புக்காகவும் நலனுக்காகவும் சிறப்பு செயல் வடிவம் கொடுத்து தென் பாண்டி நாட்டு சைவ வைணவ கோயில்களுக்கு கும்பாபிஷேகம் நடத்தி ஏழை எளியவர் பட்டினி அரக்கனிடம் இருந்து விடுபட அன்னதான கூடங்கள், தங்குவதற்கு நகரங்கள் கிராமங்கள் தோறும் சத்திரங்களும் நிறுவி ஏழை பெண்கள் இல்லத்தில் திருமணம் ஏக்கம்களைய இலவச அரசு திருமண திட்டங்கள் என மக்களுக்காகவே வாழ்வை அர்ப்பணித்த தாயே, வெட்டுண்ட வாழையாய் வீழ்ந்து கிடக்கிறாயே அத்தனை தெய்வங்களும் கல் சிலைகள் தானா என் மனம் வெதும்பி கண்ணீர் வடிய அழுதான்.

அவன் அழுத கண்ணீர் துளிகள் துவண்டு கிடந்த ராணியின் கரங்களில் சொட்டு சொட்டாக சுடுநீராய் விழுவது கண்டு திடுக்கிட்டபடி பஞ்சடைந்த ஒளி மங்கிய கண்களை இரு கரங்களால் தேய்த்து கொணடு தரையில் இருந்து நிமிர்ந்து அமர்ந்து, காவலனின் இறுகிய